கன்னத்தில் முத்தமிட்டால்

இந்துமதி

notionpress.com

INDIA • SINGAPORE • MALAYSIA

ISBN: 979-8-88849-356-4

1

ஹரீஷ் வந்திருக்கிறான். கல்லூரியின் கடைசி நாளன்று, விருந்திற்கும் பிரிவு உபசார விழாவிற்கும் பின்னர் புரொபசர்களிடம் விடைபெற்று, ஹாஸ்டல் அறையைக் காலி செய்து, வார்டனிடம் சொல்லிக் கொண்டு முகம் நிறைய சோகமும், நெஞ்சு நிறைந்த கனமுமாக ஹௌரா மெயில் ஏறியவன் இன்று வந்திருக்கிறான். ஆறு மாத இடைவெளிக்குப் பின்னர் நண்பர்களைப் பார்க்கிற ஏக்கத்தில் ஓடி வந்திருக்கிறான்.

பிற்பகல் தூக்கம் கலைந்து காப்பிக்காகக் காத்திருந்த சமயத்தில் நேரில் செய்தி தெரிவிக்கப்பட்டதும் முகம் பளீரென்று பிரகாசிக்க, சத்யா கேட்டான்.

"நிஜமாவாடா?"

"நிஜமாத்தான்டா. பொய் சொல்லவா நான் அடையாறிலிருந்து பஸ் பிடிச்சு மயிலாப்பூர் ஓடி வந்திருக்கேன்?"

"எப்போ வந்தானாம்?"

"இப்போதான் இரண்டு மணிக்குப் போன் பண்ணினான். ஸ்வாகத் ஓட்டல்லே தங்கியிருக்கானாம். உடனே எல்லாரையும் பார்க்கணும்னான். எல்லோருக்கும் போன் பண்ணி ஸ்வாகத் வரச் சொல்லிட்டு, உனக்கு டெலிபோன் வசதி இல்லாததால் நான் நேர்ல வந்தேன்."

"இரு. இதோ ட்ரெஸ் மாற்றிட்டு வரேன்."

சந்தோஷத்தில் மனசு படபடக்கப் பிரம்பு நாற்காலியை இழுத்துப் போட்டு நண்பனை உட்காரச் சொல்லிவிட்டு உள்ளே ஓடினான், சத்யா.

"அம்மா, ஹரீஷ் வந்திருக்கானாம். நான் போறேன். எனக்கு இப்போ காப்பி வேணாம்."

"காப்பி மட்டுமா? உனக்கு இனி சாப்பாடுகூட இறங்காதே!"

சமையலறையிலிருந்து அம்மா சொன்னது கேட்க, இவன் சிரித்துக் கொண்டான். அவசர அவசரமாய் உடை மாற்றத் தொடங்கினான். 'ஹரீஷ் வந்திருக்கிறான்!' இவனது மிக நெருங்கிய நண்பன் வந்திருக்கிறான்.

இவன் படிக்க நினைத்த சிவில் இஞ்ஜினியரிங்கை விட்டுவிட்டு அவனுக்காகவே மெக்கானிகல் சேர்ந்தான். ஹாஸ்டல் அறையில் அவனுடனே இருந்தான். ஹரீஷ் என்றதும், எப்போதும் நினைவிற்கு வருகிற அந்தத் 'துடைப்பக்கட்டை' நிகழ்ச்சி அப்போதும் நினைவிற்கு வந்தது.

ஹரீஷ் கல்லூரியில் சேர்ந்து அவனை நெருங்கி வந்த புதிது.

"ஏய் சத்யா, என் அர்ச்சனாவுக்கு லெட்டர் எழுதப் போறேன். டெல் மீ எ பியூட்டிஃபுல் வர்ட் இன் டமில். 'ஐ லவ் யூ ஸோ மச்' என்பதை எப்படிடா தமிழில் எழுதுவே?"

இவன் யோசித்துச் சொன்னான். "ஐ லவ் யூ துடைப்பக்கட்டைன்னு எழுதுடா."

"துடைப்பக்கட்டைன்னா என்னடா அர்த்தம்?"

"மை ஸ்வீட் ஏஞ்சல்னு அர்த்தம்."

"எப்படி ஸ்பெல் பண்ணணும்? எழுதிக் காட்டு."

"இவன் எழுதிக் காட்டினான். THUDAPPA KATTAI."

ஹரீஷ் ஒரு மாணவனின் பவ்யத்துடன் எழுதி, தன் காதலிக்கு, பெரியவர்களால் நிச்சயிக்கப்பட்ட எதிர்கால மனைவிக்கு ஒரு

    கன்னத்தில் முத்தமிட்டால்

அருமையான தமிழ் வார்த்தையைக் கற்றுத் தருகிற ஆர்வத்தோடு 'மை டியர் துடைப்பக்கட்டை'யை எழுதி அதன் அர்த்தத்தை விளக்கித் தன்னையும் அதுபோலவே கூப்பிடச் சொன்னான்.

அவளும் அதுபோல், 'மை டியர் ஹரீஷ் துடைப்பக்கட்டை' என்று திருப்பி எழுதினதைப் பெருமையோடு நண்பர்களுக்கும் படித்துக் காட்ட

சத்யா, 'துடைப்பக்கட்டை என்பதற்கு ஸ்வீட் ஏஞ்சல் என்று அர்த்தம்' என்று தான் சொல்லிக் கொடுத்ததை எல்லோரிடமும் சொல்லி அவர்களையும் அதே அர்த்தம்தான் என்று தலையாட்ட வைத்திருக்கவே,

அன்று ஹரீஷ் கடிதத்தைப் படித்தபோது அத்தனைபேரும் குறும்புச் சிரிப்பாகச் சிரித்துக் கொண்டு பேசாமல் இருந்துவிட்டார்கள்.

இது நடந்த ஒரு மாதத்திற்குப் பின்னால் ஒருநாள் ஹரீஷ் கையில் கடிதத்தோடு கல்லூரி ஓடி வந்தான்.

"ஏய், சத்யா துடைப்பக்கட்டை, முருகேஷ் துடைப்பக்கட்டை, மனோகர் துடைப்பக்கட்டை, மணி துடைப்பக்கட்டை!" என்று கத்தினான்.

"துடைப்பக்கட்டைன்னால ஸ்வீட் ஏஞ்சல்னா அர்த்தம்? இதோ பாருங்க. அர்ச்சனா எத்தனை கோபத்தோட லெட்டர் போட்டிருக்கா! இந்த வார்த்தையை அவள் கிளப்பில் போய்ச் சொல்ல அத்தனை பேரும் சிரித்துவிட்டு துடைப்பக்கட்டைன்னா ஸ்வீட் ஏஞ்சல்னு அர்த்தமில்லை. ப்ரூம் ஸ்டிக் (Broom Stick) ன்னு அர்த்தம்னு சொல்லியிருக்காங்க. அவள் அழுது என் மீது கோபப்பட்டு லெட்டர் எழுதியிருக்கா. இனி நான் கடிதம் எழுத மாட்டேன்னு தீர்மானமாகத் தெரிவிச்சிருக்கா. ஏன்டா சத்யா இப்படிச் செய்தே?" என்று கோபமும் ஆத்திரமுமாகப் பேசினான். ஏற்கெனவே சிவந்திருந்த அவன் முகம் இன்னமும் சிவந்து கிடந்தது. உடம்பும் கைகளும் பதறின.

அதன் பின் சத்யா விளையாட்டிற்கு அப்படிச் சொன்னதாய் மன்னிப்பு கேட்டுக் கொண்டான். 'இட்ஸ் ஆல் ஃபர் ஃபன்' என்று நண்பர்கள் ஹரீஷை சாந்தப்படுத்த முயன்றனர். அத்தனை பேரும் தாங்கள் விளையாடியதை அர்ச்சனாவிற்குக் கடிதம் மூலம் தெரியப்படுத்தி மன்னிப்பு கேட்டுக் கொள்ள, மீண்டும் ஹரீஷ் அர்ச்சனா கடிதத் தொடர்பு சுமுகமான பின்னரே ஹரீஷ் அவர்களோடு கலகலப்பாகப் பழகினான்.

எப்போதோ நடந்த நிகழ்ச்சி. ஆனால், என்றும் அவர்களுக்குள் பசுமையாய்ப் பதிந்துபோன நிகழ்ச்சி.

அந்த ஹரீஷ் இப்போது வந்திருக்கிறான். ஒருவேளை அவர்கள் கல்யாணம் நிச்சயமாகிப் பத்திரிகை கொடுக்க வந்திருப்பானோ?

அவனோடு படித்துப் பாஸாகி ஒன்றாக வெளியில் வந்த தங்களுக்கு இன்னும் வேலையே கிடைக்கவில்லை. அதற்குள் ஹரீஷ் மட்டும் கல்யாணப் பத்திரிகையை நீட்டப்போகிறான்!

இவன் ஒரு சின்னப் பெருமூச்சோடு உடை மாற்றித் தலைவாரிக் கொண்டு வெளியில் வர, அம்மா நண்பனுக்கும் இவனுக்கும் ஸ்டூலில் காப்பி வைத்துவிட்டுப் பேசிக் கொண்டிருந்தாள். இவன் அவசரமாக இரண்டே வாயாகக் காப்பியைக் குடித்துவிட்டு, "வாடா போகலாம்" என்றான்.

படியிறங்கினபோது அம்மா கேட்டாள். "ராத்திரி சாப்பாட்டுக்கு வருவியா, மாட்டியா?"

"மாட்டோம்மா. எல்லாரும் ஒண்ணா வெளியில் ஹரீஷோட சாப்பிடப் போறோம்."

இவர்கள் போனபோது ஹரீஷின் அறை நிறைந்திருந்தது. ஜகன், முருகேஷ், மணி, சேகர், மனோகர் எல்லாரும் வந்திருந்தனர். இவன் உள்ளே நுழைந்ததும் ஓடிப் போய் ஹரீஷைச் சேர்த்துக் கட்டிக் கொண்டான்.

"ஃபைன், ஃபைன்!" என்றபோது ஹரீஷும் உருகிப் போயிருந்தான்.

      கன்னத்தில் முத்தமிட்டால்

"என்னடா, மேரேஜ் இன்விடேஷன் கொண்டு வந்திருக்கியா?"

"அட, எப்படி ஜோஸ்யம் தெரிஞ்ச மாதிரி சொல்றே?"

"இதுக்கு ஜோஸ்யம் வேற தெரியணுமா? இத்தனை நாள் எப்படி நீ பொறுமையா இருந்தேங்கிறதைத்தான் ஜோஸ்யம் பார்த்துத் தெரிஞ்சிக்கணும்."

"அட நீ வேற சத்யா. எல்லாம் முடிச்சிருப்பான் அவன்."

"சீச்சி!" என்று ஹரீஷ் முகம் சிவக்க, நண்பர்கள் விடவில்லை.

கல்யாணத்திற்கு இன்னும் பத்தே நாட்கள்தான் இருந்தன.

"காலேஜ் நாட்களுக்கு அப்புறம் இன்னிக்குத்தான் நாம் எல்லோரும் ஒன்னா கூடி இருக்கோம். லெட் அஸ் ஆல் பி ஹேப்பி. என்ன செய்யலாம். சொல்லுங்க?"

"நீ வர்றதுக்கு முன்னாலேயே நாங்க அதைத் தீர்மானம் பண்ணியாச்சு. அதனால் மறுப்புச் சொல்லாமல் நீ என்கூட வரணும் சத்யா."

"என்னை ஏன்டா அனாவசியமா கம்பெல் பண்றீங்க? நான் எப்போ உங்ககூட வந்திருக்கேன்?"

"இதப் பாரு சத்யா, இந்தச் சின்ன விஷயத்துக்குப் பிடிவாதம் பிடிச்சு சந்தோஷமான இந்த நேரத்தை ஏன் இறுக்கமாக்கறே? உன்னை நாங்க என்ன குடம் குடமாகவா குடிக்கச் சொல்றோம்? ஜஸ்ட் ஒரு பெக் விஸ்கி. அதுவும் கம்பெனிக்காக."

"வரேன்டா, நான் வர மாட்டேன்னு சொல்லலை. ஆனால் எனக்கு டிரிங்க்ஸ் வேணாம். அம்மாவுக்குத் தெரிஞ்சா கொன்னு போட்டுடுவாங்க."

"என்னடா நீ, ஏதோ ஒண்ணாம் கிளாஸ் பையன் மாதிரி பேசறே? இதெல்லாம் ஏன்டா அம்மா அப்பாவுக்குத் தெரியணும்? எப்படித் தெரிய வரும்?"

"ஒருவேளை வீட்டுக்குப் போனதும் வாசனை தெரிஞ்சிட்டு கண்டுபிடிச்சிட்டாங்கன்னு வச்சுக்க..."

"ஜிஞ்சர் லெமன்மா. சத்தியமா விஸ்கி இல்லேன்னு சாதிக்கணும்."

"ச்சி. அது கூடாதுடா."

"டேய் சத்யா, உன் பேர் சத்தியமூர்த்தியா இருக்கலாம். அதற்காகப் பொய் சொல்லாத சத்தியசீலனாக இருக்கணும்ன்னா முடியாது. இவ்வளவு பேசற நீ ஒரு பொய்கூடச் சொன்னதில்லேன்னு சொல்லு?"

"பொய் சொன்னதில்லேன்னு நான் சொல்லலை. நமக்கு ரொம்ப வேண்டியவங்க, நெருங்கின மனுஷங்ககிட்டே சொல்லக் கூடாது. அவுங்களிடமிருந்து எதையும் மறைக்கக் கூடாதுன்னுதான் சொல்ல வரேன்."

"இதப் பாரு சத்யா, நீ உனக்கு வேண்டியவங்க, நெருங்கினவங்க கிட்டே நிஜம் சொல்றியா? எதையும் மறைக்காமல் வெளிப்படையாப் பேசறியான்றதெல்லாம் உன்னுடைய தனிப்பட்ட பிரச்சினை. இப்போ நாங்க சொல்றதெல்லாம் நீ எங்ககூட வரணும், கம்பெனி தரணும் என்பதுதான். என்ன ஹரீஷ், பேசாமல் இருக்கே? கூப்பிடேன் அவனை."

சிரிப்பும் பேச்சும் அரட்டையுமாக எல்லோரும் தங்கள் கண்ணாடிக் கோப்பையின் மஞ்சள் திரவத்தை உறிஞ்ச, சத்யா கையில் கோப்பையை வைத்துக் கொண்டு தயங்கினான்.

"டேய், சத்யா, கல்ப் அட்ரா."

"ஓ, கமான். என்னடா நீ, இவ்வளவு ஃபஸ்ஸியா இருக்கே?"

அந்த விமர்சனங்களுக்குப் பின்னர் மெல்ல உறிஞ்சத் தொடங்கி, தொண்டையில் தணலாய் இறங்கிய கசப்பைச் சகித்துக் கொண்டு, நண்பர்களின் விடாத வற்புறுத்தல் காரணமாக இன்னொரு பெக் விஸ்கியும் குடித்து முடித்தான். இரண்டே பெக்கில் கண்கள்

  கன்னத்தில் முத்தமிட்டால்

லேசாய்ச் செருகி, வார்த்தைகள் கோவையயற்று வெளிவர, உடம்பு காற்றில் மிதக்கிற உணர்வில் வயிற்றைப் புரட்டத் தொடங்கிற்று.

சாப்பாடு பிடிக்காத காரணத்தால் அளைந்து, சாப்பிட்டதாகப் பெயர் பண்ணிவிட்டு நண்பனின் தோளில் கை சாய்த்து ஊன்றி, தள்ளாடின நடையுடன் டாக்ஸியில் ஏறி வீட்டிற்கு வந்து சமாளித்துப் படியேறிக் கதவைத் தட்டினபோது மணி பத்தரையாகியிருந்தது.

தங்கை யாமினி படித்துக் கொண்டிருப்பதைத் தெரிந்து கொண்டு சன்னமாய் வாசல் கதவை விரல் முட்டியால் தட்டினான்.

"யார்?" யாமினி உள்ளே இருந்தவாறே குரல் கொடுக்க, இவன் அம்மா எழுந்துவிடப் போகிறாளே என்ற பயத்தில், "நான்தான், கதவைத் திற" என்று குழறினான்.

யாமினி, தான் எழுதிக் கொண்டிருந்த கல்லூரி நோட்டுப் புத்தகத்தை மூடி வைத்து விட்டுக் கதவைத் திறந்தபோது, தூக்கம் கலைந்து எழுந்து அம்மா பின்னாலேயே வர, உள்ளே நுழைந்த சத்யா அதற்கு மேல் வயிற்றுப் புரட்டலைத் தாங்குகிற சக்தியற்றவனாகக் கதவடியில் வாந்தி எடுத்தான்.

குபீரென்று எழுந்த விஸ்கி நெடி மூக்கைத் தாக்கியதும் அதிர்ந்து போன அம்மா, "அடப் பாவி! குடிச்சிட்டா வந்திருக்கே?" என்று முகம் ஜ்வலிக்கக் கேட்டதும், "ஐயம் ஸாரிம்மா, நானா குயிக்கலே, பிரண்ட்ஸ் எல்லாருமா சேர்ந்து வற்புறுத்தி குயிக்க வச்சிட்டாங்க. இனிமே இன்னொரு தரம் குயிக்க மாட்டேன்" என்று எதையும் மறைக்க விரும்பாத சத்யா — சட்டென்று உண்மையைச் சொல்லி மன்னிப்புக் கேட்ட பின்னரும், அம்மா அவனை மன்னிக்க மறுத்து இரண்டு நாட்களுக்கு அப்புறமும் பேசாமல் மௌனமாகவே இருந்தாள்.

━━━━•❖•━━━━

2

அம்மாவின் பார்வை இவன்மீது பட்டபோதெல்லாம் இறுகிற்று. முகம் ஒரு சொடுக்கு சொடுக்கி எதிர்ப்புறம் திரும்பிக் கொண்டது. வார்த்தை தணலாகத் தெறித்து விழுந்தது. நேரிடையாக இல்லாமல் ஜாடையாகக் கொக்கி போட்டு இழுத்தது. இவனைச் சாக்கிட்டுத் தங்கைகளையும் தம்பியையும் திட்டித் தீர்த்துக் கொண்டது.

"டேய் நித்யா, நீ படிக்கிறது பத்தாவதுதான் ஞாபகம் வச்சிக்க. அதுக்குள்ளே பி.ஈ. படிச்சு முடிச்சுட்ட மாதிரி ஆட வேணாம். அந்த பிரண்ட் சொன்னான். இந்த பிரண்ட் சொன்னான்னு ஏதாவது செய்தே, அப்புறமா ஒரேயடியா ஆடிப்போயிட வேண்டியதுதான் தெரிஞ்சிக்க."

இது, தம்பி நித்தியானந்தத்தை.

அடுத்த அடி, ப்ளஸ் டூ படிக்கும் தங்கை ரமாவிற்கு விழும்.

"என்னடி, நீகூட சொன்னதைக் கேட்கக் கூடாதுன்னு நினைச்சுட்டிருக்கியா? முன்னேரு போற வழியில் பின்னேரு போக வேண்டாம். ஒழுங்கா சொல்ற பேச்சைக் கேட்டு அடங்கி நடக்கிற வழியைப் பாரு."

முதல் தங்கை யாமினி மட்டும் இதிலிருந்து தப்பித்துக் கொள்வாள். அவள் கொஞ்சம் வாயடிப்பாள். படபடவென்று பேசுவாள்.

"என்னம்மா நீ? யார் மேலேயோ இருக்கிற கோபத்தை என்மேல் காட்டறே?" என்று திருப்பிக் கேட்டுவிடுவாள். அந்த வாய் காரணமாகவும், பெரிய பெண், பத்தொன்பது வயது,

கல்லூரியில் பி.ஏ. கடைசி வருடம் என்பதாலும் அம்மா அவளை இதில் இழுக்காமல் விட்டிருக்க வேண்டும். இல்லாவிட்டால் அவளையும் வார்த்தைகளில் சுருட்டி இழுத்திருப்பாள்.

அம்மா இழுத்த அந்த இழுப்புகளில் நிறையவே காயப்பட்டுப் போனான் சத்யா. எல்லாவற்றையும்விடப் பெரிதாய் வீட்டிற்கு வந்த ஹரீஷிடம் அம்மா நடந்து கொண்ட விதம் அவனை அதிகம் கஷ்டப்படுத்தியது. ஹரீஷிடம் எப்போதும் சிரித்துப் பேசும் அம்மா அன்று சமையலறையை விட்டு வெளியில் வரவில்லை. ரமாவிடம் காபி கொடுத்தனுப்பிவிட்டு உள்ளேயே இருந்துகொண்டாள்.

"எங்கே உன் அம்மாவைக் காணோம்?" என்கிற ஹரீஷின் கேள்விக்கு இவன்,

"இப்போ கொஞ்சம் முன்னால் இங்கேதானே இருந்தாங்க" என்று மழுப்பலாகப் பதில் சொன்னான்.

"சரி. ரயிலுக்கு நேரமாயிடுச்சு. அம்மாகிட்ட நான் கல்யாணத்துக்குக் கூப்பிட வந்ததைச் சொல்லு. அவங்க, தம்பி, தங்கைங்க, அப்பா எல்லோரையும் அழைச்சிட்டு வா. என்ன?"

"சரிடா" என்றான், சத்யா.

"என்ன சரின்னு இழுக்கறே?"

"இல்லேடா. நிச்சயம் வரேன். வராமல் இருப்பேனா?" என்ற பின்னரே ஹரீஷ் கிளம்பிப் போனான்.

கல்யாணம் என்று அவன் கூப்பிட வந்த பின்புகூட அம்மா தன் கோபத்தைக் கைவிட்டு வெளியில் வராதது இவனைப் பெரிதும் சங்கடப்படுத்திற்று. அதற்கு மேல் தாங்க இயலாதவனாக உள்ளே போய் அம்மாவின் எதிரில் நின்று கொஞ்சலாய் மன்னிப்புக் கேட்டான்.

"நான்தான் தெரியாமல் செய்துட்டேன். இனிமேல் செய்யவே மாட்டேன்னு சொல்றேனேம்மா. அதுக்கப்புறம்கூட இப்படி இருந்தியானால் எப்படிம்மா?"

"...................."

"நானா விருப்பப்பட்டுக் குடிக்கலேம்மா. நண்பர்கள் எனக்கு வேலை கிடைத்ததற்கும், ஹரீஷின் கல்யாணத்தையும் சேர்த்துக் கொண்டாடலாம்னு வற்புறுத்திக் குடிக்க வச்சுட்டாங்க. இதுதாம்மா முதலும் கடைசியும். தொடக்கூட மாட்டேன்மா."

"............."

"சத்தியம் வேணுமானால் செய்து தரேம்மா. இனி ஒருபோதும் நான் லிக்கர் பக்கம் போக மாட்டேன். அன்னிக்குக்கூட எனக்குப் பிடிக்கலை. அதனால்தான் வாந்தி எடுத்திட்டேன்."

இதற்கும் பதில் சொல்லாமல் சமையலறையின் குழல் விளக்கை அணைத்துவிட்டுச் சடாரென்று அவள் பின்பக்கம் வெளியேற, சத்யா என்ன செய்வது என்று தெரியாமல் நின்றிருந்தபோது யாமினி உள்ளே வந்தாள்.

"சத்யாண்ணா, மொட்டைமாடியில் துணி காயப் போடுகிற கயிறு அறுந்துபோச்சு. கொஞ்சம் வாயேன். முடி போட்டுத் தாயேன்" என்று கூப்பிட்டாள்.

இவன் மறுவார்த்தை பேசாமல் அவள் பின்னால் படியேறி மாடிக்குப் போனதும்,

"இப்படிக் கொஞ்சம் கைப்பிடிச் சுவர் மேல் உட்கார்ந்துக்க, அண்ணா. கொடியும் அறுகலே. ஒண்ணும் அறுகலே. உன்கிட்டே தனியாகப் பேசணும்னுதான் மேல கூட்டிட்டு வந்தேன். கீழே நித்யா, ரமா யாராவது ஓட்டுக் கேட்டுட்டுப் போய் அம்மாகிட்டே கலகம் பண்ணிடுவாங்க. அதான் இங்கே வந்தேன்" — படபடவென்று மூச்சு விடாமல் குரலைத் தழைத்துக் கொண்டு ஆரம்பித்தவள், சற்றுப் பின்னால் நகர்ந்து, படியில் யார் ஏறி வந்தாலும் தெரிகிற இடத்தில் நின்று கொண்டு கேட்டாள்.

"ஆமாண்ணா, நானும் பார்க்கிறேன். எதுக்காக நீ மூணு நாளா இப்படி முகத்தைத் தொங்கப் போட்டுகிட்டு அம்மா

பின்னாலேயே போய்க் கெஞ்சிட்டிருக்கே? அப்படிக் கெஞ்சும்படி என்ன குற்றம் செய்தே?"

இவன் தலை மெல்லக் குனிந்தது. தங்கையிடம் இதைப் பற்றிப் பேசும் அளவிற்கு நடந்து கொண்டுவிட்ட தன் செய்கைக்காக வெட்கப்பட்டவனாகத் தொடங்கினான்.

"என்ன யாமினி, தெரியாத மாதிரிக் கேட்கறே? முந்தாநாள் ராத்திரி இரண்டு பெக் விஸ்கி அடிச்சிட்டு வந்து வாசல் கதவடியில் வாந்தி எடுக்கலே?"

"அவ்வளவுதானே? அதற்கா இவ்வளவு ஆர்ப்பாட்டம்? ஏதோ செய்யத்தகாத குற்றத்தைச் செய்திட்டு வந்த மாதிரி தண்டனை?"

"நான் குடிச்சிட்டு வந்தது தப்புதானே, யாமினி?"

"சரிண்ணா, தப்புதான். ஆனால், தலை போகிற குற்றமில்லையே. அதுவும் நீ ஆசைப்பட்டுக் குடிக்கலே. மொடா மொடாவாக் குடிக்கலே. ஏதோ கம்பெனிக்காக இரண்டே பெக். அதுவும் முதல் முறையா. நானாக இருந்தால் அம்மாகிட்டே பட்டுனு உண்மையைச் சொல்லி உடைச்சிருக்க மாட்டேன். நீ உன் சுபாவப்படி எதையும் மறைக்கக் கூடாதுன்றதுக்காக ஒத்துக்கிட்டே. இப்படி ஒத்துக்கிட்டதற்கே அம்மா உன்னைப் பாராட்டணும். சரி, பாராட்டலை. பாராட்டவும் மாட்டாங்க. நீ எத்தனை அரிச்சந்திரனா நடந்தாலும் அதுக்கும் மேல் ஒரு படி எதிர்பார்ப்பாங்கன்னு விட்டுடலாம். ஆனால் இப்படி நிமிஷத்துக்கு நிமிஷம் சுறுசுறுன்னு சாக்கிட்டுக் காந்தறதை எப்படித் தாங்கிக்க முடியும்? நானாக இருந்தால் நல்லா திருப்பிக் கேட்டிருப்பேன்."

"எப்படிக் கேட்க முடியும் யாமினி? தப்பு நம் பக்கம் இல்லாது போனால் கேட்கலாம்."

"அட! போண்ணா நீ ஒண்ணு. அப்படி என்ன பெரிய தப்பு செய்திட்டே என்பதுதான் என் கேள்வி. திருடினியா? கொலை செய்தியா? இல்லையே. ஏதோ ஒரு பெக் விஸ்கி

அடிச்சே. அவ்வளவுதானே? இதைப் போய் யாரும் பெரிய குற்றமா சொல்லுவாங்களா? உன்னையே அம்மா இப்படிச் சொல்றாங்களே, இன்னும் இந்தக் கால காலேஜ் ஸ்டுடண்ட்ஸ் மாதிரி இருந்திருந்தால் என்ன செய்திருப்பாங்க? இந்த இருபத்து நாலு வயசிலே நீ சிகரெட் பிடிச்சிருப்பியா? இதற்கு முன்னாடி எப்போதாவது குடிச்சிருப்பியா? யாரையாவது சைட் அடிச்சிருப்பியா? ஒருதரம் ஒரேதரம் ஏதோ ஸெலிபிரேஷனுக்காக நண்பர்கள் வற்புறுத்தினாங்களேன்னு இரண்டு பெக் விஸ்கி அடிச்சதற்காக அம்மா முன்னால் குற்றவாளிக் கூண்டில் நிற்கிற மாதிரி நிற்கறே?

"அம்மாவுக்கு உலகம் தெரியாது. அவங்களுக்குத் தெரிந்ததெல்லாம் சமையல்கட்டு, வீட்டுத்தோட்டம், முதலியாரம்மா சிநேகிதம், கோவில், குளம் இதுதான். இத்தனைக்கும் ரேடியோ கேட்கிறாங்க. டி.வி. பார்க்கறாங்க, பத்திரிகை படிக்கறாங்க. என்ன பிரயோசனம்? நல்ல காலம், அப்பா பிடிவாதமா நின்று என்னைக் காலேஜில் சேர்த்தாரு. இல்லைன்னால் ஸ்கூல் ஃபைனலோட என் படிப்பு முடிஞ்சு போயிருக்கும். இந்த மாதிரி அம்மாவால் நீ ஒரு பெக் விஸ்கி அடிச்சிட்டு வற்றதை ஒத்துக்க முடியாதுதான். அதற்காகப் பேசாமல் இருக்கிறது, முகத்தைத் திருப்பறது, சாக்கிட்டுத் திட்டறதெல்லாம் தப்பு இல்லையா? நீ என்ன நிஜார் போட்ட பையனா? நாளைக்கு மாமாவின் கம்பெனியில் ஒரு பொறுப்பான இன்ஜீனியராகப் போறவன் இல்லே? நீயும் என்னவோ தயங்கித் தயங்கித் தப்புக் கேட்கறே? இதப் பாரு அண்ணா! உலகம் ரொம்ப வேகமா இயங்கிக்கிட்டு வருது. இதுல முன்னேறணும்ன்னால் நாமும் வேகமா ஓடித்தான் ஆகணும். அதனால் இந்தச் சின்ன விஷயத்துக்கெல்லாம் குற்ற உணர்வு பாராட்டாமல் தைரியமா இரு அண்ணா. நம் உலகத்துக்கு இதெல்லாம் கொஞ்சம் தேவைதான். அதோடு அம்மாவையும் கொஞ்சம் கொஞ்சமா மாற்றியாகணும். அந்த மாற்றத்தை மூத்த பிள்ளையான நீதான் வரவழைக்கணும். இல்லைன்னால் வேலை கிடைத்து, நிரந்தரமானதும் பேசாமல்

நம்ம ஜாதி இல்லாத வேற்றுப் பெண்ணைக் காதலித்துக் கல்யாணம் பண்ணிக் கூட்டிக்கிட்டு வா. அந்த அதிர்ச்சி வைத்தியம்தான் சரியாக இருக்கும்.”

“ஏற்கெனவே முன் ஏரு போன பாதையில் பின் ஏரு போக வேணாம்னு அம்மா கத்தறாங்க. நீ சொன்ன மாதிரி யாராவது ஒருத்தியை வீட்டுக்குக் கூட்டிட்டு வந்தால் அவ்வளவுதான்.”

யாமினி அதைக் கேட்டு விளையாட்டாகவும் குறும்பாகவும் சொல்கிறவளாகச் சிரித்துக்கொண்டே சொன்னாள்.

“ஆமாண்ணா. முன் ஏரு அப்படிப் போய் ஒரு வழி ஏற்படுத்தினால் பின் ஏருகளுக்கெல்லாம் வசதியாக இருக்குமேன்னு சொன்னேன்.” சொல்லிவிட்டு அவள் சிரித்துக் கொண்டு நிற்க, அம்மாவின் குரல் கீழிருந்து கூப்பிட்டது. “இதோ வரேம்மா” என்று அவனது பதிலுக்குக் காத்திராமல் இறங்கி ஓட, சத்யா யோசனையுடன் மெதுவாகப் படியிறங்கி வந்தான்.

அன்று திங்கட்கிழமை. அவன் வேலையில் சேர அம்மா பார்த்து வைத்திருந்த நாள்.

“ஏழரை - ஒன்பது ராகு காலம்டா. அதனால் ஒன்பது மணிக்கு மேல் வீட்டை விட்டுக் கிளம்பு” என்று சொல்லி அப்பா ஆபீசுக்குப் புறப்பட்டபோது, “இங்கே வா கமலம்” என்று மனைவியைத் தனியாக அறைக்குள் அழைத்துப் போனார்.

“இதப் பாரு கமலம். பிள்ளை முதல் முதலா வேலைக்குப் போறான். உன் கோபத்தையெல்லாம் மூட்டை கட்டி வச்சிட்டு, சந்தோஷமா நல்ல வார்த்தையா சொல்லியனுப்பு.”

கமலம்மாள் அதற்குப் பதில் சொல்லாமல் மௌனமாக இருக்க, அவரே மீண்டும் கேட்டார்.

“என்ன, நான் சொல்றேன், நீ பேசாமல் இருந்தால் என்ன அர்த்தம்?”

“பின்னே என்னங்க, நம்ம குடும்பம், கௌரவம் எல்லாத்தையும் இவன் குழிதோண்டிப் புதைச்சிடுவான்போல இருக்குங்களே?”

"அட, என்ன நீ? அதையே திரும்பத் திரும்பப் பேசிக்கிட்டு, அவன்தான் தெரியாம செய்திட்டேன். இனிமே செய்யலேன்னு மன்னிப்புக் கேட்டுட்டான் இல்லே? அதுக்கப்புறமும் பேசக் கூடாதா? அதுவும் இந்த நேரத்துல அதையெல்லாம் மறந்து பெருந்தன்மையா நடந்துக்கணும். என்ன?"

"சரி... ங்... க..."

"இப்படி இழுத்த மாதிரி சொல்லாதே. நல்லா சொல்லு."

அவர் வெளியில் வந்து சத்யாவைக் கூப்பிட்டு, "பணம் ஏதாவது வேணுமா?" என்று கேட்டார்.

"ம்ஹூம். வேணாம்ப்பா." ஸ்கூட்டரைத் தள்ளியபடி வாசல்வரை போகிற சாக்கில் அவனையும் உடன் அழைத்துப் போய்க் குரலைத் தழைத்து மெதுவாகச் சொன்னார்.

"உங்கம்மாகிட்டே உன்னிடம் பேசச் சொல்லியிருக்கேன். போகிறபோது அவளையும் நிற்க வைத்து வணங்கிட்டுப் போ."

"சரிப்பா."

அவரை அனுப்பிவிட்டு உள்ளே வந்து பரபரவென்று குளித்து முடித்தான். காபித்தூள் வர்ணத்தில் பான்ட்டும், அதே காபித்தூள் நிறத்தில் பொடிப் பொடியாகக் கட்டம் போட்ட சட்டையும் அணிந்துகொண்டான். முன் நெற்றியில் அழகாய்ச் சரிந்து புரண்ட கேசத்தைப் பின்னுக்குத் தள்ளிப் பதிய வைக்க முயன்று தோற்றுப் போனான். லேசாய்ப் பவுடர் பூசிக் கண்ணாடியில் பார்த்துத் திருப்தியாய் உணர்ந்தான். 'இந்த உயரத்திற்கும் கம்பீரத்திற்கும் முக லட்சணத்திற்கும் இப்படி மாநிறமாக இல்லாமல் சற்று வெள்ளையாக இருந்தால் எப்படி இருந்திருப்போம்?' என்பதைக் கற்பனை செய்து பார்த்தான். அந்த வீட்டில் அவனைத் தவிர தங்கைகளும் தம்பியும் நல்ல வெள்ளை. அவன் மட்டுமே மாநிறமாக அம்மாவைக் கொண்டிருந்தான். 'நிறம் குறைச்சலானாலும் அம்மா எத்தனை களையாக இருக்கிறாள்!' என்று நினைத்துக் கொண்டான். அதுபோல் தன் முகமும்

                                      கன்னத்தில் முத்தமிட்டால்

லட்சணமாக அமைந்துவிட்ட திருப்தியில் வெளியில் வந்து அம்மாவின் எதிரில் நின்றான்.

"அம்மா, போயிட்டு வரேம்மா."

"ம்..." என்று தலையை உயர்த்தாமல், தன் கோபத்தை விட்டுக்கொடுக்க மனமில்லாதவளாகச் சொன்னாள் அவள்.

இவன் இன்னமும் தழைந்து குழைவாகப் பேசத் தொடங்கினான்.

"ம்ஹூம். இப்படி முகத்தைத் தூக்கி வச்சிக்கிட்டு ஒப்புக்கு 'உம்' கொட்டினால் நான் போக மாட்டேன். எனக்கு வேலையும் வேணாம். ஒண்ணும் வேணாம்."

அந்தக் குழைவு வேலை செய்ய, அந்தம்மாள் அவனை நேரிடையாக நிமிர்ந்து பார்த்துக் கேட்டாள்.

"பின்னே, எப்படிச் சொல்லச் சொல்றே?"

அது போதுமானதாக இருந்தது சத்யாவிற்கு. ஓடிப்போய் அம்மாவை இறுகக் கட்டிக்கொண்டு சின்னக் குழந்தை மாதிரிக் கன்னத்தில் முத்தமிட்டான்.

"என் அம்மா, நல்ல அம்மா! தங்கமான அம்மா! நான் செய்த தப்பை மன்னிச்சு மறந்து போயிடுவாங்களாம். என்னை ஆசிர்வாதம் செய்து வாசல் வரை வந்து சிரிச்சுக்கிட்டே வழியனுப்புவாங்களாம்."

அந்தக் கொஞ்சலிலும் கெஞ்சலிலும் உள்ளம் குளிர்ந்து போன அந்த அம்மாள் அத்தனை நாள் கோபத்தையும் ஒரே விநாடியில் கைவிட்டு அவனை மனசார வாழ்த்தினாள். காலில் விழுந்து வணங்கியவனின் தலையை வருடிக் கொடுத்தாள். ஸ்வாமி அலமாரியில் இருந்த செம்புடத்திலிருந்து விபூதி எடுத்து இட்டுவிட்டு,

"போயிட்டு வாப்பா. படிப்படியா உயர்ந்து மேல போய் நீ மகராஜனா இருக்கணும்!" என்று சொல்லி வாசலின் வெளிச்சுவர் கதவு வரை வந்து வழியனுப்பினாள்.

இவன் அம்மாவிற்குக் கையாட்டிவிட்டுத் தெருக்கோடி வந்து ஆட்டோ பிடித்தான்.

போயஸ் கார்டனில் பிரம்மாண்டமாகக் கட்டப்பட்டிருந்த மாமாவின் கட்டடத்தில் இறங்கி ஒரு விநாடி பிரமிப்பாக நின்றான். பளிங்குத் தரையின் பளபளப்பில் தன்னுருவம் தெரிவதைப் பார்த்துக்கொண்டே உள்ளே நுழைந்தான். வெளிநாட்டு பாணியில் அமைக்கப்பட்டிருந்த அதன் வரவேற்பறையின் கோடியில் செயற்கைச் சிரிப்பும் பேச்சும் அலங்காரமுமாக நின்றுகொண்டிருந்த பெண்ணிடம் தன் பெயரையும் வந்திருக்கும் காரணத்தையும் எழுதிக் கொடுத்தான்.

அடுத்த பத்தாவது நிமிடம் அப்பெண், "எஸ். யு கேன் கோ" சொல்ல, உள்ளே தனக்கு மிகப் பெரிய ஆச்சரியம் ஒன்று காத்துக் கொண்டிருப்பதை உணராதவனாகத் தயங்கித் தயங்கி அந்தக் குளிர்சாதன அறைக்குள் நுழைந்தான் சத்யா.

⬥

     கன்னத்தில் முத்தமிட்டால்

3

மாமாகங்காதரனைநிறையதரம்சத்யாபார்த்திருக்கிறான். முகத்தில் பணக்காரக் களை சொட்டும். அத்தனை பணத்திற்கும் காரணம் நான்தான் என்று பார்வை மிகக் கூர்மையாக எதிராளி மீது விழும்.

ஒரே தரத்தில் தன்னிடம் வந்திருக்கும் நோக்கம், தகுதி எல்லாவற்றையும் துல்லியமாய்க் கணித்துக் கொண்டுவிடும். பேச்சில் பட்டுக் கத்தரிக்கும். வெள்ளை வெளேரென்று வழுக்கைத் தலையாய், பருமனாய், தொப்பை சற்று முன்னே தள்ள வெறும் வெள்ளை மஸ்லின் ஜிப்பாவும், பெரிதாய்ச் சரிகைக் கரையிட்ட வேட்டியுடனும் வருவார். கூப்பிடுகிற அத்தனை உறவினர்கள் கல்யாணங்களுக்கும் தவறாது வருகை புரிவார். வாசலில் அவரது கறுப்பு நிற பென்ஸ் வண்டி வந்து நின்ற உடனே சத்திரம் முழுதும் பரபரக்கும். 'மாமா வந்திட்டாங்க. பெரிய மாமா வந்திட்டாங்க' என்ற செய்தி அலைஅலையாகப் பரவும். திபுதிபுவென்று எல்லோரும் வாசலுக்கு ஓடுவார்கள். அவரைச் சுற்றிக் கூட்டம் கூடும். கவர்னர், முதன்மந்திரி வந்திறங்கின மாதிரி அமர்க்களப்படும். "வாங்க மாமா, வாங்க!" என்ற மரியாதை அழைப்புடன் கூட்டி வந்து முதல் வரிசை நாற்காலியின் மிக முக்கியமான பகுதியான மையத்தில் உட்கார வைப்பார்கள்.

"என்ன சாப்பிடறீங்க மாமா? காபி வரவழைக்கட்டுமா?"

"ம்ஹூம். நான் காபியே குடிக்கறதில்லை."

"பால், போர்ன்விடா?"

"வேணாம். இப்பத்தான் குடிச்சிட்டுக் கிளம்பினேன்."

"சரி. கொஞ்சம் சாத்துக்குடி ஜூஸாவது குடிங்க."

"எதுக்கு, வேணாமே?"

"இல்லே. நீங்க குடிச்சிதான் ஆகணும். நீங்க வர, நாங்கள்லாம் எவ்வளவோ கொடுத்து வச்சிருக்கணும்."

கல்யாணப் பெண்ணின் - அல்லது பிள்ளையின் அம்மாவோ அப்பாவோ ஜூஸ் பிழிய உள்ளே ஓடுவார்கள்.

அதற்குள் கூட்டம் மெதுவாக ஆரம்பிக்கும்.

"ஏன் மாமா, மாமியை அழைச்சிட்டு வரலை?"

அவர் தரத்துப் பிரமுகர் ஒருவரது பெயரைச் சொல்லி, "அவர் வீட்டுக் கல்யாணத்துக்குப் போயிருக்காள். நான் இங்கே வந்தேன்."

"ரஞ்சு, மாலு யாரையாவது கூட்டிட்டு வரக் கூடாதா, மாமா?"

(ரஞ்சு, மாலு என்பவர்கள் அவரது பெண்கள் எனவும் கிரிதர், கீர்த்திவாசன் பிள்ளைகள் எனவும் சத்யா கேள்விப்பட்டிருக்கிறான்.)

"கிரிதர், கீர்த்தி யாராச்சும் வந்திருக்கலாமில்லே?"

"வராதவங்களை ஏன் கேட்கறீங்க? நான் வந்திருக்கனில்லே. அது போதாதா?"

மாமாவின் கேள்வி சற்று சலிப்பாக வெளிப்பட்டதும் கூட்டம் அத்தோடு நிறுத்திக் கொள்ளும்.

"அது போதும் மாமா. உறவு விட்டுப் போகாமல் நீங்களாச்சும் வந்திட்டிருக்கீங்களே, அதுவே போதும்!" என்று பதில் சொல்லும்.

அதற்குள் பெரிய வெள்ளி டம்ளர் நிறைய ஐஸ் கட்டி மிதக்கும் சாத்துக்குடி ரஸத்தை நீட்டி, அவர் குடித்து முடிக்கிற வரை காத்திருந்து, ஒவ்வொருவராக ஆரம்பிப்பார்கள்.

   கன்னத்தில் முத்தமிட்டால்

"மாமா, இவன்தான் என் ரெண்டாவது பையன். சாரங்கன்னு பேரு. எம்.எஸ்ஸி. படிச்சுட்டு வீட்ல இருக்கான். நீங்கதான் இவனுக்கு ஒரு வழிகாட்டித் தரணும்."

"மாமா, இவன் என் பிள்ளை. உங்க அப்பா பேரைத்தான் வச்சிருக்கேன். பி.ஏ. முடிச்சிருக்கான். இவனுக்கு உங்ககம்பெனிங்க எதிலாச்சும் வேலை போட்டுத் தந்தீங்கன்னா போதும். சரவணா, இப்படி வாடா. மாமாவுக்கு வணக்கம் சொல்லு."

"ஏய் ராதிகா, மாமா கால்ல விழுந்து ஆசிர்வாதம் வாங்கிக்க. எங்களோட ஒரே பொண்ணு. டைப்ரைட்டிங், ஷார்ட்ஹாண்ட், டெலிபோன் ஆபரேட்டிங் எல்லாம் தெரியும். வெளியே வேலைக்கு அனுப்பறதைவிட உங்ககிட்டேயே இருந்தாள்னால் பாதுகாப்பாக இருக்கும் மாமா. நாங்களும் நிம்மதியாக மூச்சுவிடுவோம்."

இப்படி வரிசையாகத் தொடரும் அறிமுகங்களையும் நீட்டப்படும் பட்டியல்களையும் தள்ளி நின்று வேடிக்கை பார்த்திருக்கிறான் சத்யா. அத்தனை பேரும் ஓடிப் போய்ப் பூர்ண கும்பம் இல்லாத குறையாக வரவேற்றதெல்லாம் இதற்காகத்தானோ என்றும் நினைத்திருக்கிறான். அவர்களுக்கிடையில் உட்கார்ந்து திணறிப் போகும் மாமாவைக் கண்டு பரிதாபப்பட்டிருக்கிறான். ஆனால் அவருக்கு இவை அத்தனையும் தேவையாக இருக்கிறதோ என்கிற சந்தேகமும் வந்திருக்கிறது.

எந்தக் காரணம் கொண்டும், தான் அந்த மாதிரிப் போய் அவர் எதிரில் நிற்கக் கூடாது என்று முன்பே தீர்மானித்திருந்தான் அவன். ஆனால் அதற்கு மாறாக இன்று இவ்வாறு அவரது அலுவலகத்தைத் தேடி, அவரது உதவியை எதிர்நோக்கி உள்ளே நுழைய நேர்ந்ததற்காக வருத்தப்பட்டவனாக அந்தக் குளிர்சாதன அறைக் கதவை இருமுறை விரல் முட்டியால் தட்டினான்.

"கமின்" என்ற மாமாவின் குரல் அடையாளம் புரிய, உள்ளே நுழைந்தான்.

"குட்மார்னிங்மா" என்றவன், சட்டென்று நிறுத்தி, "சார்" சொன்னான்.

படித்துக் கொண்டிருந்த எதையோ பாதியில் நிறுத்திவிட்டுத் தலை நிமிர்ந்தார் அவர்.

"வாடா, உட்காரு. நீ கமலத்தோடு பிள்ளையில்ல?"

அவன் உட்காராமல், "ஆமாம் சார்" என்று சொன்னான்.

"சார், என்னடா சார்? மாமான்னு கூப்பிட உனக்குப் பிடிக்கலையோ?"

"ஐயையோ, அப்படியில்லை மாமா. இது ஆபீஸ். வீடானால், உரிமையா, சொந்தமாகக் கூப்பிடலாம்."

"உன் சர்டிபிகேட்டையெல்லாம் காட்டு."

காட்டினான். பார்த்து முடித்த பின் ஃபைலை மூடி மேஜை மீது வைத்துவிட்டுச் சில விநாடிகள் ஒன்றும் பேசாமல் பேப்பர் வெயிட்டை உருட்டியவர், பின்னர் இண்டர்காமில், "வெங்கட்ரமணன், கொஞ்சம் இங்க வந்துட்டுப் போப்பா" என்றார்.

கறுப்பாய், சோடாபுட்டியாய்த் தடித்த மூக்குக் கண்ணாடி போட்ட இளைஞன் ஒருவன் உள்ளே நுழைந்தான்.

"ஏன் ரமணா, நம்ம புது ப்ரேக்லைனில் யூனிட்டுக்கு ஒரு ஃபிரெஷ் கிராஜு வேட்டாக எடுக்கச் சொல்லியிருந்தேனே, எடுத்துட்டியா?"

"இல்ல சார். அப்ளிகேஷனெல்லாம் கால்ஃபார் பண்ணி ஸ்க்ரூட்டினைஸ் பண்ணிட்டோம். இனிமேல்தான் இண்டர்வ்யூ கார்டு அனுப்பப் போறோம்."

"சாதாரணமா இங்க இருந்து கவனிக்கிற இன்ஜினியர்களைக் கேட்கலை. நாம் யு.கே. அனுப்பி டிரெயினிங் கொடுக்கணும்ணு சொன்னேனே, அவங்களைக் கேட்டேன்."

   கன்னத்தில் முத்தமிட்டால்

"ஆமாம் சார், அதுலே நீங்களே இரண்டு பேரை செலக்ட் செய்திருக்கீங்க சார். இன்னும் ஒருத்தம் மட்டும்."

"அதுக்கு, இதோ உட்கார்ந்திருக்கானே, இவன் சரியாக இருப்பான்னு தோணறது. நல்ல மார்க் வாங்கி இருக்கான். துடிப்பா, பிரிஸ்க்கா தெரியறான்."

"ஓ. கே. சார்."

"மோர் ஸோ, ஹி ஈஸ் மை கஸின் ஸிஸ்டர்ஸ் சன்."

"ஓ, அப்படியா சார்?"

"இந்தா, இந்த ஃபைலைப் பாரு. அப்புறமா ஒரு அப்பாயின்ட்மெண்ட் ஆர்டரும், அக்ரிமெண்டும் டைப் அடிக்கச் சொல்லி வாங்கிட்டு வா. ஐ வாண்ட் டு ஸெண்ட் ஹிம் அப்ராட். ஒரு வருஷம் இருந்து டிரெயினிங் எடுத்துட்டு வரட்டும். என்ன சொல்றே?"

வெங்கட்ரமணன் யோசித்தான். இதில் சொல்ல என்ன இருக்கிறது என்று நினைத்தான். மானேஜிங் டைரக்டர் தன் ஒன்றுவிட்ட தங்கை மகளை இன்ஜீனியராகச் சேர்த்துப் பயிற்சி பெற வெளிநாடு அனுப்பப் பிரியப்படுகிறார் என்றால் அதற்கு மேல் மறுத்துச் சொல்கிற நினைப்பும் தைரியமும் யாருக்கு வரும் என்று கேள்வி கேட்டுக் கொண்டான். ஆனாலும் தன் எண்ணத்தை அப்படியே வெளியில் சொல்ல இயலாமல், "ஆகட்டும் சார். இதோ இப்பவே டைப் பண்ணித் தரச் சொல்லி வாங்கிட்டு வரேன் சார். யூ கேன் கெட் ஹிஸ் ஸிக்நெச்சர் சார்."

"அதுக்கெல்லாம் முன்னால் நீயும் இந்தப் ஃபைலை ஒரு தரம் பார்த்துடு."

வெங்கட்ரமணன் அகன்றதும் அயர்ந்து போய் உட்கார்ந்திருந்த சத்யாவைத் திரும்பிப் பார்த்தார்.

"என்ன மலைச்சுப் போய் உட்கார்ந்திருக்கே?"

"இல்லே ச... மாமா, வந்து..."

"அதான் வந்து உட்கார்ந்திருக்கியே? இனிமேலே நான் சொல்றேன். இப்பவே அப்பாயிண்ட்மெண்ட் ஆர்டரிலும் அக்ரிமெண்ட்டிலும் கையெழுத்துப் போட்டுடு. உன்னை நான் ஆரம்பிக்கப் போகிற புதுத் தொழிற்சாலையில்தான் வேலைக்குச் சேர்க்கப் போகிறேன். அதில் என்ன தயார் செய்யப் போறீங்கன்னால் கார் பிரேக்கிற்குத் தேவையான உதிரி பாகங்கள். இதற்காக உன்னை டிரெயினிங்கிற்கு லண்டன் அனுப்பப் போறேன். பாஸ்போர்ட் எடுத்து வச்சிருக்கே, இல்லையா?"

இதையெல்லாம் சிறிதும் எதிர்பார்க்காத சத்யா ஆச்சரியத்திலும் சந்தோஷத்திலும் தடுமாறிப் போனான். வெளிநாட்டுப் பயணம் பற்றின எண்ணமே தோன்றாத காரணத்தினால் இதைப் பற்றியெல்லாம் நினைத்துகூடப் பார்க்காதவனாக இருந்தான். அதனால் தயங்கிய குரலில், "இல்லே மாமா" என்று தடுமாற, அவர் செய்கையில் இறங்கினார்.

"இல்லாட்டிப் போனால் பரவாயில்லே. நீ நேரா ரமணன், அதான் கொஞ்சம் முன்னால் வந்தானே, கம்பெனியின் பப்ளிக் ரிலேஷன்ஸ் ஆபீஸர். அவனைப் போய்ப் பார். நான் உன்னைப் பணிக்கர்கிட்டே கூட்டிப் போகச் சொன்னதாகச் சொல். பணிக்கர் இரண்டே நாட்களில் பாஸ்போர்ட் வாங்கிடுவான். உனக்குத் தேவையான டிரெஸ் எல்லாம் வாங்கித் தயாரானதும் உடனே டிக்கெட் எடுக்கச் சொல்றேன். இங்கிருந்து நேரா லண்டன் போகிற விமானம்தான் வசதியானதாக இருக்கும். அதனால் நீ போய் ஏற்பாடுகளையெல்லாம் கவனி. கோட்டு சூட் எல்லாம் வாங்கப் பணம் தேவை என்றால் கம்பெனி அட்வான்ஸ் கொடுக்கும்."

"வேணாம் மாமா."

"அப்போ கைல பணம் வச்சிருக்கேன்னு சொல்லு."

"இல்லே மாமா. வந்து..."

"பயப்படாதே. நான் வாங்கிக்க மாட்டேன். பாஸ்போர்ட் கைக்கு வந்த உடனே நீ கிளம்பணும். அதனால் தயாராக இரு."

  கன்னத்தில் முத்தமிட்டால்

"சரி மாமா."

"அப்போ, நீ புறப்படலாம்."

அவன் எழுந்து மாமாவிற்கு எப்படி நன்றி சொல்வதென்று தெரியாமல் தவிக்க, அவரே சொன்னார். "என்ன தயங்கறே? வெளிநாடு போறதில் இஷ்டமில்லையா?"

"ஐயய்யோ, அப்படியெல்லாம் இல்லே மாமா."

"அப்போ போறேன்னு சொல்லு."

"ஆமாம் மாமா."

"கிளம்பு. போய் உங்கம்மாகிட்டே சொல்லு. ரொம்ப சந்தோஷப்படுவாள்."

அவன் வெளியில் வந்ததும் எல்லார் முகங்களும் தன் மீதே பதிவதை உணர்ந்தான். ஒரு ராஜகுமாரனைப் பார்க்கிற மாதிரிப் பார்ப்பதாக நினைத்தான். வெறும் எம்.டி.யின் மருமகன் என்கிற உறவினால் மட்டும் வெளிநாட்டுப் பயணம் கிட்டியதில் பொறாமைப்படுவதையும் அறிந்தான். ஆனால் மனசு துள்ளிற்று. வீட்டிற்குப் போய் விஷயத்தை அம்மாவிடம் சொல்லப் படபடத்தது.

ரமணனையும் பணிக்கரையும் சந்தித்து செய்தி தெரிவித்த பின்னர் அவசர அவசரமாக ஆட்டோ பிடித்தான். வீட்டிற்கு ஓடி வந்து அம்மாவிடம் எல்லாவற்றையும் சொல்லி முடிக்க ஆணித்தரமாய் முதல் மறுப்பு அம்மாவிடமிருந்து அழுத்தமாய் வெளிப்பட, காரணம் புரியாமல் தவித்துப் போனான் சத்யா.

━━━◆━━━

$$4$$

மாமாவின் அலுவலகக் கட்டடத்தை விட்டு வெளியில் வந்த சத்யாவிற்கு எல்லாமே வித்தியாசமானதாகத் தெரிந்தது. ரம்மியமாகத் தோன்றியது. வந்தபோதிருந்த அதே தெருவும் கட்டடங்களும் வாகன ஓட்டமும் இப்போதைய பார்வையில் அழகாகப் பட்டன. ஆட்டோ ரிக்ஷாவின் ஹாரன் சத்தம் இனிமையாகக் கேட்டது. முகத்தைத் தாக்கிய வெய்யிலின் உக்கிரம்கூட இதமாகத் தெரிந்தது.

இந்தத் திடீர் மாறுதலுக்கான காரணம் அவனுக்குப் புரிந்தது. நூறு ரூபாய் கடனாகக் கேட்க வந்த இடத்தில் ஆயிரம் ரூபாய் பரிசு பெற்ற மனநிலையில் எதிரில் தெரிகிற எதுவும் அழகுதான், ரம்யமானதுதான், சுவாரசியமும் சந்தோஷமும் நிறைந்ததுதான். மன உணர்வுகளின் பாதிப்பில்தான் அழகும் ரம்யமும் இருக்கிறதே தவிர, பார்வையில் இல்லை என்பது பிடிபட, பக்கத்தில் போன ஆட்டோ ரிஷாவைக் கை தட்டி நிறுத்தி ஏறிக் கொண்டான்.

தினசரிச் செய்தித்தாளைப் புரட்டி, 'வாண்ட்டட் காலம்' பார்த்து மனு எழுதிப் போட்டுக் கொண்டிருந்தவனுக்கு எழுநூற்று ஐம்பது ரூபாய் ஆரம்ப காலச் சம்பளமும், வெளிநாட்டுப் பயணமும் எதிர்பாராத ஒன்றுதான். அம்மாவின் வற்புறுத்தல், அல்லது வேண்டுதல் காரணமாக மாமா தன் கம்பெனி ஒன்றில் ஏதாவது ஓர் பிரிவுக்கு மேற்பார்வையாளனாகப் போட்டு அறுநூறு ரூபாய் ஆரம்ப காலச் சம்பளமாகத் தரலாம் என்று எதிர்பார்த்தே அவன் வந்திருந்தான். முதலில், கிடைக்கிற வேலையில் சேர்ந்து பின்னர் வேறு நல்ல வேலையாகத் தேடிக் கொண்டுவிடலாம் என்று

நினைத்தே வந்தான். ஆனால் வந்த இடத்தில் மாமா சொன்னது அவனுக்கு ஆச்சரியமான விஷயமாக இருந்தது. நம்பமுடியாமலும் போயிற்று. முதலில் ஏதோ அவர் ஒப்புக்குச் சொல்கிறார் என்று சுவாரசியமற்று இருந்தான்.

ஆனால் அவர் பேசப் பேசக் குரலில் இருந்த அழுத்தமும், வார்த்தைகளின் வேகமும் நிஜம்தான் என்று நம்ப வைத்தன.

ஃபைலில் செருகியிருந்த பாஸ்போர்ட் வாங்கத் தேவையான விண்ணப்பத் தாளைப் பிரித்துப் படிக்க நினைத்தபோது வீடு வந்துவிட்டது. ஆட்டோவிற்கான கட்டணத்தைக் கொடுத்து மீதச் சில்லரை வாங்காமலே உள்ளே வந்து அழைப்பு மணியை அழுந்த அடித்தான். கதவு திறக்கும் வரை காத்திருக்கும் பொறுமையிழந்து ஜன்னல் வழியாக அம்மாவைக் கூப்பிட்டான். உடனே அம்மாவிடம் விஷயத்தைச் சொல்ல வேண்டும் என்கிற ஆர்வம் அதிகரித்தது. அவளை நிற்க வைத்து நமஸ்கரிக்க வேண்டும். கன்னங்களில் முத்தமிட்டு நன்றி சொல்ல வேண்டும். அம்மாவால்தான் இந்த வாய்ப்பு, அவள் போய் மாமாவிடம் கேட்டதால்தான்.

"என்னடா அவ்வளவு அவசரம்? வந்து திறக்கிறதற்குள் இத்தனை தரம் கூப்பிடறே?"

"அவசரம்தாம்மா. உள்ளே வாயேன். இப்படி வந்து நில்லேன்."

அவள் மீண்டும் கதவைத் தாழிட்டுவிட்டு வந்ததும் சடாரென்று காலில் விழுந்து வணங்கினான். பத்து வயதுப் பையனைப் போல் அவளை இறுகக் கட்டிக் கன்னத்தில் முத்தமிட்டுச் சொன்னான்:

"அம்மா, உன் அண்ணா பெரிய மனிதர் அம்மா. நான் நினைத்ததை விடவும் பெரிய மனிதர்."

"ஏன்டா, என்ன ஆச்சு? வேலை போட்டுக் கொடுத்தார் இல்லே?"

"வேலை மட்டுமா? வெளிநாட்டுக்கே என்னை அனுப்பப் போறார். இதப் பாரும்மா— பாஸ்போர்ட்டிற்கான அப்ளிகேஷன்."

"என்ன, என்ன?" என்ற அம்மாவின் குரலில் தெரிந்தது ஆச்சரியமா அல்லது அதிர்ச்சியா என்பதைப் புரிந்து கொள்ள முடியாமலே பேசினான் அவன்.

"ஆமாம்மா. ஆரம்பத்திலேயே எனக்கு டி ரெயினிங் லண்டனில்தான். மாமா புதுசாகக் கார் பிரேக்கிற்கான லைனிங் தயாரிக்கிற கம்பெனி ஒன்று ஆரம்பிக்கிறார். அதற்காக மூன்று இன்ஜினியர்களை லண்டன் ஃபோர்ட் கார் கம்பெனிக்கு அனுப்பி டிரெயினிங் கொடுக்கப் போகிறார். ஏற்கெனவே இரண்டு இன்ஜினியர்களை எடுத்தாச்சு. மூன்றாவதாக இன்று என்னை எடுத்திருக்கிறார். இன்னும் ஒரு மாசத்திற்குள் நான் லண்டன் கிளம்பியாகணும்."

அவன் பேசப் பேச அவள் முகம் மெல்ல மாறிற்று. கண்கள் இலேசாய்ச்சுருங்கித்தன்அபிப்பிராய பேதத்தை வெளிப்படுத்தின. குரல் உணர்ச்சியற்று மெதுவாக வந்தது:

"ஏன்டா, நான் இங்கேயே ஏதாவது வேலை போட்டுத்தானே தரச் சொன்னேன்?"

"அவரும் முதலில் அப்படித்தான் நினைச்சிருக்கணும்மா. அப்புறம் என் மார்க்கைப் பார்த்து இந்த முடிவிற்கு வந்திருப்பார்."

"என்கிட்டே ஒரு வார்த்தைகூடக் கேட்கலையேடா?"

"இதற்கு எதற்குக் கேட்கணும்மா?"

"பிள்ளையை அவ்வளவு தூரம் அனுப்பத் தயாரா இருக்கோமா, இல்லையான்னு தெரிஞ்சுக்க வேணமா?"

"யாராவது தன் பிள்ளைக்கு ஃபாரின் சான்ஸ் வர்றதுன்னால் வேணாம்னு சொல்லுவாங்களா?"

"ஏன் சொல்ல மாட்டாங்க? நானே சொல்லப்போறேனே."

"என்னம்மா இது?" என்று அதிர்ச்சியோடு அவளை ஏறிட்டான் சத்யா. அத்தனை நேர சந்தோஷம், உற்சாகம் எல்லாம் ஊசி குத்தின பலூனாக இறங்கிப் போக, இறுகின குரலில் சொன்னான்.

"விளையாட்டிற்குக்கூட அப்படிச் சொல்லாதேம்மா."

"விளையாட்டில்லேடா. நிஜமாத்தான் சொல்றேன். உனக்கு லண்டனும் வேண்டாம். அமெரிக்காவும் வேண்டாம். இங்கேயே எங்க கூடவே, எங்க பிள்ளையாக இருக்கும்படியான வேலையாகக் கொடுக்கச் சொல்லி நாளைக்கே நான் அண்ணாகிட்டே போய்ச் சொல்றேன்."

அப்போதுதான் அவள் முகத்திலும் குரலிலும் இருந்த தீவிரத்தை உணர்ந்தான் சத்யா. அவள் நிஜமாகத்தான் சொல்கிறாள் என்பதைத் தெரிந்து கொண்டதும் அவனுக்குள் கோபமும் ஆத்திரமும் ஏற்பட்டன. அதைக் கட்டுப்படுத்த முயன்றவாறு பேசத் தொடங்கினான். "ஏம்மா, வெளிநாடு போனால் உன் பிள்ளையில்லை என்றாகிவிடுமா, என்ன?"

"நிறைய பேர் தன் பிள்ளைகளை வெளிநாடு அனுப்பிவிட்டு, தங்கள் பிள்ளைகள் இல்லை என்று நிற்கிறதை நான் பார்க்கவில்லையா, என்ன? ஏன், நம் ஜெயலக்ஷ்மி அம்மாவோட ஒரே பிள்ளை சங்கர் என்ன செய்தான்? அமெரிக்கா போறேன், மேல்படிப்புப் படிக்கிறேன்னு போய் அங்கே எவளோ ஒரு வெள்ளைக்காரியை, அதுவும் முதல் கல்யாணமாகி டைவர்ஸ் வாங்கினவளை, தன்னைவிட வயதில் மூத்தவளைக் கல்யாணம் பண்ணிக்கிட்டு, அங்கேயே தங்கிடலை?"

"ஏதோ ஒருத்தர், இரண்டு பேர் அப்படிச் செய்திட்டாங்கன்னால் எல்லோருமே அப்படிச் செய்யறாங்கன்னா அர்த்தம்? இதே உங்கண்ணா கங்காதரனே எத்தனை தரம் போகலை?"

"அவர் கல்யாணம் பண்ணிப் பெண்டாட்டியையும் கையோட கூட்டிட்டுப் போனதால் ஒழுங்காய்த் திரும்பி வந்தார்."

அவனுக்குச் சுரீரென்று கோபம் அதிகமாயிற்று. தன் வாய்ப்பை அம்மாவின் இந்தப் பிடிவாதம் தட்டி விட்டுவிடப் போகிறதே என்கிற பயத்தில் சற்றுக் குரலை உயர்த்தியே பேசினான்.

"ஏம்மா, நீ சொல்றதைப் பார்த்தால் வெளிநாடு போகிற யாரும் ஒழுங்காய்த் திரும்பி வராத மாதிரி இல்லே, தெரியுது?"

"மாதிரி என்னடா? நூற்றுக்குத் தொண்ணூறு கேஸ் அப்படித்தான். கல்யாணமாகாமல் போகிற யாரும் ஒழுங்கா எங்கே திரும்பி வர்றாங்க? சரி, கல்யாணம்தான் செய்துக்கறாங்களே, யாராவது கன்னிப் பெண்ணாகப் பார்த்தாவது செய்துக்கிறாங்களா? எல்லாமே முதல் தாரம் கல்யாணமாகி விவாகரத்து செய்தவள். இல்லாட்டிப் போனால் இரண்டாம் தாரமாக விவாகரத்து ஆனவள், இல்லைன்னால் எவன் எவன் கூடவோ அது என்னவோ சொல்றாங்களே, டேட்டிங் மண்ணாங்கட்டின்னு தொடர்பு வச்சுக்கிட்டவள்; ஒரு பிள்ளை பெற்றவள், பிள்ளையைக் கலைத்தவள்னு இல்லே கட்டிக்கிறாங்க? அதெல்லாம் நம்ம குடும்பத்துக்குச் சரிப்படுமா? சத்யா, தேவைதானான்னு யோசிச்சுப் பாரு. அந்த மாதிரி நடந்து தவிக்கிறதைவிட, நடக்கிறதுக்கு முன்னால் அணை போட்டுத் தடுக்கிறதுதானே புத்திசாலித்தனம்? உனக்கு அதெல்லாம் வேணாம் சத்யா. எத்தனை பேர் இன்ஜினியரிங் படிச்சிட்டு இங்கேயே வேலை செய்யலை? அந்த மாதிரி நீயும் இங்கேயே செய். போதும்."

அம்மா நறுக்கென்று கத்தரிக்க சத்யா கீழ் உதட்டைக் கடித்துக் கொண்டான். சட்டென்று யாமினி அம்மாவைப் பற்றிச் சொன்னதெல்லாம் ஞாபகத்திற்கு வந்தது. அவள் சொன்ன மாதிரி அம்மாவின் உலகம் மிக மிகக் குறுகியது. ஒரு சின்ன வட்டத்திற்குள், தான் சந்திக்கிற மனிதர்கள் போல்தான் அத்தனை பேரும் என்று நினைத்துக் கொண்டிருக்கிறாள் அவள். இல்லாவிட்டால் ஏதோ தூரத்து உறவினளான ஜெயலக்ஷ்மி மாமியின் மகளை உதாரணம் காட்டியிருக்க மாட்டாள். வெளிநாட்டுப் பெண்கள் அத்தனை பேரும் இப்படிப்பட்டவள்தான் என்கிற எண்ணத்தை வளர்த்துக் கொண்டிருக்க மாட்டாள். இங்கிருந்து போகிற அத்தனை கல்யாணமாகாத இளைஞர்களும் அங்கிருந்து கல்யாணம் செய்து கொண்டு திரும்புவதாக அல்லது திரும்பாமலே தங்கிவிடுவதாக ஒருதப்பான அபிப்பிராயத்தை வளர்த்துக் கொண்டிருக்க மாட்டாள். இவளுடைய இந்த எண்ணத்தையும் அபிப்பிராயத்தையும் எப்படி மாற்றுவது? எதைச் சொல்லிச் சரி செய்வது?

     கன்னத்தில் முத்தமிட்டால்

'நீ நினைக்கிற மாதிரி அங்குள்ள பெண்கள் இல்லை' என்று சொன்னால் அது சரியான ஆரம்பமாக அமையாது.

'ஏன்டா டேய், இப்போதே நீ ஏன் அவர்களுக்கு வக்காலத்து வாங்குகிறாய்?' என்று திருப்பிக் கொள்வாள் அவள்.

'இங்கிருந்து ஒரு நாளைக்கு எத்தனை பேர் லண்டனுக்கும் அமெரிக்காவுக்கும் பயணமாகிறார்கள் தெரியுமா, அம்மா? அத்தனை பேரின் அம்மாக்களுக்கும் இந்த மாதிரி சந்தேகங்களும் பயங்களும் வந்திருக்குமானால் அவர்களால் பயணப்பட்டிருக்க முடியுமா?' என்று கேட்டால் வேறு விதமாக அவளிடமிருந்து பதில் வரும்.

அவள் வழியிலேயே போய் அவளைத் திருப்பித் தன் வழிக்குக் கொண்டு வருவது ஒன்றுதான் இப்போதைய ஒரே மார்க்கம் என்று முடிவுசெய்த சத்யா, அவளை இன்னமும் நெருங்கி, குரலைத் தழைத்து, மிகவும் மென்மையாக்கிக் கொண்டு, நிதானமாக ஆரம்பித்தான்.

"இதோ பாரும்மா. இந்த மாதிரி சந்தர்ப்பமெல்லாம் எல்லோருக்கும் அமையாதும்மா. ஏதோ உனக்குப் பிள்ளையாகப் பிறந்த அதிர்ஷ்டத்தினாலும், கங்காதரன் உன் அண்ணனாக இருக்கிற காரணத்தினாலும், அவருக்கு ஒரு பரந்த மனசு இருப்பதாலும், நான் வாங்கின நல்ல மார்க்கினாலும், இந்த வெளிநாட்டுப் பயணம் என்னைத் தேடி வந்திருக்கு. இல்லாட்டிப் போனால் நம்மால் நம் கைப் பணத்தைச் செலவழித்துக் கொண்டு லண்டனும் பிரான்சும் போகவா முடியப் போகுது? அதிர்ஷ்டம் ஆரம்பத்திலேயே மாமா உருவில் வந்து கதவைத் தட்டுது. உடனே கதவைத் திறக்க நமக்குத் தெரியணும். அதை உள்ளே அழைத்துக் கொள்கிற திறமை வேணும். அதெல்லாம் இல்லாமல் முட்டாள்தனமான காரணங்களையெல்லாம் காட்டிக் கதவை இறுக மூடிச் சாத்தித் தாழ்ப்பாள் போட்டால் திரும்ப அது நம் வீட்டைத் தேடி வராதும்மா.

'ஒரு முறைதான் அதிர்ஷ்டம் உன் வீட்டுக் கதவைத் தட்டும்' என்று ஒரு பழமொழியே இருக்குதும்மா. இப்போது நீ வேணாம்னு தடுத்தால் முதல் சந்தர்ப்பமே வீணாகிப் போய்விடும். முதல் கோணல் முற்றும் கோணல்னு ஆகிவிடும்."

"உனக்கு என்னம்மா வேணும்? நான் எங்கே போனாலும் உன் பிள்ளைன்னு இருக்கணும். அவ்வளவுதானே? ஏம்மா, இருக்க மாட்டேன்னா நினைக்கிறே?

உன் ரத்தம் என் உடம்பிலே ஓடுகிறபோது நான் எப்படி உன் பிள்ளையாக இல்லாமல் இருக்க முடியும்? வெளிநாட்டுக்குப் போனால் நான் எந்தப் பெண்ணையாவது கல்யாணம் செய்திட்டு வந்திடப் போறேனே என்பதுதானே உன் பயம்?

ஏம்மா, உன் பிள்ளை அப்படிச் செய்வேனா?

இந்த இருபத்து நாலு வருஷமும் என்னை வளர்த்திருக்கிறாயே, அப்படிச் செய்வேனா, மாட்டேனான்னு உனக்குத் தெரியாதாம்மா? இதுவரை — அன்னிக்குக் குடிச்சிட்டு வந்ததை தவிர — வேறு எந்தத் தப்பாவது செய்திருக்கேனான்னு நினைச்சுப் பார். செய்திட்டு அதை மறைச்சிருக்கேனா? அப்படி மறைக்கிற சுபாவமா என்னுடையது? எதையும் நானும் மறைக்கக் கூடாது. என்கிட்டேயிருந்தும் மற்றவங்க மறைத்து வைக்கக் கூடாதுன்னு நினைக்கிறவன் இல்லையா நான்? அது என் கொள்கைன்னு உனக்குத் தெரியாதா?

உனக்குப் பிடிக்காத தெரியாத விஷயமாக ஒண்ணு செய்திருக்கேன்னு விரலை மடக்கு. அன்னிக்கு ஒரு தரம் ஒரே ஒரு தரம் நண்பர்கள் வற்புறுத்தின காரணத்தால் இரண்டே பெக் விஸ்கி குடிச்சேன்னு உண்மையைச் சொல்லிடலை? அதுக்கப்புறம் குடிக்க மாட்டேன்னு சத்தியம் செய்து தரலை? அந்த மாதிரி இப்போதும் சத்தியம் செய்து தரட்டுமாம்மா? மகாத்மா காந்தி அவருடைய அம்மாவிற்குச் சத்தியம் செய்து கொடுத்தாராம். அந்த மாதிரி நானும் உனக்குச் செய்து கொடுக்கட்டுமாம்மா?"

    கன்னத்தில் முத்தமிட்டால்

கோவையாகவும் இடைவிடாமலும் பேசியதில் அவனுக்கு இரைத்தது. வார்த்தைகளைப் போலவே குரலும் முகமும் அம்மாவைப் பார்த்துக் கெஞ்சின. எப்படியாவது அம்மாவிடமிருந்து சம்மதம் வாங்கிட வேண்டுமென்று அவன் தவியாய்த் தவித்த மாதிரி அந்த அம்மாவும் உள் மனதுள் தவியாய்த் தவித்தாள்.

'இவனை எப்படியும் போகவிடக் கூடாது. இந்தப் பிரயாணத்தை நிறுத்திவிட வேண்டும்.'

5

ரா மலிங்கம் அலுவலகத்துக்கு வந்து உட்கார்ந்தாரே தவிர வேலையில் மனது லயிக்கவில்லை. திரும்பத் திரும்ப வீட்டு ஞாபகத்தில் உழன்றது. முக்கியமாக சத்யாவிற்கு அந்த வேலை கிடைத்துவிட வேண்டும் என்று ஆசைப்பட்டது. அவனுக்கு வேலை கிடைத்துக் கணிசமாய் ஒரு தொகை வருமானமாகக் கிடைக்கிற பட்சத்தில் இவருடைய பாரம் சற்று குறையும். லேசாய் இளைப்பாற முடியும். கொஞ்சம் நிம்மதியாக மூச்சுவிட இயலும். ராத்திரி படுத்தால் சிறிதாவது தூக்கம் வரும்.

கொஞ்ச நாட்களாகவே அவருக்கு ராத்தூக்கம் அற்றுப் போயிற்று. புரண்டு புரண்டு படுப்பது வழக்கமாயிற்று. நெருக்குகிற பணப் பிரச்சினைகளும் பொறுப்புகளும் உள்ளுக்குள் ஒரு பயத்தை ஏற்படுத்தி இருந்தன. கிட்டத்தட்ட முப்பது வருடங்களாகச் செய்து வருகிற இந்த உத்தியோகத்தில் சேமிப்பு என்று எதுவுமில்லை. கடன் வாங்கிக் கட்டிய வீட்டையும், பிராவிடெண்ட் பண்ட் நிதியிருப்பிலிருந்து எடுத்து சத்யாவைப் படிக்க வைத்ததையும், வீடு கட்டியதையும் தவிர கையிருப்பு எதுவுமில்லை.

ஊரில் சிறிது நிலமும், சின்னதாய் ஒரு வீடும் உண்டு. அதில் தன் தங்கையைக் குடியமர்த்தி, தங்கை மகன் சிவாவை நிலத்தைப் பார்த்துக் கொள்ளச் செய்திருந்தார். சிவா என்கிற சிவசுந்தரம் கெட்டிக்காரன். விவசாயக் கல்லூரியில் பட்டம் பெற்றவன். மாமாவின் விருப்பத்திற்கு மறுவார்த்தை சொல்லாமல் ஊரோடு ஒன்றிவிட்டவன், நல்லவன். இவருடைய இரண்டு ஏக்கர் நன்செய் விளைச்சலில் இவருக்கும் அரிசி அனுப்பி, தானும்

சாப்பிட்டு, இன்னோர் ஏக்கர் நிலமும் வாங்கி இவர் பெயரிலேயே எழுதியவன். கிணறும், பம்ப் செட்டும், டிராக்டருமாகத் தொழிலில் மிகுந்த அக்கறையாக ஈடுபடுபவன். அவனுக்கும் சத்யாவின் அதே வயசுதான். அப்பா இல்லை. அண்ணன், தம்பி, அக்கா, தங்கை என்று கூடப் பிறந்தவர்கள் யாருமில்லை. விவரம் தெரிந்த நாளிலிருந்து மாமாதான் எல்லாம். அந்தக் குடும்பத்தோடு அதிகம் ஒன்றிப் போனவன்.

அதன் காரணமாகவே அவனுக்கு யாமினியைக் கல்யாணம் செய்து கொடுத்து அந்தப் பந்தத்தை வலுப்படுத்திக் கொள்ள வேண்டும் என்கிற எண்ணம். ராமலிங்கத்திற்கு உண்டு. ஆனால் யாமினிக்கும் கமலத்திற்கும் அந்த எண்ணம் இருப்பதாக அவருக்குத் தெரியவில்லை. அவன் சென்னைக்கு வந்து வீட்டில் தங்குகிறபோதெல்லாம் ஏதோ பட்டிக்காட்டானைப் பார்க்கிற மாதிரி பார்க்கிறாள் யாமினி.

"என்னம்மா, 'கல்யாணராமன்' வந்திருக்கார்போல இருக்கே!" என்ற அடைமொழியில் அலட்சியமாகப் பேசுகிறாள்.

"ஏய் யாமினி, யாரைக் கல்யாணராமன்னு கூப்பிடறே? அவன் உன் அத்தைப் பையன். நாளைக்கு உன்னைக் கல்யாணம் பண்ணிக்கப் போகிறவன். அவனை அப்படிக் கூப்பிடலாமா?" என்று இவர் மகளை அதட்டி இருக்கிறார்.

அவள் அப்போதெல்லாம் கையில் இருக்கிற பாத்திரத்தையோ கரண்டியையோ 'ணங்'கென்று கீழே வைத்துவிட்டுச் சண்டைக்குத் தயாராகிறவளைப் போல் இரு கைகளையும் இடுப்பில் ஊன்றி அப்பாவைக் கோபமாகப் பார்த்துப் பேசியிருக்கிறாள்.

"இதப் பாருங்கப்பா. உங்க தங்கை மகனைக் கல்யாணராமன்னு கூப்பிடக் கூடாதுன்னு சொல்லுங்க, ஒப்புக்கறேன். அவர் உங்களுக்கு ஒஸ்தின்னா வச்சுக்குங்க. நான் ஒண்ணும் சொல்லலை. ஆனால் அதற்காகக் கல்யாணம் செய்துக்கப் போறவன், அது இதுன்னு என்கூடச் சேர்த்து முடிச்சுப் போடாதீங்க. எனக்குப் பிடிக்கலை. இப்பவே சொல்லிட்டேன்."

குரல் உயர்ந்து, முகம் சிவக்க, ஆத்திரமாக வெளிப்படும் அந்தச் சொற்களின் வெறுப்பு இவர் மனத்தைத் தைக்கும். முகம் சடாரென்று மாறிப் போகும். தணிந்த குரலில் மெதுவாகக் கேட்பார்:

"உஷ், அதற்கு ஏன் இப்படிக் கத்திப் பேசறே? அவன் காதுல விழுந்தால் வருத்தப்பட்டுக்கப் போறான்."

"காதுல விழணும்னுதாம்பா பேசறேன். என்னைப் பற்றிக் கனவு ஏதாவது கண்டுட்டிருந்தால் அதை இப்பவே நிறுத்திக்கிடட்டும்னுதான் சொல்றேன்."

"அதைச் சொல்ற வழி எங்களுக்குத் தெரியும். நீ சின்னப் பெண்ணா லட்சணமா உள்ளே போ."

"போறேம்பா. ஆனால் இனி இன்னொரு முறை உங்க தங்கைப் பையனோடு என்னைச் சேர்த்துப் பேசினால் எனக்குக் கெட்ட கோபம் வரும். தெரிஞ்சுக்குங்க."

ஜிவுஜிவுவென்ற சிவந்த முகத்தைத் திருப்பிக் கொண்டு யாமினி உள்ளே போனதும் கமலம் கூடவே சொல்லுவாள்.

"இதப் பாருங்க. நானும் இப்பவே உங்களுக்குச் சொல்லிடறேன். தங்கைப் பையன், முறைப் பையன்னு இப்படி எதையாவது செய்து வைக்காதீங்க. சிவாவிற்கும் யாமினிக்கும் ஏணி வச்சால்கூட எட்டாது. சிவா நல்ல பையன். தங்கமானவன். நம் குடும்பத்தின் மீது அபிமானம் உள்ளவன். நீங்க கிறின கோட்டைத் தாண்ட மாட்டான்கிறது எல்லாம் நிஜம்தான். ஊரில் நம் நிலத்தைப் பார்த்துக்கறான். எல்லா விதத்திலும் நமக்கு ஒத்தாசையாக இருக்கான். கெட்டிக்காரன்கிறது எல்லாம் சரிதான். அதற்காக நம் பெண்ணைக் கட்டிக்கொடுத்துவிட முடியுமா என்ன? பட்டணத்துப் பிள்ளையா, அவள் மனசுக்குப் பிடிச்ச மாதிரி நாகரிகமானவனாக இருக்க வேண்டாமா?"

"ஏன் கமலம், இப்போ சிவா என்ன அநாகரிகமாவா இருக்கான்?"

"இல்லீங்க. அப்படிச் சொல்லலை. ஆனால் யாமினிக்கு வர்றவன் இப்படி வேஷ்டி சட்டை போடறவனா இருக்கக் கூடாது. பாண்ட் சூட் போடறவனா வரணும்."

"ஓகோ? நாகரிகம் என்பது பாண்டுலயும் சூட்லயும் இருக்கிறதாக உன் நினைப்பா?"

"எதை வேணா என் நினைப்பா வச்சுக்குங்க. ஆனால் சிவாவிற்கு யாமினியைக் கல்யாணம் செய்து தர்ற நினைப்பு மட்டும் வேணாம். அது அவளுக்கும் பிடிக்கலை. எனக்கும் பிடிக்கலை."

நறுக்கென்று அதற்கு முற்றுப்புள்ளி வைத்துவிட்டாள் கமலம். ஆனால் அவரால் அதை அவ்வளவு சுலபமாக விட்டுவிட முடியவில்லை. மனசு அதற்கு இடம் கொடுக்கவில்லை. ஆரம்பத்திலிருந்தே சிவாவைத் தன் மாப்பிள்ளையாக்கியே பார்த்துக் கொண்டு வந்திருக்கிறார். தங்கைப் பிள்ளை என்பதோடு மட்டுமின்றி, மனசுக்குள் ஏற்படுத்திக் கொண்ட இந்த உறவின் நெருக்கத்தினாலும் பணத் தேவை ஏற்பட்டபோதெல்லாம் ஊரை நோக்கி ஓடியிருக்கிறார்.

"சிவா, சத்யாவை இன்ஜினிரியங் காலேஜில் சேர்த்திட்டு ரொம்ப அவஸ்தைப்படறேம்பா. அதோடு வீட்டை வேற கட்ட ஆரம்பிச்சுட்டேன். ஒரு கிரவுண்டிலே சின்ன வீடுதான். ஆனால் என்னமா பணத்தை இழுக்குது. வீடுகட்ட ஆபீஸ்ல லோன் வாங்கின பணம் போதாதுன்னு பிராவிடெண்ட் ஃபண்ட்லேயிருந்தும் எடுக்க முடிந்த அளவுக்கு எடுத்துவிட்டேன். இனிமேல் எடுக்க வேறே வழி இல்லே. வீட்டை முடிக்கக் குறைந்தபட்சம் இன்னும் ஒரு பத்தாயிரம் தேவைப்படுது. அது தவிர காலேஜ் திறக்கிற நேரம். சம்பளம், புத்தகச் செலவு, துணிமணின்னு வேறே இருக்கு."

அதைக் கேட்டு சிவா முகம் சுளிக்க மாட்டான். இகழ்ச்சியாகச் சிரிக்க மாட்டான். மாமா வந்து தன்னிடம் நிற்பதைப் பெருமையாகக் கருத மாட்டான். தான் அவருக்கு உதவக் கடமைப்பட்டவனாக நிதானமாக அவர் முன்,

"ஏன் மாமா? மொத்தமாய் எவ்வளவு பணம் தேவைப்படும்? பதினைந்தாயிரம் ரூபாய் போதுமா?" என்பான்.

அந்தப் பணிவும் பவ்யமும் இவரை உருக்கியிருக்கின்றன. 'இந்தப் பையனைப் போய் யாமினி வேண்டாமென்று ஒதுக்குகிறாளே?' என்று மனது ஆதங்கப்பட்டிருக்கிறது. கூடவே இவன் மனத்தில் அப்படி ஓர் எதிர்பார்ப்பு இருக்குமோ என்ற சந்தேகத்தில் அடுத்த முறை ஊருக்குப் போனபோது அவராகப் பேச்செடுத்தார்.

"யாமினி என்னவோ காலேஜ் சேர்ந்து படிக்கணும்னு சொல்றாள், சிவா."

இரண்டு பேரும் வயல் வரப்பில் நடந்து போனபோது தயங்கித் தயங்கிப் பேச்சு ஆரம்பித்தது. வேஷ்டியை மடித்துக் கட்டி ராமலிங்கத்தைப் பின்தொடர்ந்த சிவா, மிக இயல்பாய், சாதாரணமாகச் சொன்னான்: "படிக்க ஆசைப்பட்டு உங்களுக்கும் அதில் சம்மதம் இருந்தால் படிக்கட்டுமே மாமா!"

"உங்க அத்தை வேணாம்னு சொல்றாள். அதுவோ பிடிவாதமா நிற்குது. உன் அபிப்பிராயம் என்ன என்பதைத் தெரிஞ்சிட்டுப் போகலாம்னுதான் வந்தேன்."

"இதிலே என் அபிப்பிராயம் எதுக்கு மாமா? தேவையே இல்லையே?"

"இல்லேப்பா. வந்து... வந்து..."

அவர் சொல்ல வந்ததைச் சொல்ல முடியாமல் தடுமாற, சிவா அதைப் புரிந்து கொண்டவனாக நிதானமாகப் பேசினான்.

"மாமா, நீங்க எதற்காக இப்படிக் கேட்கிறீங்கன்னு புரியுது. யாமினியைப் பற்றி அந்த மாதிரியான அபிப்பிராயம் எதுவும் எனக்குக் கிடையாது. என் நிலைமை தெரிஞ்சவன் நான். அவளுடைய மனசும் புரிஞ்சவன். தனக்கு இன்னும் அழகா, படிச்சவனா, நாகரிகமாக உடுத்தத் தெரிஞ்சவனாக மாப்பிள்ளை அமையணும்னு நினைக்கிறதில் தப்பு எதுவுமில்லையே. அது எல்லாப் பெண்களுக்கும் இயல்பான, நியாயமான ஆசைதானே?

யாமினி அதற்கு விதிவிலக்கு இல்லையே. மாமா, நீங்க என் மீது உள்ள பாசத்தினால் எது எதையோ வேண்டாததை மனசில் நினைச்சுக் குழம்பறீங்க. வேண்டாத ஒரு பிரச்சினையை உருவாக்கிறீங்க. அதனால் தயவுசெய்து யாமினியையும் என்னையும் சேர்த்து முடி போடாதீங்க."

சொல்லிவிட்டுச் சற்று நிதானித்தான். மாமா ஏதும் சொல்வாரோ என்று காத்திருந்தான். அவரிடமிருந்து பதில் வராததால் தானே மீண்டும் தொடர்ந்தான்.

"மாமா, நான் ஏதோ விவசாயம் படிச்சு டிராக்டர், பம்பு செட், நெல்லு, அரிசின்னு இருக்கிற சாதாரண ஆள். நாலு முழ வேஷ்டியும், மேலே வெறும் வெள்ளை ஸ்லாக் சட்டையும் போதும்னு நினைக்கிறவன். சில நேரங்களில் வெறும் துண்டை உதறித் தோளில் போட்டு நடக்கிறவன். காலையில் பழைய சோறு சாப்பிட்டு வயலுக்கு ஓடுபவன். அதனால் என்னையும் அவளையும் இணைக்க நினைச்சீங்கன்னால் அது, 'பட்டிக்காடா பட்டணமா'ன்னு ஒரு படம் வந்ததே. அந்த மாதிரிக் கதையாகிப் போயிடும். அதனால் இந்தப் பேச்சை இதோடு விட்டுவிடுங்க. யாமினிக்கு ஏற்ற மாப்பிள்ளையாகப் பாருங்க. நான் வந்து கல்யாண வேலைகளைச் செய்து தர்றேன். எனக்கேற்ற ஒரு பொண்ணு எங்கேயாவது காத்துட்டிருப்பாள். அவளைக் கல்யாணம் பண்ணிக்கிட்டு நிம்மதியா என் வாழ்க்கையை ஓட்டறேன்."

அந்த வெளிப்படையான பேச்சிற்குப் பின்னர் யாமினியின் கல்யாணம் என்பது இவரை மருட்டுகிற விஷயமாகிப் போயிற்று. சிவா மாப்பிள்ளையாகிற பட்சத்தில் எந்தக் கவலையுமின்றிச் சமாளித்துவிடலாம் என்றிருந்தார். ஆனால் அது அப்படியில்லை என்கிறபோது பயம் தோன்றிற்று. யாமினியின் எதிர்பார்ப்பிற்கேற்ப மாப்பிள்ளை தேட வேண்டுமானால் கை நிறையப் பணம் சேர்த்து வைத்துக் கொள்ள வேண்டும். கேட்கிற நகைகள் போட்டாக வேண்டும். பி.ஏ. முடித்த உடனே மாப்பிள்ளை தேடியாக வேண்டும். அவள் கல்யாணம் முடிந்து கடன் அடைப்பதற்குள் அடுத்தவள் ரமா தயாராகி நிற்பாள். ப்ளஸ்

ஒன் படிக்கிற நித்யானந்தத்தைக் கல்லூரியில் சேர்க்க வேண்டும். 'அண்ணனை மட்டும் இன்ஜினியரிங் படிக்க வச்சீங்க? நான் வெறும் பிஏவும், பிஎஸ்ஸியும்தான் படிக்கணுமா? என்னையும் இன்ஜினியரிங் சேருங்க' என்று போர்க்கொடி உயர்த்துவான்.

இதற்கெல்லாம் பணம் தேவை. நூற்றைம்பது ரூபாய் சம்பளத்தில் வேலைக்குச் சேர்ந்து இன்று இரண்டாயிரம் ரூபாய் சம்பளத்தை எட்டிப் பிடித்திருப்பது என்றால் சாமானிய விஷயமில்லை. இதற்காகக் கல்லூரி மாணவனைப் போல் இரவு பகலாகப் படித்திருக்கிறார். பரிட்சை எழுதியிருக்கிறார். படிப்படியாக உயர்ந்து இன்று சூபரின்டெண்டென்ட் ஆகி இருக்கிறார்.

ஆனால் இவரது நிலைமை உயர்ந்த மாதிரி விலைவாசிகளும் உயர்ந்திருக்கிறது. இவராவது படிப்படியாக உயர்ந்தார். ஆனால் விலைவாசி சடாரென்று உயர்ந்துவிடுகிறது. நூற்றைம்பது ரூபாய் சம்பளம் வாங்கின போதிருந்த நிம்மதி இன்று இல்லை. இரண்டாயிரம் ரூபாயில் பிடிப்பு போகக் கைக்கு வருவது போதுமானதாக இல்லை. ஐந்து பேர் சாப்பிட, உடை எடுக்க, சம்பளம் கட்ட, புத்தகம் வாங்க. இவை தவிர உதிரி உதிரியாக எத்தனை செலவுகள்?

மாதக் கடைசியில் சமாளிக்க இயலாத தட்டுப்பாடு ஏற்படுகிறபோது சலித்துப் போகிறார். வாழ்க்கையில் விரக்தி ஏற்படுகிறது. எதற்காக இந்த வாழ்க்கை என்கிற கேள்விக்குறி தோன்றுகிறது. சாப்பாட்டிற்காக உழைத்து, திரும்பவும் உழைப்பதற்காக, சாப்பிடுகிற இதுதான் வாழ்க்கையா? இந்த வட்டத்தில் உழலுவதற்காக மட்டுமே மனிதன் படைக்கப்படுகிறானா? இதில் உழன்று ஓய்ந்துபோக வேண்டுமானால் இந்தப் பிறப்பு எதற்கு என்கிற விடை தெரியாத வேதாந்தக் கேள்விகளின் முடிவில் விரக்தியும் சலிப்பும் எஞ்சி நிற்கிற நாட்கள்போலவே அன்று காலையும் அவருக்கு அமைந்து போயிருந்தது.

தலைக்குத் தடவத் தேங்காய் எண்ணெய் இல்லாமல், பாட்டில் காலியாகக் கிடக்க, இவர் எண்ணெய் தடவாமலேயே

குளித்துவிட்டுவரநேர்ந்தது. இந்தமாதம்கடைசித்தட்டுப்பாட்டில் முதல் தேதிக்கு இன்னும் எத்தனை நாட்கள் இருக்கின்றன என்ற கணக்கிற்காகக் கண் காலண்டருக்குப் போனபோதுதான் அன்று திங்கட்கிழமை என்பது ஞாபகத்திற்கு வந்தது. சத்யா கங்காதரனை வேலை விஷயமாகச் சந்திக்கப் போகிற நாள்.

அந்த வேலை கிடைத்து, அவனும் சம்பாதிக்கத் தொடங்கினால், தன் பாரம் கணிசமாகக் குறையும் என்று நினைத்தார். ஓரளவு அந்த நிழலில் இளைப்பாற ஆசைப்பட்டார். அதனாலேயே எதுவும் தவறிப்போகக்கூடாதுஎன்றகாரணத்தால்மனைவியைக்கூப்பிட்டு அவன் குடித்துவிட்டு வந்த வருத்தத்தையும் மனத்தாங்கலையும் கைவிட்டுச் சந்தோஷமாகச் சிரித்த முகத்தோடு வழியனுப்பி வைக்கச் சொன்னார். தானும் அவனை வாசல் வரை அழைத்துப் போய், 'பணம் ஏதாவது வேண்டுமா?' என்று கேட்கிற சாக்கில் அவன் அந்த வேலையில் அமர வேண்டியது எவ்வளவு அவசியம் என்பதை எடுத்துச் சொல்ல நினைத்தார்.

"எனக்கு வயசு நாற்பத்தேழாகிறது. சத்யா, முப்பது வருஷமா உழைச்சாச்சு. உன்னைப் படிக்க வச்சு உருப்படியா உருவாக்கியாயிடுச்சு. இதற்கு மேல் என்னைக் கொஞ்சம் ஆசுவாசப்படுத்திக்க நினைக்கிறேன். நீ கை கொடுக்கப் போவது பனைமர நிழலானாலும் ஒதுங்கி இளைப்பாற ஆசைப்படறேன். அதனால் உன் மாமா தருகிற இந்த வேலையை எந்தக் காரணம் கொண்டும் மறுக்காமல் ஏற்றுக் கொள்ளப்பா!" என்று சொல்ல நினைத்து நுனி நாக்கு வரை வந்துவிட்ட வார்த்தைகளைச் சிரமப்பட்டு அடக்கிக் கொண்டு மனைவியிடம் சொன்ன மாதிரி மகனிடமும் சொல்லிவிட்டு வந்திருந்தார்.

"சத்யா புத்திசாலிப் பிள்ளை, மற்ற இளவயசுப் பிள்ளைகள் மாதிரி இல்லை இவன். பொறுப்பு தெரிந்தவன். நேர்மையானவன். அதனால் இவனுக்குப் புத்தி சொல்கிற மாதிரி இதையெல்லாம் சொல்வது அவசியமில்லாத விஷயம்" என்று, தான் சொல்ல நினைத்த எதையும் சொல்லாமல் வந்திருந்தார்.

அலுவலகத்திற்கு வந்து தன் இருக்கையில் உட்கார்ந்தவருக்கு வேலையில் கவனமற்றுப் போயிற்று. ஒவ்வொன்றாய்ப் பொறுப்புகளும் பிரச்சினைகளுமாகச் சேர்ந்து மருட்டத் தொடங்கின. 'சத்யாவிற்கு வேலை கிடைத்ததோ இல்லையோ? கங்காதரன் என்ன சொன்னாரோ?' என்கிற சந்தேகமும் கவலையும் மாறி மாறித் தாக்க, 'உடல் நலமில்லை' என்று அரை நாளோடு அலுவலகத்தை விட்டுக் கிளம்பினார்.

வீட்டை நெருங்கினபோது யாமினி கல்லூரி விட்டுத் தெருக்கோடியில் நடந்து வருவது தெரிய, ஸ்கூட்டரை நிறுத்தி ஏற்றிக் கொண்டு வந்தார். வீட்டு வாசலில் ஸ்கூட்டரை நிறுத்திப் பூட்டிவிட்டு உள்ளே நுழைய - சத்யாவும் கமலமும் இருந்த அதிதீவிர பாவனையில் அந்த வேலை கிடைக்காமல் தவறிப் போய்விட்டதோ என்ற சந்தேகத்தினால் ஏற்பட்ட ஒரு பயத்தை வெளிக்காட்டிக் கொள்ளாமல் நடையில் செருப்பைக் கழற்றினார்.

"என்ன, அம்மாவும் பிள்ளையும் அப்படி நின்னுட்டிருக்கீங்க?" என்று சாதாரணமாகக் கேட்டவாறு தன் வழக்கமான - இயல்பான புன்சிரிப்போடு உள்ளே நுழைந்தார்.

━━●●━━

கன்னத்தில் முத்தமிட்டால்

6

ராமலிங்கத்தின் வரவு அந்த இடத்தின் இறுக்கத்தை வெகுவாகத் தளர்த்தியது. பெரியதோர் பிரச்சினைக்குத் தீர்வு கண்ட நிம்மதி ஏற்பட்டது. சத்யா, கமலா இருவர் மனத்திலும் புதிதாய்த் தெம்பு வந்தது. கணவர்தன்னோடு உடன்பட்டு, மகனின் பிரயாணத்தைத் தடுத்து நிறுத்திவிடுவார் என்ற நிச்சயத்தில் கமலத்திற்கும், எப்படியாவது அப்பா, அம்மாவிடம் பேசிச் சம்மதிக்க வைத்துவிடுவார் என்கிற எதிர்பார்ப்பில் சத்யாவிற்கும் உள்ளுக்குள் நிறைய பலம் கூடிற்று. முகத்தில் பழைய பிரகாசம் வர, சட்டென்று பேசத் தொடங்கினான் சத்யா,

"அது... அது வந்துப்பா" என்று ஆரம்பித்ததும், உடனே குறுக்கிட்டாள் அம்மா.

"அவர் இப்பத்தான் உள்ளே நுழையறார். உடனேஏன் ஆரம்பிக்கிற? முதல்ல காப்பி குடிக்கட்டும். அப்புறம் எல்லாத்தையும் சொல்லலாம்."

"காப்பி கிடக்கட்டும் கமலம். ஆபீசை விட்டுக் கிளம்பினபோதுதான் குடிச்சிட்டு வந்தேன். அதனால் அவன் சொல்ல வந்த விஷயத்தைச் சொல்லட்டும்" என்று சத்யாவின் பக்கம் திரும்பிக் கேட்டார்.

"ஏம்ப்பா, போன விஷயம் என்ன ஆச்சு? உங்க மாமா என்ன சொன்னார்?"

சத்யா பேசத் தொடங்குமுன் மீண்டும் கமலம்மாள் குறுக்கிட்டாள். கல்லூரிப் புத்தகங்களை வைத்துவிட்டு அவர்களின் பேச்சைக்

கேட்கிற ஆர்வத்தில் சுவரில் சாய்ந்து நின்றிருந்த யாமினியின் பக்கம் திரும்பிச் சிடுசிடுத்தாள்.

"என்னடி நீயும் பேச்சு கேட்க நின்னுட்டியா? அப்பா வந்திருக்காரே. காப்பி கலந்து தருவம்னு தோணுதா பாரு. வயசு பத்தொன்பது ஆகுது. இன்னும் சொல்லிச் சொல்லி வேலை வாங்கணும்னால் நாளைக்கு மாமியார் வீட்டுக்குப் போனால் சிரிக்க மாட்டாங்க? அம்மாக்காரி பொண்ணை வளர்த்திருக்கிற லட்சணத்தைப் பாருன்னு என்னைத்தான் ஏசுவாங்க. போய் முதல்ல எல்லாருக்கும் காப்பி கலந்து எடுத்திட்டு வா."

சுறுசுறுவத்தியின் பொறிகளாக வார்த்தைகள் தெறிக்க, யாமினிக்கு முகம் சிறுத்துப் போயிற்று.

"காப்பி கலன்னு சொன்னால் கலந்துக்கிட்டு வரப் போறேன். அதுக்கு ஏன் இத்தனை பேச்சுப் பேசணும்?" என்பதைப் பாதி விழுங்கி மீதிப் பாதியை மெலிசாய் முணுமுணுத்தவாறு உள்ளே போக,

"இப்போ ஏதாவது முணுமுணுத்தே, அப்புறம் நடக்கிறதே வேற" என்று அம்மா திரும்பக் கத்த -

"சரி, விடு கமலம். அவதான் காப்பி கலக்கப் போயிட்டா இல்லே. அப்புறம் எதுக்குக் கோபிச்சுக்கறே? இப்போ விஷயத்துக்கு வா. சத்யா போன காரியம் என்னவாச்சு? உங்கண்ணன் வேலை தந்தாரா, இல்லையா?"

"எங்கண்ணன் யாருக்குத் தராமல் இருந்திருக்கார்? இதுவரை அவர்கிட்டே போய் நின்ற எந்தச் சொந்தக்காரங்களையும் அவர் கைவிட்டதில்லை. அப்படியிருக்க இவனையா விட்டுடுவாரு? ஆனால் அண்ணன் வேலையும் கொடுத்து, புதுசா சிக்கல் ஒண்ணையுமில்ல ஆரம்பிச்சு வச்சு அனுப்பியிருக்காரு!"

அம்மாவே சொல்லி முடிக்கட்டுமே என்று சத்யா பேசாமல் இருக்க, ராமலிங்கம் மனைவியின் முகத்தை நிமிர்ந்து பார்த்தார். "அப்படி என்ன சிக்கல் ஏற்பட்டுப் போயிடுச்சு?"

   கன்னத்தில் முத்தமிட்டால்

"இங்கே அவர் கம்பெனியில் வேலை போட்டுத் தரச் சொல்லித்தானேநான் கேட்டேன். அவருஎன்னடான்னால் வேலை கொடுத்த கையோடு பிள்ளையை ஏதோ டிரெயினிங் எடுக்க லண்டனுக்கு அனுப்பப் போறதாச் சொல்லி அனுப்பியிருக்காரு. ஒரு வருஷமோ, ஒன்றரை வருஷமோ டிரெயினிங் எடுக்கணுமாம். இவனும் அதற்குத் தேவையான ஃபாரங்களையெல்லாம் வாங்கிட்டு வந்து போய்த்தான் ஆகணும்னு குதியாய்க் குதிக்கிறான்."

ஒரு தட்டில் காப்பி டம்ளர்களை வைத்துக் கொண்டு வந்த யாமினியின் முகம் அதைக் கேட்டுச் சடாரென்று மலர்ந்தது.

"அட, லண்டன் போகப் போறியா அண்ணா? ஹெள நைஸ்! கன்கிராட்ஸ் அண்ணா!" என்று சந்தோஷமாய்க் கூச்சல் போட்டது, கமலத்தை மேலும் எரிச்சல்படுத்தியது.

"ஆமாம். லண்டனும் அமெரிக்காவும் போகலைன்னுதான் இப்போ அழுதாங்க. போடி அப்பால்!"

அப்போதுதான் அம்மா அதில் சந்தோஷப்படவில்லை என்பது புரிந்தது. அவளின் அந்தக் கோபத்திற்கும் எரிச்சலுக்குமான காரணம் தெரியாத யாமினி, காப்பியைக் கொடுத்துவிட்டு சத்யாவைப் பரிதாபமாகப் பார்த்தாள்.

'பாவம், அண்ணா நீ' என்கிற பாவனை இருந்தது. அதில், 'நான் அப்போதே சொல்லவில்லையா, அம்மாவின் கட்டுப்பெட்டித்தனத்தைப் பற்றி?' என்ற கேள்வி மிதந்தது.

சத்யா, அவளைப் பார்ப்பதைத் தவிர்த்து அப்பாவின் முகத்தைக் கெஞ்சலாக ஏறிட்டான். அதன்வேண்டுகோளைப் புரிந்து கொண்ட அவர் மனைவியின் பக்கம் திரும்பி மெதுவாகக் கேட்டார்.

"இதுல சிக்கல் என்ன இருக்கு கமலம்? ஏன் சத்யா, மாமா அவர் செலவில்தானே உன்னை லண்டன் அனுப்பறதாச் சொன்னாரு?"

"ஆமாம்ப்பா. அது மட்டுமில்லப்பா. அங்கே ஆகிற என் செலவுகளோடு இங்கேயும் மாமா மாதம் எழுநூற்றைம்பது ரூபாய் சம்பளமாகத் தர்றதா வேற சொல்லியிருக்காரு."

"நிஜமாகவா!" என்று கண்ணகலக் கேட்டார் ராமலிங்கம். "இது ஒரு நல்ல சந்தர்ப்பம். உன்னுடைய அதிர்ஷ்டமும், மாமாவோட நல்ல மனசும்தான் இதற்குக் காரணம். இதையா சிக்கல்னு சொல்றா உங்கம்மா? ஏன் கமலம், உனக்கு இதுவா சிக்கலாகப் படுது?"

அதற்குப் பின்னர் தன் கட்சிக்கு ஆளில்லாமல் போய்விடுமோ என்ற பயத்தில் பேச்சு படபடவென்று வந்தது, அவளிடமிருந்து.

"ஆமாம். பணம் மட்டும் கிடைச்சுட்டால் போதுமா? நம் பையன் நமக்குன்னு இருக்க வேணாமா? ஒரு வருஷம், ஒன்றரை வருஷம்னு வெளிநாட்டில் தனியா இருக்கப் போகிற இளவயசுப் பையனின் நிலைமை என்ன ஆகும்னு நினைச்சுப் பார்த்திங்களா? எத்தனை வேண்டாத பழக்கம் ஏற்படும்னு யோசிச்சீங்களா? இங்கே இருக்கிறபோதே குடிச்சிட்டு வரான்."

"அதான் தப்புன்னு உன்கிட்டே நூறு முறை மன்னிப்புக் கேட்டுட்டான் இல்லே?"

"அது சரி. நான் இங்கே இருந்தேன், கண்டிச்சேன், மன்னிப்புக் கேட்டான். லண்டன்ல யாரு இருப்பாங்க? இது தப்பு, ரைட்டுன்னு யாரு எடுத்துச் சொல்லுவாங்க? குளிருக்குத் தேவைன்னு மற்ற பழக்கங்கள் எல்லாமும் ஏற்படும். அப்புறம் ஒரு வெள்ளைக்காரியை இழுத்துக்கிட்டு வந்து நிற்பான்; இல்லைன்னால் அங்கேயே எல்லாத்தையும் முடிச்சுக்கிட்டு, சுடுதாசி எழுதி நமக்குத் தெரிவிப்பான். வெளிநாட்டுப் பொண்ணுங்களைப் பற்றி நான் கேள்விப்படலையா? எனக்குத் தெரியாதா? கல்யாணம் என்கிற எதுவும் அவங்களுக்குத் தேவையே இல்லையாம். கல்யாணம் செய்துக்காமலே ஒருத்தனோட குடித்தனம் நடத்திப் பாப்பாங்களாம். கல்யாணம் செய்துகிட்ட மாதிரிப் பழகுவாங்களாம். முக்கால்வாசிப் பேர் கர்ப்பமாகக்கூட ஆயிடுவாங்களாம். இஷ்டமிருந்தால் குழந்தை பெற்றுப்பாங்களாம். இல்லாட்டிப் போனால் கலைச்சிடுவாங்களாம். குடும்பம்நடத்தினவன்சரியில்லைன்னால் அவனை விட்டுவிட்டு இன்னொருத்தனைத் தேடுவாங்களாம்.

இதெல்லாம் சர்வ சாதாரணம்னு நான் கேள்விப்படலையா என்ன?"

மூச்சு முட்ட அவள் சொன்ன அத்தனை விஷயங்களையும் ராமலிங்கம் அமைதியாகக் கேட்டுவிட்டு, "சரி, அதற்கும் நம் பையன் வெளிநாடு போவதற்கும் என்ன சம்பந்தம்?" என்றதும், அவள் சுறுசுறுவென்று காயத் தொடங்கினாள்.

"நல்லா கேட்டீங்க போங்க! சம்பந்தம் இல்லாமலா இத்தனை நேரம் நின்னு பேசிட்டிருக்கேன்? ஏங்க, இவனைத் தனியா அனுப்பறீங்க. எந்த வெள்ளைக்காரிகிட்டேயாவது காதல் கத்தரிக்காய்னு குப்பையில் விழுந்து பிள்ளை பெற்றவள், இல்லைன்னால் ஏற்கெனவே கல்யாணமானவள், குடும்பம் நடத்தினவள், கண்டவனோடு பழகினவள்னு எவளையாவது கூட்டிட்டு வந்தான்னால் என்ன ஆவறது? சரி, கூட்டிட்டு வரலை. அங்கேயே தங்கிப் போயிட்டான்னு வச்சுக்குங்க. அப்ப என்ன செய்வீங்க? இதையெல்லாம் தாங்கிக் கொள்கிற சக்தி எனக்கு இல்லீங்க. வழிவழியா நல்லபடி வந்த குடும்பங்க நம்முது. கௌரவமா தலைநிமிர்ந்து நடக்கிற குடும்பம். அப்புறம், 'உன் பிள்ளை இப்படிச் செய்தானாமே'ன்னு நாலு பேர் கேட்க நின்னால் சந்தி சிரிச்சுப் போகும். மூத்தபிள்ளை தலைப்பிள்ளை நேர்வழி போகலேன்னால் மற்றதும் போகாதுங்க. எல்லாத்துக்கும் துளிர் விட்டுப் போகும். அதுவும் இதோ பேச்சுக் கேட்டுக்கிட்டு நிக்கறா பாருங்க. இவளே முதல்ல போர்க் கொடி தூக்குவா."

சமையலறை ஓரமாய்ச் சுவரில் சரிந்து நின்றிருந்த யாமினிக்குச் சரேலென்று கோபம் வந்தது. வீட்டில் எந்தப் பிரச்சனை எழுந்தாலும் அம்மா தன்னை இலக்காக்கிப் பேசுவதைத் தாங்கிக் கொள்ள முடியாமல் போகவே ஜிவுஜிவுத்த முகத்தோடு ஆரம்பித்தாள்.

"ஏம்மா, எதுக்கெடுத்தாலும் உனக்கு நான்தான் கிடைச்சேனா? எல்லாத்துக்கும் என்னையே ஏன் குத்திக் குத்திப் பேசறே. இப்போ நான் என்ன தப்பு செய்தேன்? அண்ணன் லண்டன் போனால் எனக்கென்ன, போகாமல் இங்கேயே இருந்தால் எனக்கென்ன?"

"உனக்கு ஒண்ணுமில்லைதானே? அப்போ பேசாமல் இரு."

"பேசாமல்தானே நான் நின்னுட்டிருந்தேன். என்னை நீயாகத்தானே வம்பு இழுக்கறே?"

"சரி, இப்போ நீ வேற ஆரம்பிச்சுடாதே. கொஞ்சம் வாயை மூடிட்டுச் சும்மா இரு. கமலம், கடைசியா நீ என்னதான் சொல்றே?"

கணவனைத் திரும்பிப் பார்த்தவள், மிக அழுத்தமாகத் தன் முடிவை வெளிப்படுத்தினாள்.

"இதப் பாருங்க, நான் சொல்ல நினைச்ச அத்தனையும் சொல்லிட்டேன். இதன் பலாபலன்களை எடுத்துக் காட்டிட்டேன். இதற்கு மேலேயும் இவன் வெளிநாடு போக ஆசைப்பட்டால், நீங்களும் அனுப்ப நினைச்சால், அதற்கு முன்னால் கல்யாணம் பண்ணி, கால்கட்டு போட்டு, அவளையும் கூட்டிட்டுப் போகட்டும். நான் வேணாம்னு சொல்லலை. இல்லாட்டிப் போனால் இவன் போகக் கூடாது. இப்படி இவனைத் தனியா அனுப்ப எனக்கு இஷ்டமில்லே. இதை நான் எங்க அண்ணன்கிட்டேயும் போய்ச் சொல்லிடுவேன். இதுதான் என் முடிவு. இதில் நான் தீர்மானமா இருக்கேன். அதனால் இனிமேல் யோசிக்க வேண்டியது நீங்கதானே தவிர, நானில்லை. நீங்களும் அவனுமாக உட்கார்ந்து பேசி ஒரு முடிவுக்கு வாங்க. இனிமேல் என்னைக் கூப்பிடாதீங்க."

கமலம் சொல்லிவிட்டுச் சரேலென்று உள்ளே போனதும், யாமினி அதிர்ந்து போய் நின்றிருந்த அப்பாவையும் அண்ணனையும் ஏறிட்டாள். பின் அம்மா மீது ஏற்பட்ட கோபத்திற்கு வடிகால் கிடைத்த மாதிரிப் பேச ஆரம்பித்தாள்.

"என்னப்பா இது. அம்மா இப்படிப் பேசிட்டுப் போறாங்க. வெளிநாட்டுப் பெண்கள் அத்தனை பேரும் தப்பானவங்கற மாதிரி இல்லே பேசறாங்க? இங்கிருந்து போகிற அத்தனை ஆண்களும் அவங்களால் கெட்டுப் போறாங்கன்ற அபிப்பிராயமில்லே வச்சிட்டிருக்காங்க? இந்த மாதிரித் தப்பான அபிப்பிராயமெல்லாம் வச்சுக்கிட்டுப் பிடிவாதம் பிடிச்சாங்கன்னால் எப்படிப்பா

   கன்னத்தில் முத்தமிட்டால்

பேசாமல் இருக்கிறது? சுத்தப் பைத்தியக்காரத்தனமால்ல இருக்குது!”

அதைக் கேட்ட ராமலிங்கத்தின் தலை விருட்டென்று உயர்ந்தது. கண் கோபத்தில் பளபளத்தது. வார்த்தைகள் அழுத்தமாக வெளிவந்தன.

“இதப் பாரு யாமினி, பைத்தியக்காரத்தனமோ, முட்டாள்தனமோ? அவ உன் அம்மா. அம்மாவை இப்படி அலட்சியமாகவும் மரியாதையில்லாமலும் பேசறது நல்லா இல்லை. இது பெரியவங்க விஷயம். நாங்க பேசி முடிவு செய்ய வேண்டிய விஷயம். இதுல நீ தலையிடாமல் ஒதுங்கிப் போறதுதான் நல்லது.”

நிதானமாய், குரல் உயராமல் வெளிப்பட்டாலும், சொற்களின் கடுமை புரிய, அவள் கீழ் உதட்டைக் கடித்து, முகத்தை உர்ரென்று வைத்துக் கொண்டு உள்ளே போனதும், அவர் மெல்லத் திரும்பி சத்யாவைப் பார்த்து அமைதியாகக் கேட்டார்.

“என்ன சத்யா, இதுவரை நீ வாயைத் திறக்கலை? உன் அபிப்பிராயம் என்ன?”

“இது என்னப்பா அம்மா இப்படி ஒரு கண்டிஷன் போடறாங்க? இன்னும் வேலையிலேயே சேரலை. ஒரு நாள் சீட்டுல போய் உட்காரலை. கைநீட்டி ஒற்றை ரூபாய் சம்பளமா வாங்கலை. அதற்குள் கல்யாணம் பண்ணிக்கோ. அவளையும் கூட்டிக்கிட்டு வெளிநாடு போன்னால் என்னப்பா அர்த்தம்?”

“அதை விடு சத்யா. உங்கம்மா சொன்னதை ஏன் பெரிசா எடுத்துக்கறே? அவ வெகுளி. உலகம் தெரியாதவ. யாரோ இதையெல்லாம் சொல்லி அவளைப் பயமுறுத்தி இருக்காங்க. தன் பிள்ளை தன்கிட்டேயே இருக்கணும்ங்கிற ஆதங்கத்திலும், நீ அந்த மாதிரி யாரையாவது கல்யாணம் பண்ணிக்க ஆசைப்படப் போறியேன்ற பயத்துலேயும் ஏதேதோ பேசறா. நாம் சொன்னால் கேட்க மாட்டாள். அவ அண்ணன் கூப்பிட்டு, அதட்டலா ஒரு வார்த்தை சொன்னால் அடங்கித் தலையாட்டுவாள். அதனால்

அவள் சொன்னதை நீ ஒரு பிரச்சனையா நினைக்காதே. மற்றப்படி இந்த வேலையில் சேரவும், வெளிநாடு போகவும் உனக்கு சம்மதம்தானே?"

"சம்மதம் மட்டுமில்லேப்பா, ரொம்ப சந்தோஷமாகவும் இருக்கு. வாழ்க்கையில் முன்னுக்கு வர மாமா மூலம் கிடைச்சிருக்கிற ஒரு பெரிய சந்தர்ப்பம். இதை உபயோகப்படுத்திக்க நினைக்கிறேன்."

"அப்படியானால் சரி" என்று சில வினாடிகள் மெளனமாக யோசித்தவர், அவனுக்குச் சின்ன யோசனை ஒன்றைத் தெரிவித்தார்.

"நீ ஒன்று செய். நாளைக்கு பாஸ்போர்ட் அப்ளிகேஷன் ஃபாரத்தைப் பூர்த்தி செய்து எடுத்துட்டுப் போய் உங்க மாமாவைப் பார்க்கப் போறே இல்லே. அவருகிட்ட முழு விவரமும் சொல்லு. தங்கையைக் கூப்பிட்டுப் புத்தி சொல்லச் சொல்லு. என்ன?"

"சரிப்பா. ஆனால் அத்தனை பெரிய மனுஷர்கிட்டே நம் வீட்டுப் பிரச்சினையைக் கொண்டு போகணும்னால் தயக்கமா இருக்கு."

"வேற வழியில்லே சத்யா. காரியம் நடக்கணுமில்லே?"

"சரிப்பா."

* * *

இரண்டு நாட்கள் கழித்து, கங்காதரன் நேரே வீட்டிற்கு வந்துவிட்டார். அவர் அப்படி வருவார் என்பதை சத்யாகூட எதிர்பார்க்கவில்லை. கமலம் தடுமாறி, பிரம்பு நாற்காலியை நகர்த்திப் போட்டு உள்ளே ஓடிப் புதிதாக டிகாஷன் இறக்கிக் காப்பி கலந்து கொண்டு வந்தபோது சத்யாவை கங்காதரன் தன் காரில் ஏற்றி வெளியில் அனுப்புவதைக் கவனித்தாள். மீண்டும் கூடை நாற்காலியில் அமர்ந்த கங்காதரன் அவளை ஏறிட்டுக் கேட்டார்.

"என்ன கமலம், நீ என்னவோ பிள்ளையை வெளிநாடு அனுப்ப மாட்டேன்னு முரண்டு பிடிக்கிறயாமே, என்ன சங்கதி?"

                                          கன்னத்தில் முத்தமிட்டால்

கண்ணீர்க் குரலில் சற்று அதட்டலாக அவர் கேட்டதும், அம்மா தயங்கித் தயங்கிப் பதில் சொன்னாள்.

"அதில்லேண்ணா. வந்து... வந்து, ஒரு கல்யாணம் செய்துகிட்டு அவளையும் கூட அழைச்சிட்டுப் போயிட்டானானால் பிரச்சனை எதுவும் ஏற்படாதேன்னு பார்த்தேன்."

"நல்லா சொன்னே போ. எலி பிடிக்கப் பூனை வளர்க்க ஆரம்பிச்சு, பூனைக்குப் பால் வைக்கணுமேன்னு ஒரு மாடு வாங்கி, மாட்டைக் கவனிக்க ஆள் போட்ட கதையாக இல்லே இருக்கு, நீ சொல்றது. வயது இருபத்தைந்தாகலை? ஒரு காசு சம்பாதிக்க ஆரம்பிக்கலை. இப்போதான் படிப்பை முடிச்சு காலேஜ் விட்டு வெளிய வந்திருக்கான். அதுக்குள்ள கல்யாணத்துக்கு என்ன அவசரம் வந்திடுச்சு, இப்போ?"

அதற்கு உடனே பதில் சொல்ல முடியாதவளாகத் தடுமாறினாள் கமலம்.

"அதில்லேண்ணா. வந்து, வெளிநாட்டுப் பொம்பளைங்கள்ளாம் ஒரு மாதிரின்னு கேள்விப்பட்டேன். இவன் ஏதாவது தப்பு வழியில் போயிட்டான்னால்..."

"ஸ்டுப்பிட்!" என்று நிஜமாவே கோபப்பட்டார் கங்காதரன். "என்ன முட்டாள்தனமான பேச்சு இது கமலம்? என் பிள்ளை நாலு வருஷமா அமெரிக்காவிலே இருக்கான். பெரிய படிப்புப் படிக்கிறான். அவன் என்ன கெட்டா போயிட்டான்?"

கமலம் அதற்குப் பதில் சொல்லாமல் கால் கட்டை விரலால் தரையில் கோலம் போட்டவாறு நின்றிருந்தாள்.

'உங்க விஷயமெல்லாம் வேற அண்ணா. நீங்க பணக்காரங்க. பணக்காரனுக்கு விதிமுறைகளே தனி' என்று சொல்லப் பரபரத்த மனத்தையும் நாவையும் அடக்கிக் கொண்டாள். அவளது மௌனத்தைத் தனக்கு சாதகமாக்கி மேலும் பேசினார் அவர்.

"நல்லவங்க கெட்டவங்க உலகத்துல எங்கேயும் இருக்காங்க கமலம். வெளிநாட்டுல மட்டும்தான் இருக்கிறாளோட்டுமொத்தமா

சொல்லிடக் கூடாது. அதனால் கல்யாணம், காட்சின்னு உளறாமல் அவன் முன்னேறணும் என்ற ஆசை இருந்தால் ஒழுங்கா அனுப்பி வைக்கிற வழியைப் பாரு. அப்படியே நீ கல்யாணம் செய்து வைத்தாலும், அவளுக்கும் செலவு செய்து கூட அனுப்பி வைப்பேன்னா நினைக்கிறே? இப்படி ஒவ்வொருத்தனையும் பெண்டாட்டி பிள்ளை குட்டிகளோட டிரெயினிங் எடுக்க அனுப்பினால் நான் என்ன ஆறது? அத்தனை செலவு செய்தால் கம்பெனியை மூடிட்டு வீட்ல கிடக்க வேண்டியதுதான். அதனால் கண்டபடி பேசாமல் மகனுக்கு இந்த வாய்ப்பு கிடைத்ததேன்னு சந்தோஷப்பட்டு அவனை அனுப்பி வைக்கிற வழியைப் பாரு" என்றவர்,

அதற்குள் காரிலிருந்து இறங்கி வந்து பவ்யமாய் நின்ற சத்யாவைப் பார்த்து கோட் பாக்கெட்டிலிருந்து நீளமான கவர் ஒன்றை எடுத்து நீட்டினார்.

"இந்தா சத்யா. இந்தக் கவர்ல ஐயாயிரம் ரூபாய் இருக்கு. உனக்குத் தேவையான உடைகளை வாங்கிக்க. இன்றைக்கே போய் வாங்கித் தைக்க அளவு கொடுத்துடு. எண்ணிப் பதினைந்தாவது நாள் நீ கிளம்பணும். லண்டன்ல குளிர் கொன்னு போட்டுடும். அதுக்குத் தகுந்த கம்பளி உடை, ஓவர் கோட், ஸ்வெட்டர், மஃப்ளர் எல்லாம் வாங்கிக்க. உன்னுடைய பாஸ்போர்ட் அதற்குள் தயாராகிவிடும். லண்டனுக்கும் கால் போட்டுப் பேசி முடிவு செய்தாச்சு. நீ கிளம்ப வேண்டியதுதான் பாக்கி. நாளையிலிருந்து தினமும் ஆபீசுக்கு வந்து அந்தத் தொழிற்சாலையின் வேலையைக் கொஞ்சம் கவனி. என்ன கமலம், நான் சொல்றது சரிதானே?"

"சரிண்ணா..." என்று இழுத்தாள் அவள். "நீங்க எனக்குக் கெட்டதா செய்யப் போறீங்க?"

"அந்த நம்பிக்கை இப்போதான் உனக்கு ஏற்பட்டுச்சு, இல்லே?" என்று சிரித்த கங்காதரன் எழுந்து கொண்டார்.

"அப்போ நான் வரேன். நாளைக்கு ஆபீஸ்ல பார்க்கலாம் சத்யா" என்று நகர்ந்தவரைக் கார் வரை போய் வழியனுப்பினார்கள் கமலமும் சத்யாவும்.

  கன்னத்தில் முத்தமிட்டால்

உள்ளே வந்ததும் கமலம், "அப்பா, பிள்ளை, பொண்ணு மூணு பேருமாகச் சேர்ந்து எங்கண்ணனைக் கூட்டி வந்து காரியத்தை முடிச்சுக்கிட்டீங்க, இல்லே. விஷயம் கை மீறிப் போனப்பறம் என்னால் என்ன செய்ய முடியும்? உன் பிரயாணத்துக்கு ஊறுகாய், வற்றல்னு எது தேவையோ சொல்லு. செய்து தரேன்" என்று லேசான ஆற்றாமையுடனும், ஓரளவு நிம்மதிப்பட்டவளாகவும் சொல்லி முடிக்க -

"என்ன இருந்தாலும் எங்கம்மான்னா அம்மாதான்!" என்று சத்யா ஓடிப்போய் அம்மாவின் கன்னத்தில் முத்தமிட, வீடே சந்தோஷத்தில் பொங்கிப் பூரித்துப் போயிற்று.

———•◆•———

7

தபால்காரர் சைக்கிளை ஓர் ஓரமாக நிறுத்தி ஸ்டாண்ட் போட்டார். கடிதக் கட்டுகளைத் திண்ணையில் இறக்கி, முகத்திலும் கைகளிலும் வழிந்த வியர்வையைத் துடைத்துக் கொண்டார். வெளி வெய்யிலுக்கு ஓலைச் சார்ப்பு வேய்ந்த அந்த இடம் குளிர்ச்சியாக இருந்தது. பக்கத்து வேப்ப மரம் அசைந்து அனல் காற்றாக வீசிற்று. காற்றே இல்லாத வெய்யிலின் தகிப்பில் வந்ததற்கு அந்த அனல் காற்றுகூட சுகமாகத் தெரிந்தது. 'உஸ்... அப்பாடா...' என்று திண்ணையில் உட்கார்ந்து, உள்பக்கம் பார்த்து, "பாக்கியத்தம்மா" என்று குரல் கொடுத்தார்.

அடுக்களையில் கீரைக்கட்டைப் பிரித்து மண் தட்டி ஆய்ந்து கொண்டிருந்த பாக்கியத்தம்மாள் எட்டிப் பார்த்தாள். திண்ணையில் உட்கார்ந்திருந்த நாயுடுவைப் பார்த்ததும், முகம் பளிச்சிட்டது. கீரை ஆய்வதை விட்டுவிட்டு எழுந்து வந்து,

"வாங்க" என்று வரவேற்றாள்.

"என்ன வெய்யில்மா! கத்திரி ஆரம்பிச்சுடுச்சா? இந்தத் தகிப்பு தகிக்குதே."

"ஆமா, கத்திரி வெய்யில் ஆரம்பிச்சு இன்னியோட நாலு நாளாகுது. எப்படித்தான் சைக்கிளை மிதிச்சுக்கிட்டு சுத்தறீங்களோ? இருங்க, ஜில்லுனு மோர் விளாவிக் கொண்டுவரேன்."

அவர் மறுக்கவில்லை. பெரிய வெண்கல டம்ளர் நிறைய அவள் தந்த மோர் அந்த நேரத்திற்கு அமிர்தமாய் இறங்கிற்று.

கூச்சப்படாமல் இன்னொரு டம்ளரும் வாங்கிக் குடித்த பின்னர் களைப்பு நீங்கினவராகக் கேட்டார்.

"எங்கே? சிவா தம்பியைக் காணோம்?"

"இப்போதான் நம்ம வாத்தியாரு கூப்பிட்டார்னு களத்துமேட்டுப் பக்கம் போனான்."

"இந்த வெய்யில்லயா?"

"ஸ்கூல் திறக்கறவரை அவங்களுக்கு வெய்யில் மழை எதுவும் உறைக்காது."

"நல்ல காரியத்துக்குத்தானே அலையறாங்க."

"அலையறதைப் பற்றி ஒண்ணுமில்லே. நேரத்துக்குச் சாப்பாட்டை முடிச்சுக்கிட்டுப் போய் அலையக் கூடாதான்றதுதான் என் வருத்தம்."

"ஒரு கல்யாணத்தைப் பண்ணி வையிங்க, பாக்கியத்தம்மா. தம்பி, நேரத்துக்கு வீட்டுக்கு வருதா, இல்லையான்னு பாருங்க."

"முடிச்சிடணும்னுதான் நானும் பார்க்கிறேன். ஆனால் இவன் பிடிகொடுக்க மாட்டேன்றானே."

"யாரு, அண்ணன் பொண்ணைத்தானே கட்டப் போறீங்க?"

"அப்படித்தான் நான் நினைச்சுட்டு இருக்கேன். அண்ணி என்ன சொல்வாங்களோ? எல்லாத்துக்கும் மேல பட்டணத்துப் பொண்ணு. காலேஜ் படிக்கிற பொண்ணு. அதன் இஷ்டம் எப்படி இருக்குதோ?"

"அட, நீங்க என்ன பாக்கியத்தம்மா. நம்ம சிவா தம்பியைக் கட்டிக்கக் கொடுத்தில்லே வச்சிருக்கணும். அந்தப் பெரிய மனசும் பரந்த சுபாவமும் நல்ல நினைப்பும் யாருக்கு வரும்?"

"அது நமக்குத் தெரியுது ஐயா. அவங்களுக்குத் தெரியுமா? ஒருவேளை, பட்டணத்துப் பையனாப் பார்க்கணும்னு அவங்க ஆசைப்படலாமில்ல?"

"ஆமா, பெரிய பட்டணம். சல்லடை போட்டுச் சலிச்சாலும் அவங்க பட்டணத்துல சிவா தம்பி மாதிரி ஒரு பையன் கிடைக்க மாட்டான்,

பாக்கியத்தம்மா. யாருக்குத் தம்பியின் அருமை தெரியாமல் போனாலும் உங்க அண்ணனுக்குத் தெரியுமில்லையா?"

"அவரு வளர்த்த பிள்ளை அவருக்கே தெரியாமல் போகுமா?"

"பின்னே, இப்படிப்பட்ட குணசாலிப் பிள்ளையை விட்டுடுவாரா என்ன? கவலையை விடுங்கம்மா. உங்கண்ணன் கிட்டேயிருந்துதான் கடுதாசி வந்திருக்கு. உங்ககிட்ட தந்துறவா. இல்லே, சிவா தம்பிகிட்டேயே கொடுத்துடட்டுமா?"

"அவன்கிட்டேயே கொடுங்க. வீட்டுக்கு வந்து படிச்சுக் காட்டுவான்."

"சரி. அப்போ களத்துமேட்டுப் பக்கம் போய்த் தம்பிகிட்ட கடுதாசியைக் கொடுத்திட்டுப் போறேன். வரேம்மா."

அவர் மீண்டும் சைக்கிளை மிதித்து வெய்யிலில் இறங்க, பாக்கியத்தம்மாள் கதவைத் தாழிட்டுக் கொண்டு, மீண்டும் கீரை ஆய வந்தாள். முழுக் கட்டையும் ஆய்ந்து, அரிந்து வேக வைக்கப் புளி கரைத்து ஊற்றினபோது வாசலில் சிவாவின் சந்தோஷமான குரல் கேட்டது. கதவு சற்று வேகமாகவே தட்டப்பட்டது.

புளி கரைப்பதை நிறுத்திக் கை கழுவின பாக்கியத்தம்மாள் புடவைத் தலைப்பில் துடைத்துக் கொண்டே வந்து கதவைத் திறந்தாள்.

"என்ன சிவா, இவ்வளவு சந்தோஷமா வரே? நீ இப்படி சந்தோஷப்படும்படி உங்க மாமா என்ன எழுதியிருக்காரு?"

"அட! லெட்டர் வந்த விஷயம் உனக்கு எப்படிம்மா தெரியும்?"

"தபால்காரர் முதல்ல இங்கதானே வந்தாரு. நான்தான் அவரைக் களத்துமேட்டுக்கு அனுப்பி வச்சேன். ஆமாம், அண்ணன் என்ன எழுதியிருக்காரு. ஏதாவது கல்யாண விஷயமா?"

"ஆமாம். கல்யாணத்தை விட்டால் சந்தோஷப்பட உலகத்துலே வேற விஷயமே இல்லை, பாரு."

"என்னப்பா, இப்படிப் பேசறே?"

                                          கன்னத்தில் முத்தமிட்டால்

"பின்னே என்னம்மா? எப்பப் பாரு, கல்யாணத்தைப் பத்தியே பேசிக்கிட்டு. இது அதைவிட நல்ல சமாச்சாரம்மா. நம்ம சத்யா லண்டன் போறானாம். அங்க ஒரு வருஷம் டிரெயினிங்காம். அவங்க மாமாஒருத்தரு நல்ல வசதியா, நிறைய கம்பெனிங்கள்ளாம் வச்சிருக்காரு இல்லே. அவரு வேலை போட்டுக் கொடுத்து, லண்டனுக்கும் அனுப்பறாராம்."

"அப்படியா!" என்று சந்தோஷத்தை வரவழைத்துக் கொண்டாள் அந்த அம்மாள். லண்டன் போவது அவ்வளவு மகிழ்ச்சியடைய வேண்டிய விஷயமா என்பது அவளுக்குப் புரியவில்லை. ஆனால் மகன் சந்தோஷப்படுவதிலிருந்து பெரிய விஷயம்தான் என்று தோன்ற, யோசித்தவாறே கேட்டாள்.

"ஏம்ப்பா, லண்டன் போறதுன்னால் கடல் கடந்து இல்லே போவணும்?"

"ஆமாம்மா."

"போனால் திரும்பிவர ஒரு வருஷம் ஆகும்னு இல்லே சொல்றே?"

"அப்படித்தான் மாமா எழுதியிருக்காரு."

"அப்படியா?" என்று மீண்டும் அந்த அம்மாள் யோசனையில் ஆழ, சிவா கேட்டான்.

"என்னம்மா யோசிக்கறே?"

"இல்லேப்பா. வெளிநாடு அனுப்பறதுன்னால் அப்படியே அனுப்பிடுவாங்களா? கல்யாணத்தை முடிச்சு இரண்டு பேரையும் ஒண்ணா இல்லே அனுப்புவாங்கன்னு கேட்டேன்."

"ஏம்மா, கல்யாணம் செய்துக்காமல் போனால் வெளிநாட்டுக்குள்ள விட மாட்டாங்களா என்ன?"

"அப்படியில்லேப்பா. அங்கேயெல்லாம் தனியா அனுப்பறது உசிதமில்லே, பாரு."

"ஏம்மா, தனியா போனால் என்ன ஆகும்?" பிள்ளையின் குரலைக் கேட்டு, சொல்ல வந்த விஷயத்தை மாற்றிக் கொண்டாள் பாக்கியத்தம்மாள்.

"இல்லேப்பா. தனியா அனுப்பறதைவிடக் கல்யாணம் பண்ணி இரண்டு பேரையும் ஒன்னா அனுப்பலாம்னு தோணிச்சு. சொன்னேன். அப்படியே அந்தக் கல்யாணத்தோட இதையும் சேர்த்துச் செய்தால் ஒரே செலவாப் போயிடுமென்னு பார்த்தேன்."

ஒரு விநாடி ஒன்றும் புரியாமல் விழித்து, பின் கேட்டான் சிவா.

"இதையும் சேர்த்துன்னால் எதும்மா?"

"என்னப்பா, புரியாமல் கேட்கறே? உன் கல்யாணத்தைத்தான் சொல்றேன்."

"ஏம்மா, என் கல்யாணத்துக்கும் சத்யா கல்யாணத்துக்கும் என்ன சம்பந்தம்?"

"என்ன சம்பந்தமா? நல்லா கேட்டே போ. சத்யா கல்யாணத்துக்கு அண்ணன்தான் செலவு செய்யணும். அதே பந்தல்ல உனக்கும் யாமினிக்கும் சேர்த்துச் செய்துட்டால் செலவு ஒன்றாகிப் போயிடும் இல்லே?"

அதைக் கேட்டுச் சடாரென்று சிவாவின் முகம் மாறிற்று. அம்மாவிற்கு இந்த எண்ணம் இருப்பது அவனுக்குத் தெரியும். சாடையாக அந்த எண்ணம் நிறைவேறாது என்று எத்தனை தரம் சொல்லியும் அவள் புரிந்து கொள்ளவில்லை. அதனால் இப்போது விவரமாக உடைத்துச் சொல்லிவிட வேண்டும் என்று தீர்மானித்து எப்படி ஆரம்பிப்பது என்று யோசித்தபோது, பாக்கியம் தானே ஆரம்பித்துக் கொடுக்கிற மாதிரி கேட்டாள். "என்னப்பா, பேசாமல் இருக்கிறே?"

"இல்லேம்மா. எப்படிச் சொன்னால் உனக்குப் புரியும்னு யோசிச்சேன்?"

"ஏம்பா, புரியாத எதையாவது சொல்லப் போறியா?"

"பின்னே என்னம்மா. எத்தனை தரம் சொன்னாலும் நீ புரிஞ்சுக்க மாட்டேன்ற. யாமினிக்கும் எனக்கும் முடிச்சுப் போடாதேன்னு மறைமுகமா நூறு தரம் சொல்லிட்டேன். அவ எங்கே, நான்

                                       கன்னத்தில் முத்தமிட்டால்

எங்கேம்மா? பட்டணத்துல படிச்சு நாகரிகமா வளர்றவளை இந்தக் கிராமத்திலே கொண்டு அடைக்க நினைக்கலாமாம்மா?"

"எத்தனை பட்டணத்துப் பொண்ணுங்க கிராமத்துலே வாழ்க்கைப்படலை?"

"ஏம்மா, உனக்கு ஒரு பொண்ணு இருந்து, அவளைக் காலேஜில் படிக்க வச்சு, என்னை மாதிரி விவசாயத் தொழில் செய்யற ஒருவனுக்குக் கட்டித் தரணும்னால் நீ ஒப்புக் கொள்வாயா?"

"………………"

"ஏன் பேசாமல் இருக்கே?"

"இல்லப்பா. உன்னை மாதிரி ஒரு நல்ல குணமான பையனாக இருந்தால்..."

"குணமெல்லாம் அப்புறம், பழகினப்புறம் தெரியப்போற விஷயம். முதல்லே இது பொருத்தம்தானான்னு யோசிக்க வேணாமா?"

"………………"

"இதப் பாரும்மா. அவ தனக்கு நிறையப் படிச்சவனா, நாகரிகமானவனா, தன்னை மாதிரி வெள்ளை நிறமுடையவனா வரணும்னு ஆசைப்படுவாள் இல்லையா? அந்த ஆசையில் தப்பு ஒண்ணுமில்லையே! எனக்கு ஒரு தங்கை இருந்தாலும் நான் அப்படிப்பட்ட மாப்பிள்ளையாத்தானே தேடுவேன். நமக்கு ஒரு நீதி, அவங்களுக்கு ஒரு நீதியாம்மா?"

பாக்கியத்தம்மாள் பதில் பேச முடியாமல் நிற்க, அவனே தொடர்ந்து பேசினான்.

"அவங்களால் மனுஷங்களான நாம் அவங்களுக்கு நல்லது நினைக்க வேணாம்? யாமினிக்கோ மாமிக்கோ இதில் விருப்பமில்லாதபோது, நீ மட்டும் இப்டி ஒரு ஆசைய வளர்த்துக்கிட்டு ஏன் கஷ்டப்படணும்?"

"யாமினிக்கும் அண்ணிக்கும் விருப்பமில்லேன்னு உன்கிட்ட சொன்னாங்களா?"

"சொல்லணுமா? சொல்லித்தான் இதெல்லாம் தெரியணுமா? ஏற்கெனவே மாமாகிட்டே பேசி, இந்த விஷயத்துக்கு ஒரு முற்றுப்புள்ளி வச்சிட்டேன். இப்போ உனக்கும் தெளிவுபடுத்திடறேன். நடக்க முடியாத விஷயத்துக்கு ஆசைப்பட்டு, அப்புறம் மனசைக் கஷ்டப்படுத்திக்கிறதில் என்ன லாபம்? அதனால் இந்தப் பேச்சை இத்தோடு விடும்மா. மனசிலிருந்தும் அந்த எண்ணத்தை அகற்றிடு. யாமினி அவளுக்கு விருப்பமானவனைக் கல்யாணம் பண்ணிக்கிட்டு நல்லா இருக்கணும்னு நினை. என்னம்மா, நினைப்பியா?"

கண்ணோரக் கலங்கலை அவனுக்குத் தெரியாமல் மறைத்தவாறு கரகரத்த குரலில் சொன்னாள் அந்த அம்மாள்.

"ஆகட்டும்ப்பா."

"அதே மாதிரி உன் பிள்ளைக்கேற்ற பொண்ணு ஒருத்தி கிடைப்பா. அவளைக் கல்யாணம் பண்ணிக்கிட்டு நான் சந்தோஷமா உன்கூட இருக்கேன். என்னம்மா, சரியா?"

அந்தப் பேச்சில் ஓரளவு திருப்தி ஏற்பட, 'சரி' என்று தலையாட்டியதும், சிவா விடாமல், "ம்ஹூம். இப்படித் தலையாட்டினால், நான் ஒப்புக் கொள்ள மாட்டேன். வாயைத் திறந்து சொல்லும்மா."

"சரி."

"இதோடு இந்தப் பேச்சை விட்டுவிடுவோம், என்ன?"

"சரி."

"சந்தோஷமாத்தானே சொல்றே?"

"எனக்கு சந்தோஷம்னு தனியா ஒன்னு இருக்காப்பா? உன் சந்தோஷம்தான் எனக்கும் சந்தோஷம்."

  கன்னத்தில் முத்தமிட்டால்

அதைக் கேட்டு ஓர் விநாடி மனம் உருக, பேசாமல் இருந்தான் சிவா. பின்னர்,

"அம்மா, லண்டன் போறதுன்னா சாதாரண விஷயமில்லே. அதுக்கு நிறைய செலவாகும். மாமா, பாவம். பணத்துக்கு என்ன செய்தாரோ? இந்த லெட்டரை இன்னும் கொஞ்சம் முன்னாலேயே எழுதியிருந்தால் ஏதாவது ஏற்பாடு செய்திருக்கலாம்" என்றான்.

"ஏம்ப்பா, இப்போ எந்த ஏற்பாடும் செய்ய முடியாதோ?" தயங்கிக் கேட்டாள் அவள்.

"செய்யலாம்ம்மா. மச்சில் இருக்கிற நெல்லைப் போட்டுப் பணமாக்கி அனுப்பலாம்."

"அனுப்பறதா? நாமே நேர்ல போய்ப் பார்த்துக் கொடுத்திட்டு வரலாம்ப்பா. என்னிக்குக் கிளம்பறான் சத்யா?"

"பதினெட்டாம் தேதி ராத்திரி விமானம் ஏறுகிறதாக மாமா எழுதியிருக்காரு."

"இன்னிக்கே தேதி பதிமூணாயிடுச்சே. இன்னும் அஞ்சு நாள்தானேப்பா இருக்கு? நாளைக்கே நெல்லைப் போடு. நான் கொஞ்சம் திரட்டுப் பாலும் கைமுறுக்கும் செய்து எடுத்துக்கறேன். இரண்டு பேருமா போய்ப் பார்த்து அவனை வழியனுப்பிட்டுத் திரும்பி வரலாம். பாவம், குழந்தை. எல்லாரையும் விட்டுட்டு எங்கோ தூரதேசம் போகுது. திரும்பி வர ஒரு வருஷமாகும்ணு சொல்றே. அதனால் நாலு நாள் அங்கே அவன்கூடத்தான் இருக்கலாமே."

"சரிம்மா" என்று சந்தோஷமாக ஒப்புக் கொண்டான் சிவா.

மறுநாளே மச்சு நெல் மாறிப் பணமாகிக் கைக்கு வந்தது. சொஸைட்டியில் போட்டு வைத்திருந்த சேமிப்புத் தொகையிலிருந்தும் தனியாக இரண்டாயிரம் ரூபாய்கள் எடுத்துக் கொண்டான். அதற்குள் பாக்கியத்தம்மாள் அண்ணனுக்குப் பிடிக்கும், அண்ணிக்கும் குழந்தைகளுக்கும் இஷ்டம், சிவாவிற்கு அதிரசம் என்றால் உயிர், நல்ல பசும்நெய் பட்டணத்தில் எங்கே

கிடைக்கப் போகிறது என்று சேர்த்து சின்ன மூட்டையாகச் சாமான்கள் அடுக்கிக் கொண்டாள். சத்யா லண்டன் போகிற செய்தியை ஊர் முழுவதும் பெருமையாகவும் சந்தோஷமாகவும் தெரிவித்துவிட்டு, நிலத்திற்கு நீர் பாய்ச்ச, மாடுகளுக்குத் தீனி வைக்க என்று தனித்தனியாக ஏற்பாடு செய்து,

"நாங்க சத்யாவை விமானமேற்றிவிட்டு மறுநாள்தான் கிளம்புவோம். வர நாலைந்து நாள் ஆகும். அதுவரை வீட்டைப் பார்த்துக்குங்க" என்று சொல்லி, அவர்களே லண்டன் போகிற மாதிரி சந்தோஷத்துடனும் உற்சாகத்துடனும் பஸ் ஏறினார்கள் - பாக்கியத்தம்மாவும் சிவாவும்.

<hr>

8

வரவேற்பறையில் தொலைபேசி மணி ஒலித்தது. உள்ளே சமையல்கட்டில் அம்மாவிற்கு உதவியாகச் சப்பாத்தி திரட்டிப் போட்டுக் கொண்டிருந்த சியாமளா ஓடிப்போய் ரிஸீவரை எடுத்தாள்.

"ஹலோ..."

".........."

"ஐ'ம் ஃபைன். ஓ. எஸ். இதோ இப்பவே போய்க் கூட்டிட்டு வரேன். நீங்களே திரும்ப போன் பண்றீங்களா? இல்லை, அவளைப் பண்ணச் சொல்லட்டுமா?"

"ஓ... இதுல என்ன சிரமம்? மூணு வீடு தள்ளிப் போய்க் கூட்டிட்டு வர்றது ஒரு கஷ்டமா?"

"நோ, நோ யு ஆர் வெல்கம். சரியா பத்து நிமிஷம் கழித்துப் பண்ணினீங்கன்னால் அவ இங்க இருப்பா..."

"ஓ. கே... பை நெள..."

ரிஸீவரை வைத்துவிட்டு மாவுக் கையை அப்படியே தட்டிச் சுத்தப்படுத்திக் கொண்டு மீண்டும் உள்ளே வந்த சியாமளா, அம்மாவின் முகத்தை ஏறிட்டுப் பார்க்க நேரம்கூட அற்றவளாகச் சொன்னாள்.

"அம்மா... ஒரு நிமிஷம், நான் யாமினி வீடுவரை போயிட்டு வந்துடறேம்மா..."

தன் பதிலைக்கூட எதிர்பார்க்காமல் வாசல் கதவைத் திறந்து போட்டுவிட்டு ஓடுகிற மகளைப் புருவங்கள் லேசாய்ச் சுருங்கத் திரும்பிப் பார்த்தாள் அந்த அம்மாள்.

சமீப காலமாக அடிக்கடி இதுபோல் டெலிபோன் வருவதும், மகள் உடனே ஓடிப்போய் யாமினியைக் கூட்டி வருவதும், மீண்டும் டெலிபோன் மணியடித்து யாமினி எடுத்துப் பேசுவதும் வழக்கமாகிப் போயிருந்தன. கிட்டத்தட்ட அரை மணி நேரமாவது அந்தப் பென் டெலிபோனில் பேசுகிறது. பேசும்போது மத்தாப்பூச் சிதறலாகச் சிரிப்பு விரிகிறது. முகம் மலர்ந்து பிரகாசிக்கிறது. பார்வை சுற்றியலைந்து யாரும் இல்லையா என்று ஆராய்கிறது. பேசி முடித்து வைத்துவிட்டு, சியாமளாவிற்கு எல்லையற்ற வகையில் நன்றி சொல்கிறது...

அந்தச் சிரிப்பு, முகப் பிரகாசம், பார்வையில் தென்படுகிற பயம், நகக் கடிப்பு, எல்லையற்ற சந்தோஷம் இதெல்லாம் இந்தம்மாவின் மனதில் சந்தேகத்தை ஏற்படுத்த ஒருநாள் இவள் துணிந்து தன் மகளைக் கேட்டாள்.

"ஏன்டி சியாமளா, யார்டி அது, அடிக்கடி யாமினிக்குப் போன் பண்றது?"

அந்தக் கேள்வியை எதிர்பார்க்காத சியாமளாவின் முகம் அரண்ட மாதிரி வெளிறிப் பின்னர் சமாளித்துக் கொண்டுவிட்ட பதிலாக வந்தது. "அவளோட ஃப்ரண்டும்மா..." அந்த அம்மாள் விடாமல் மேலும் கேட்டாள்.

"அவளோட ஃப்ரண்டுன்னால் உனக்கும் ஃப்ரண்டால்ல இருக்கணும்?"

"இல்லம்மா... என் ஃப்ரண்டு இல்ல. அவ ஃப்ரண்டுதான்..."

"அது எப்படி, ரெண்டு பேரும் ஒரே கிளாஸ்தானே படிக்கிறீங்க?"

"ஐயோ, என்னம்மா நீ... கேள்வி மேல் கேள்வியா கேட்டுட்டு? அவ பிரெஞ்ச் எடுத்திருக்கா இல்லே... இது பிரெஞ்ச் கிளாஸ் ஃப்ரண்டு.

                                கன்னத்தில் முத்தமிட்டால்

நான் தமிழ் எடுத்திருக்கிறதால். எனக்கு ஃப்ரண்ட் இல்லே... போறுமா?"

"ஆமா, எதுக்கு இப்போ இப்படி எறிஞ்சு விழற? நாளைக்கு ஏதாவது வம்புல கொண்டு போய்விட்டால் பழி உன் பேர்ல வரப் போறதேன்னு கேட்டேன்..."

"ஏம்மா, ஒரு ஃப்ரண்ட் போன் பண்றா, அவகிட்டே பேசணும்ன்னு. அவ வீட்லே போன் இல்லாததால் நம்ம வீட்டுக்கு வர்றது. நானும் ஒரு ஹெல்ப்புன்னுதானே போய்க் கூட்டிட்டு வரேன்... இது தப்பா?"

"தப்பா போயிடக் கூடாதேன்னுதான் நான் பயப்படறேன்."

"நீ பயப்பட வேண்டிய தேவையே இல்லை. நான் ஒரு தப்பும் பண்ணலை."

"நீ தப்பு பண்ண வேணாம் சியாமளா. தப்பு பண்றதுக்கு உடந்தையா இருக்கிறதும் தப்புதான்..."

"என்னம்மா... நீ... திருப்பித் திருப்பி இதையே சொல்லிட்டு... எதைப் பார்த்தாலும் சந்தேகப்படறதே வேலையாய்ப் போச்சு."

"... நான் சந்தேகப்படலைலடி... அந்தப் பெண்ணோட சிரிப்பு, பேச்சு இதெல்லாம் ஒருமாதிரி இருக்கவேதான் கேட்கறேன்..."

"அப்படி ஒருமாதிரி இருக்கிறபடி என்ன பேசிட்டா அவ...?"

"அது புரிஞ்சால் உன்கிட்ட ஏன் கேட்டுட்டு நிற்கறேன். அரை மணி, முக்கால் மணின்னு குசுகுசுன்னு, இங்கிலீஷ்ல இல்ல பேசற அவ... ஆமாம்... அந்த ஃப்ரண்டு பேரு என்ன சொன்னே...?"

"நான் எங்கே சொன்னேன்?"

"கொஞ்சம் முன்னால சொல்லலை?"

"இல்லையே!"

"இத்தனை சொன்னவ அவ பேரை ஏன் சொல்லலை?"

"இத்தனை கேட்ட நீ அவ பேரை ஏன் கேட்கலை? அதனால் நானும் சொல்லலை..."

"இந்த வாய் இல்லைன்னால் உன்னைக் காக்காய் குருவி கொத்திட்டுப் போயிருக்கும்."

"ஏம்மா, பேசாமல் இருந்தவளை வலுக்கட்டாயமாகக் கூப்பிட்டு இத்தனையும் கேட்டுட்டு எனக்கு வாய்ன்னு திட்டறே... நீ கேட்டதுக்குத்தானே நான் பதில் சொன்னேன்."

"சரி, போறும். போன்ல கூப்பிடற உன் ஃப்ரண்டோட ஃப்ரண்டு பேரு என்னன்றதையும் சொல்லிட்டுப் போ."

"சந்திரின்னு பேரு..."

"சந்திரின்னு ஒரு பேரா..?"

"ஐயோ... சந்திரிகான்ற பேரோட சுருக்கம் சந்திரி. உன் கேள்வி தீர்ந்து போச்சா? இப்போ நான் போகலாமா?"

"இரு. அவளை நீ ஏன் வாங்க போங்கன்னு மரியாதையா கூப்பிடறே?"

"எவளை?"

"அதான் நீ சொன்ன அந்தச் சந்திரியை..."

"அவள் என் கிளாஸ் இல்லேம்மா. ஸீனியர். பிரெஞ்சு கிளாஸுக்கு மட்டும் வந்து யாமினியோட சேர்ந்துக்கறா... அதனால் யாமினிக்கு ஃப்ரெண்ட், எனக்கு ஸீனியரை நான் வேற எப்படிக் கூப்பிட முடியும்?"

மகளின் எரிச்சல் அதிகரிக்கவே, அன்று அதோடு நிறுத்திக் கொண்டுவிட்டாள் அந்த அம்மாள். கேள்வி கேட்பதை நிறுத்தினாளேதவிரசந்தேகப்படுவதை நிறுத்தவில்லை. சியாமளா கல்லூரிக்குப் போய் என்ன சொன்னாளோ... அதன் பின் கொஞ்ச காலம் வராமல் நின்றிருந்த அந்த டெலிபோன், கிட்டத்தட்ட பதினைந்து நாட்கள் வரை வரவேயில்லை.

"ஏன் சியாமளா, இப்போதெல்லாம் அந்த சந்திரி போன் பண்றதேயில்லை?"

"ஏம்மா, போன் பண்ணினாலும் சந்தேகம், பண்ணா விட்டாலும் சந்தேகமா?" மகள் தானும் சிறிதும் சளைத்தவளில்லை என்று நிரூபிக்க.

"இல்லே, அடிக்கடி வந்துட்டிருந்த போன் திடீர்னு நின்னு போயிடுத்தேன்னு கேட்டேன்..." என்று தாய் தடுக்கில் நுழைய,

"அவ ஊர்லே இல்லே... வர இன்னும் ரெண்டு மூணு நாளாகும். வந்தப்புறம் வேணும்னால் பண்ணுவாள்..." மகள் கோலத்தில் நுழைந்தாள்.

நாலைந்து நாட்களுக்குப் பின்னர் மீண்டும் அந்த டெலிபோன் வரத் தொடங்கி, சியாமளா ஓடிப்போய் யாமினியைக் கூட்டி வருவது ஆரம்பித்தது. இந்த அம்மாவும் ஒருமுறையாவது அந்த சந்திரியுடன் பேச நினைத்து அந்த நேரத்திற்கு டெலிபோன் அருகில் எதேச்சையாக நிற்கிற மாதிரி நின்று எடுத்தால் ராங் நம்பராகிப் போகிறது. அவள் வீட்டு நம்பருக்கு முந்தைய நம்பரோ அடுத்த நம்பரோ, அல்லது நடு நம்பரோ மாற்றிக் கேட்கப்பட்டு வைத்து விடப்படவே பேசாமல் இருந்துவிட்டாள். எதுவும் சரியாக நிரூபணமாகாமல் அவர்கள் வீட்டில் போய்ச் சொல்ல முடியாது என்கிற காரணத்தால் மௌனமானாள். ஒருவேளை அது நிஜமான சிநேகிதியாக, சந்திரி என்ற பெயர் கொண்டவளாக இருக்கிற பட்சத்தில் கமலம் தன்னைச் சும்மா விட மாட்டாளே...

அன்று மாலையும் அந்த டெலிபோன் வர, சியாமளா சப்பாத்தி செய்வதையும் விட்டுட்டு ஓடிப்போனதில் ஏற்பட்ட கோபத்தில் முணுமுணுத்துக் கொண்டே, அந்த அம்மாள் அவள் வேலையைத் தொடர்ந்த நேரத்தில்...

யாமினியின் வீட்டு வாசலில் நின்று சியாமளா குரல் கொடுத்தாள்.

"யாமினி..."

அந்தக் குரல் அடுக்களையில் இருந்த கமலத்தை இழுத்துக் கொண்டு வந்து கூடத்தில் நிறுத்திற்று. சியாமளாவைப் பார்த்ததும் முகம் பிரகாசமாயிற்று.

"வாம்மா... சியாமளா... என்ன, உன்னை நாலு நாளாக் காணோம்?"

"யாமினி ரொம்ப பிஸியாக இருப்பாள்னு வரலே மாமி..."

"கொஞ்சம் பிஸிதாம்மா. அவளோட அண்ணன் லண்டனுக்குப் போறானில்ல. அதுல இவ பிஸி..."

"அண்ணா லண்டனுக்குப் போறார்னால், இவ என்ன பண்றா?"

"நல்லா கேட்டே போ. இவதான் கூடக் கடைக்குப் போறதும், சூட்டும் கோட்டும் வாங்கறதும், டெய்லருக்கு அளவு கொடுக்கிறதுமா அலையறா... இவளுடைய ஆலோசனைதான் அண்ணனுக்கும் தேவையா இருக்கு. இவளுக்குத்தான் எல்லாம் தெரியும்னு அவனுக்கு ஒரு நினைப்பு..."

"அது தப்பான நினைப்பில்லையே மாமி..." அந்த அம்மாளை அது சந்தோஷப்படுத்திற்று. "என்னவோ... எல்லாரும் புத்திசாலித்தனமா பிழைச்சால் சரி..." என்றாள்.

சட்டென்று கைக்கடிகாரத்தில் கண் போக, பேச்சை முடிப்பதில் அவசரப்பட்டாள் சியாமளா.

"ஏன் மாமி, என்னிக்கு லண்டன் புறப்படறார் உங்க பிள்ளை?"

"பதினெட்டாம் தேதி ராத்திரி ஏர்இந்தியா பிளேன்ல கிளம்பறான். இன்னிக்குத் தேதி பதிமூணாயிடுச்சு. இன்னும் ஐந்தே நாள்தான் இருக்கு. திரும்ப அவனைப் பார்க்க ஒரு வருஷமோ, ஒன்றரை வருஷமோ ஆகப் போவுது..."

"அப்படியா...?" என்று சுவாரஸ்யமின்றி இழுத்தாள் சியாமளா.

"இப்போ யாமினி எங்கே மாமி...?"

"தோட்டத்துல உட்கார்ந்து அண்ணன் துணிகளில் அடையாளத்துக்கு இனிஷியல் தைக்கிறா... என்னம்மா விஷயம்?"

　　　　　　　　　　கன்னத்தில் முத்தமிட்டால்

"இல்லே ... எங்க கூடப் படிக்கிற சினேகிதி ஒருத்தி இவகிட்ட பேசணும்னு இன்னும் பத்து நிமிஷத்துல போன் பண்றதா சொல்லியிருக்கா..."

"அப்படியா, கூப்பிடட்டுமாம்மா...?"

"வேணாம் மாமி... நானே பின்பக்கம் போய்க் கூட்டிட்டுப் போறேன்..."

அடுத்த நிமிடமே பறந்து கொண்டு புறப்பட்டாள் யாமினி.

"அம்மா, நான் சியாமளா வீட்டுக்குப் போயிட்டு வரேன்..."

"சீக்கிரம் வந்துடு... சத்யா வந்தால் தேடுவான்."

"இப்பவே வந்திடறேம்மா..."

நாலே எட்டில் அவர்கள் வீட்டை அடைந்து வரவேற்பறையில் நுழையயவும் மீண்டும் டெலிபோன் மணி ஒலிப்பதற்கும் சரியாக இருந்தது. சியாமளா சினேகிதிக்கு ஜாடையாகக் கைகாட்டித் தெரிவித்தாள்.

'நீ பேசிட்டிரு. நான் உள்ளே போய் அம்மாவைக் கவனிச்சுக்கறேன்...'

இவள் தலையாட்ட, அவள் சமையலறைக்குப் போய் அம்மாவின் கவனம் வரவேற்பறைப் பக்கம் திரும்பாமல் இருப்பதற்காக ஏதேதோ பேசினாள். ஆனால் அம்மா அதையும் மீறி டெலிபோன் உரையாடலைக் கிரகிக்க முயன்றாள்.

முகம் கனிந்து சிவக்க உற்சாகமும் சந்தோஷமுமாக யாமினி பாதி ஆங்கிலத்திலும் தமிழிலுமாகப் பேசுவது அரைகுறையாகச் சமையலறையை எட்டிற்று.

"ஐ'ம் பைன். ஹெளவ் ஆர் யு?"

"..........."

"ஓ... டோண்ட் பி ஸில்லி. அண்ணன் லண்டனுக்குக் கிளம்பறானில்ல. அதனால் கொஞ்சம் பிஸி..."

"..........."

"நோ, நோ... நான் எப்போ, எங்கே, எது செய்திட்டிருந்தாலும் ஐ வில் பி திங்க்கிங் ஒன்லி ஆஃப் யு."

"..........."

"பின்னே தெரிஞ்சும் ஏன் கேட்கணும்...?"

"..........."

"டீஸ் பண்ண வேற விஷயமே கிடைக்கலியா?"

"..........."

"எஸ்... ஐ டூ மிஸ் யு... எத்தனை நாளாச்சு நாம் சந்திச்சு...?"

"..........."

பேசியபடி அவள் பார்வை எதேச்சையாகச் சமையலறைப் பக்கம் போக சியாமளாவின் அம்மா தன்னையே கவனிப்பதை உணர்ந்து சட்டென்று குரலின் பாவத்தை மாற்றிக் கொண்டு சொல்லத் தொடங்கினாள்.

"ஓ... நோ. என்ன சந்திரி இது...? அண்ணனுக்காக அலைந்ததில் ரெண்டு, மூணு நாளா காலேஜுக்கு வரலை. அதனால்தான் புதன் கிழமையும் வெள்ளிக் கிழமையும் உன்னை பிரெஞ்ச் கிளாஸ்ல மீட் பண்ண முடியலை."

"..........."

"ஓ எஸ், கட்டாயம் வருவேன். நாளைக்கும் வரலைன்னால் எப்படி?"

"..........."

"நிச்சயம் வருவேன். வழக்கப்படி காலைல பத்து மணிக்கு காலேஜ் வாசல்ல சந்திக்கலாம். என்ன?"

   கன்னத்தில் முத்தமிட்டால்

"..........."

"ஓ... ஷ்யூர்... அப்கோர்ஸ்... உனக்குப் பிடிச்ச லைட் யெல்லோல்ல வரேன்... ஓ. கே..."

"..........."

"ஓ... போகலாம்..."

"..........."

"நிச்சயமா ஏமாற்ற மாட்டேன்."

"..........."

"எஸ். ஐ பிராமிஸ்."

"..........."

"எஸ்... ஐ காட் இட்... பட், ஐ கான்ட் கிவ் இட் பேக்... யு நோ..."

"..........."

"ஐ வில் கிவ் யு டுமாரோ பிராமிஸ். ஸீ யு தென். குட் நைட்..."

"..........."

"பை பை..."

ரிஸீவரை மனசில்லாமல் வைத்துவிட்டு, முகத்தில் தெரிகிற உற்சாகத்தையும் சந்தோஷத்தையும் மூடி மறைக்கப் பிரயத்தனப்பட்டு, வெறுமனே சில வினாடிகள் சியாமளாவின் அம்மாவுடன் பேசுகிற பாவனையில் நின்றிருந்து விடைபெற்று வீட்டிற்குத் திரும்பி வந்தபோது...

மறுநாள் காலை பத்து மணியை எதிர்பார்த்து மனசு அப்போதே துடிப்பும் தவிப்பும் ஏக்கமும் எதிர்பார்ப்புமாகச் சிறகடிக்கத் தொடங்கிற்று.

———◆———

9

அன்றிரவு முழுதும் புரண்டு புரண்டு படுத்தாள் யாமினி. தூக்கம் வரவில்லை. சிறிது நேரம் தூங்கினபோதும் நிறையக் கனவுகளாக வந்தன. கனவில் சியாமளா ஓடி வந்து டெலிபோன் வந்திருப்பதைத் தெரியப்படுத்தினாள். இவள் அம்மாவிடம் சொல்லிவிட்டுப் போனாள்.

டெலிபோன் பேசிக் கொண்டிருந்தபோது சியாமளாவின் அம்மா கதவருகில் வந்து நின்று முறைத்துப் பார்த்தாள். "நீ யாருகிட்டே பேசிட்டிருக்கே?" என்று சந்தேகமாகக் கேட்டாள். இவள் பதில் சொல்வதற்கு முன் அருகில் வந்து சடாரென்று ரிஸீவரைப் பிடுங்கி, மறுபக்கம் பேசுவது யார் என்று கவனித்துவிட்டு, "ஏன்டா டேய், நீதானா அந்த சந்திரி? மூணாவது வீட்டுப் பெண்ணை டெலிபோனில் கூப்பிட்டு மணிக்கணக்கில் பேச வெட்கமாக இல்லையா? உனக்கெல்லாம் அக்கா, தங்கச்சிங்க இருக்காங்களாடா? டேய், இருந்தால் சொல்லு. எனக்கும் வயசுப் பையன் இருக்கான். அவனை விட்டு உன் தங்கச்சிகளைக் கூப்பிட்டுப் பேசச் சொல்றேன். அப்போ உன் மனசு என்ன பாடு படுதுன்னு பாரு. தூ... வெட்கம் கெட்டபயலே, டெலிபோனையா வைக்கறே!" என்று ரிஸீவரை வைத்துவிட்டுத் திரும்பியவள், யாமினி மீது தன் கோபத்தைக் காட்டினாள். "ஏன்டி, இவன்தான் உன் பிரெஞ்ச் கிளாஸ் ஃப்ரெண்டா? இதுக்கா உங்கம்மாவும் அப்பாவும் உன்னைக் காலேஜுக்கு அனுப்பறாங்க? கஷ்டப்பட்டு சம்பளம் கட்டி, புஸ்தகம் வாங்கிக் கொடுத்து, துணிமணி எடுத்துக் கொடுத்துப் படிக்க அனுப்பினால் இப்படியா அலையறே? இதுக்கு என் பெண்ணும் உடந்தையா? உன்னைப் பார்த்து நாளைக்கு

அவளும் இந்த மாதிரி செய்ய மாட்டாள்னு என்ன நிச்சயம்? இதோ... இப்பவே வந்து உங்கம்மாகிட்டே சொல்றேன் பாரு...”

விடுவிடுவென்று நடந்து வீட்டுக்கு வந்து அம்மாவிடம் அத்தனையும் சொல்லிவிட்டுப் போனதும், அம்மா, அவளைத் தலைமயிரைப் பிடித்திழுத்துக் கீழே தள்ளிக் கரண்டிக் காம்பால் விளாசினாள்.

“ஏன்டி, இதுக்கா உன்னைக் காலேஜுக்கு அனுப்பினேன்? இப்படியா பெற்றவங்களை ஏமாத்தறே? இனிமேல் காலேஜாவது ஒண்ணாவது? வீட்டை விட்டு வெளியே காலடி எடுத்து வச்சே, முறிச்சுப் போட்டுடுவேன். ஜாக்......”

இவள் சடாரென்று விழித்துக் கொண்டு எழுந்து உட்கார்ந்தாள். உடம்பு லேசாய் நடுங்கிற்று. வியர்வையில் முதுகோடு சட்டை ஒட்டிக் கொண்டது. நிஜமாகவே அடிபட்ட மாதிரி மூச்சு புசுபுசுவென்று அழுத்தமாய் வந்தது. பயத்தில் நாக்கு உலர்ந்து உதடுகள் வறண்டு கிடந்தன...

ஐயோ, காலேஜுக்குப் போகாமல் எப்படி இருப்பது? ஜெயில்கைதி மாதிரி வீட்டில் இந்த அம்மா அடைத்துப் போட்டுவிடுவாளே. வீட்டில் உட்கார்ந்து என்ன செய்வது? எத்தனை நேரம் ஜன்னல் கம்பிகளைப் பற்றிக் கொண்டு நின்று வானத்தை வெறிப்பது?

‘விழிகள் நட்சத்திரங்களை வருடினாலும்

விரல்களென்னவோ

ஜன்னல் கம்பிகளோடுதான்...!’

அது யார் கவிதை? நா.காமராசனா, அப்துல் ரஹ்மானா? இல்லை, இல்லை அது மு.மேத்தாவின் கவிதை வரிகள். இப்போது எதற்காக அது ஞாபகத்திற்கு வந்தது?

யோசித்ததும் சட்டென்று சியாமளாவின் அம்மா வந்து சொன்னது, தன் அம்மா கரண்டியைத் திருப்பிக் கொண்டு விளாசியது, இனி கல்லூரிக்குப் போகக் கூடாது என்றது, நான் ஜன்னல் கம்பிகளைப்

பிடித்துக் கொண்டு பார்வையால் வானத்தைத் துழாவியபோது மேத்தாவின் கவிதை ஞாபகத்திற்கு வந்தது...

சமையல் கட்டிலிருந்து வெளிப்பட்ட அம்மா, "என்னடி யாமினி, காலைல எழுந்திருச்சு, அப்படி உட்கார்ந்திட்டிருக்கே?" என்று அருகில் வந்து தோளைப் பிடித்து உலுக்கினதும்தான் அவளுக்குத் தன்னினைவு வந்தது.

அத்தனை நேரம் கண்டதெல்லாம் கனவு என்பது பிடிபட்டது. உள்ளுக்குள்ளிருந்து நிம்மதிப் பெருமூச்சு ஒன்று வெளிப்பட, ஆசுவாசப்பட்டவளாக அம்மாவை நிமிர்ந்து பார்த்துச் சிரித்தாள்.

"ஒண்ணுமில்லேம்மா... ஏதோ கனவு."

"கெட்ட கனவு ஏதாச்சும் கண்டியா?"

"ம்ஹூம்.... காலேஜ் ஃப்ரண்ட்ஸூன்னு ஏதோ..."

"எப்போ பார்த்தாலும் ஃப்ரெண்ட்ஸ் ஞாபகமே இருந்தால் கனவு வராமல் என்ன செய்யும். மணி ஆறரை ஆகப் போவுது. எழுந்திரிச்சுப் பல் விளக்கிட்டு வா. காப்பி கலந்து தரேன்."

பல் விளக்கி, முகம் கழுவிக் கொண்டு வந்தவள், அம்மா தந்த காப்பியைக் குடித்ததும் மெல்லக் கேட்டாள்.

"அம்மா, இன்னிக்கு ஒரு நாள் நீ காய் அரிஞ்சுக்க, இல்லாட்டி ரமாவைக் கூப்பிட்டு அரியச் சொல்லு. எனக்குக் கொஞ்சம் காலேஜ் வேலை இருக்கு. இன்னிக்கு மீட்டிங் ஒண்ணு இருக்கு. அதுல நான் பேசப் போறதால் கொஞ்சம் நல்லா டிரெஸ் பண்ணிட்டுப் போவணும்."

"ஆமாம். முக்கால்வாசி நாள் மீட்டிங், அது இதுன்னு நீ காலேஜ் விட்டு லேட்டாத்தானே வரே? இன்னும் நாலு நாள்ல உங்கண்ணன் புறப்படப் போறானில்ல? இந்த நாலு நாளும் காலேஜுக்கு லீவு போட்டுட்டு அவன் கூட இருந்தால் என்ன?"

"இன்னிக்கு ஒரு நாள் போயிட்டு வந்துடறேம்மா. நாளையிலிருந்து லீவு எடுத்திட்டு அண்ணன் கூட இருக்கேன். இன்னிக்கு முக்கியமான மீட்டிங். அதனால்தான் லீவு எடுக்கத் தயங்கறேன்."

                        கன்னத்தில் முத்தமிட்டால்

"சரி. நாளையிலிருந்துதான் எடு."

"அப்போ நான் குளிச்சிட்டு வந்துடறேம்மா." அம்மா தன்னை விட்டால் போதும் என்கிற நிம்மதி உணர்வோடு குளியலறைக்குள் போய்க் கதவைச் சாத்திக் கொண்டாள்.

தன் வீட்டு வாசலில் தயாராக நின்றிருந்த சியாமளா இவளோடு வந்து சேர்ந்து கொண்டாள். இருவரும் பேசியவாறே நடந்தனர்.

"என்ன யாமினி, இன்னிக்குக் காலேஜ் வாசல்ல சந்திரி பிரசன்னமா?"

"பேசிட்டு வந்துவிடுவியா, இல்லே வெளில எங்கேயாவது போகிற உத்தேசமா?"

"வெளில போகணுமாம். போன்லயே உத்தரவு போட்டாச்சு."

"எங்க போகப் போறே?"

"வேற எங்கே சியாமா, ஏதாவது ரெஸ்டாரண்ட், ஒரு இங்கிலீஷ் சினிமா, வீடுதான்."

"ஜாக்கிரதை. சாயந்தரம் மட்டும் கொஞ்சம் சீக்கிரம் வீடு திரும்பிடு. விளக்கு வச்சிட்டால் உங்கம்மா தேடிட்டு வந்துடப்போறாள். அப்புறம் என்னால சமாளிக்க முடியாது. இனிமேல் சொல்லப் புதுசாத்தான் பொய்யைத் தேடணும்."

"எனக்கே பயமா இருக்கு. அண்ணன் வேற சுற்றிட்டே இருக்காரா? அவர் கண்ணுல, சொந்தக்காரங்க யார் கண்ணுலயாவது பட்டுடப் போறோமேன்னு திகிலாத்தான் இருக்கு. அப்படி ஏதாவது தெரிஞ்சுதோ எங்கம்மா கொன்னு போட்டுடுவாங்க."

"அப்படி இருக்கிறபோது கல்யாணம் எப்படிச் செய்துக்கப் போறே?"

"அதுவும் பயமா இருக்கு. இன்னும் நான் சந்திரிகிட்டே கல்யாணப் பேச்சே எடுக்கலை. இப்போ எடுக்கவும் முடியாது. என் படிப்பு அவரோட படிப்பு எல்லாம் முடியணும் இல்லியா?"

"அதற்கு முன் இதற்கு மட்டும் என்ன அவசரம்?" என்று கேட்க நினைத்த சியாமளா, கேட்காமல் மௌனமாகக் கல்லூரியை நெருங்கினாள். வாசல் கேட்டைவிட்டுச் சற்றுத் தள்ளி மர நிழலில் ஆரஞ்சு வர்ண ஸ்கூட்டரில் சாய்ந்து நின்று கொண்டிருந்த சந்திரி என்று பெண் பெயரிட்டு அழைக்கப்பட்ட அவன் ரவிச்சந்திரன் என்கிற இருபத்திரண்டு வயது அழகான இளைஞன். சட்டக் கல்லூரி மாணவன். தூரத்தில் யாமினி வரும்போதே சுறுசுறுப்பானான். சம்யுக்தையைக் குதிரை மீது தூக்கிச் சென்ற பிரித்விராஜ் மாதிரி ஸ்கூட்டரில் யாமினியை ஏற்றிப் புறப்படத் தயாராக நிற்க, யாமினி சியாமளாவிடம் கேட்டாள்:

"வரியாப்பா, ஜஸ்ட் ஹலோ சொல்ல?"

"ம்ஹூம். வேணாம். நீ சட்டுனு கிளம்பு. நல்ல வேளையாய், காலேஜ் வாசல்ல யாருமில்லே. பெல் அடிச்சுப் பிரேயர் நடக்கிறதுபோல இருக்கு. அதான் யாரையும் காணோம். நான் வந்தால் வெறும் ஹலோவோடு நிற்க முடியாது. நாலு வார்த்தையாவது பேச வேண்டியிருக்கும். அதற்குள் யாராவது வந்து, அவங்க கண்ணில் படுகிற ஆபத்து இருக்கு. அதைவிட நான் இப்படியே காலேஜுக்குப் போறேன். நீ இப்படியே எங்கே போறியோ போ."

அந்த ஐந்து நட்சத்திர ஓட்டலின் அரை இருட்டு ரெஸ்டாரண்டின் குளிர்ச்சியில் உட்கார்ந்து ஐஸ்கிரீமைச் சுவைத்தபடி எதிரில் இருந்த யாமினியையே பார்த்துக் கொண்டிருந்த ரவிச்சந்திரன் குறும்புச் சிரிப்போடு ஆரம்பித்தான்.

"இப்படி ஐஸ்க்ரீம் சாப்பிடறபோது உனக்கு என்ன நினைவுக்கு வருது யாமினி?"

"ஐஸ்க்ரீம் சாப்பிடறபோதா?" என்று யோசித்தாள் அவள். பின்னர், "ஒண்ணும் நினைவுக்கு வரலியே!" என்று விழித்தாள்.

"ஒண்ணுமே வரலியா?"

"ம்ஹூம்... ஒண்ணும் வரலை."

 கன்னத்தில் முத்தமிட்டால்

"மக்கு மக்கு, சில்லுனு ஐஸ்க்ரீம் தொண்டையில் குளிர்ச்சியாய் இறங்கறபோது என் ஞாபகம் வரலையா?"

"உங்க ஞாபகமா? ம்ஹூம், வரலை."

"என்னை நினைக்கிறபோது ஏற்படும் குளிர்ச்சி இதுல இல்லையா?"

"உங்களை நினைத்தால்தானே குளிர்ச்சி ஏற்பட?"

"அப்போ என்னை நினைக்கிறதே இல்லையா?"

"ம்ஹூம்."

"அடிப்பாவி!"

"என்ன அடிப்பாவி? நினைப்பது நெஞ்சம். நெஞ்சமே நீயானால் நானென்ன நினைப்பது உன்னை நீயே நினைத்துக் கொள்."

"எப்படி எப்படி? திரும்பச் சொல்லு."

அவள் மறுமுறை சொல்ல, அவன் வாய் விட்டு சந்தோஷமாகச் சிரித்தான். "வாவ்! வாவ்! கிரேட். ஆமாம். இதென்ன சொந்தக் கவிதையா, இரவலா?"

"எப்படித் தெரியுது?"

"இரவல் வாசனை அடிக்குது."

"அடிக்குமே. பெரிய அல்சேஷியன் இவரு. மோப்பம் பிடிச்சுட்டாரு."

"ஏய்! என்னை நாய்ன்னா சொல்றே?"

"ஐய்யய்யோ. நான் அந்த வார்த்தையைச் சொல்லவே இல்லையே!'

"நீ பெரிய தமிழ்ப் புலவி. ஒளவையாரின் வாரிசு. புலவருக்கு அழகு சொல்லாமல் சொல்லுவது இல்லையா?"

ஐஸ்க்ரீம் கப்பைக் காலி பண்ணிவிட்டு, காப்பிக்கு ஆர்டர் செய்த யாமினி பதில் சொல்லாமல் சிரிக்க, அவன் பொய்யாய் முகத்தைத் தொங்கப் போட்டுக் கொண்டு சொன்னான்.

"முதல்ல நெஞ்சமே நீண்ணு கவிதை பாடறே, அப்புறம் நாய்னு சொல்லாமல் சொல்றே. நீ சொன்ன இந்த இரண்டில் எது நிஜம் என்கிறதையும் நீயே சொல்லிடு."

"ம்க்கும். பழக ஆரம்பிச்சு ஆறு மாசமாகப் போவுது. இன்னும் நான் சொல்லித்தான் தெரிஞ்சுக்கணும்னால் என்ன அர்த்தம்? இந்த ஆறு மாசப் பழக்கத்துல புரிஞ்சிட்டதுதான் என்ன?"

"ஆமாம். பெரிய ஆறு மாசப் பழக்கம். இந்த ஆறு மாசமும் எதிர் எதிர்ல உட்கார்ந்து ஐஸ்க்ரீமும் காப்பியும் சாப்பிட்டதைத் தவிர வேறு என்ன கண்டோம்?"

"வேறு என்ன காணணும்னு நினைக்கிறீங்க?"

"நீ ஒரு நாள் முழுசும் என்கூட இருக்கணும்."

"ஒருநாள் முழுசும்னால் ராத்திரிகூடவா?"

"வேணாம். ராத்திரி வேணாம். காலையிலிருந்து சாயந்தரம் வரை இருந்தால்கூடப் போதும்."

"அப்படித்தானே இப்போ இருக்கேன்."

"ம்ஹூம். அப்படி இல்லே."

"பின்னே, வேற எப்படி?"

"நாம ரெண்டு பேர் மட்டும் தனியா இருக்கணும். ஸில்வர் ஸாண்ட்ஸோ, கோல்டன் பீச்சோ போய்க் காட்டேஜ் எடுத்துத் தங்கணும்."

"ஐயய்யோ! அதெல்லாம் கல்யாணத்துக்கு அப்புறம்தான்."

"கல்யாணத்துக்கு அப்புறம் போறது சாதாரணமானது. எல்லோரும் செய்யறது. அதையேதான் நீயும் செய்வேன்னால் உன்கிட்டே என்ன ஸ்பெஷாலிடி இருக்கு?"

"அப்படிச் செய்தால்தான் ஸ்பெஷாலிடியா?"

"நிச்சயமா. இப்போ நீ வர்றது உனக்கு என் மேலுள்ள அன்பைக் காட்டும். நம்பிக்கையைக் காட்டும். எத்தனை ஆழமா என்னை நேசிக்கிறேன்றதைத் தெரியப்படுத்தும்."

                                              கன்னத்தில் முத்தமிட்டால்

"அப்படித்தான் தெரியுமா? இல்லையன்னால் தெரிஞ்சுக்க முடியாதா?"

"நிச்சயமா முடியாது. சத்தியமா முடியாது. என்னைப் பொறுத்தவரை என்னை முழுசா நம்பறவங்கதான் எனக்கு சினேகிதமா இருக்க முடியும். வெறும் சினேகிதத்துக்கே அப்படின்னால் வாழ்க்கைத் துணைவியாகப் போறவ இன்னும் எத்தனை நம்பணும்! அந்த நம்பிக்கை இல்லையன்னால் அப்புறம் அவளை எப்படித் துணையாக்கிக்க முடியும்? நீயே சொல்லு."

அவன் குரலிலும் முகத்திலும் தெரிந்த தீவிர பாவனை அவளைக் காயப்படுத்திற்று. நெஞ்சுக்குள் புதுவிதப் பயத்தையும் வலியையும் ஏற்படுத்தியது.

மிகவும் குழப்பமுற்றவளாக அவனை ஏறிட்டுக் கேட்டாள், "என்ன சொல்றீங்க நீங்க?"

"இத்தனைநாள் பழக்கத்துக்கு அப்புறமும் நீ இப்படி நடந்துக்கிறது எனக்குப் பிடிக்கலை. என்னைச் சந்தேகப்படறது பிடிக்கலை."

"நான் என்ன சந்தேகப்பட்டேன்?"

"சந்தேகமில்லையன்னால் ஏன் என்கூட வர மாட்டேன்ற?"

"வர மாட்டேன்னு எப்போ சொன்னேன்?"

"அப்படின்னா வரியா?" முகம் பிரகாசித்துக் கண்கள் பளபளக்கக் கேட்டான்.

"வரேன்..." அவளது குரல் தழைந்து தடுமாறிற்று.

"இப்படி இழுத்தால் எனக்குப் பிடிக்காது."

"இழுக்கலையே! சரியாத்தானே சொன்னேன்."

"சந்தோஷமாச் சொல்லு."

அவள் மெலிதாய்ப் புன்னகையை வரவழைத்துக்கொண்டு சொன்னாள்.

"வரேன்."

"எப்போ?"

"எங்கண்ணன் ஊருக்குப் போன உடனே."

"எப்போ போறார் உங்கண்ணன்?"

"பதினெட்டாம் தேதி."

"அப்போபத்தொன்பது, இருபது தேதிவாக்கில்நம்புரோக்கிராமை வச்சுக்கலாமா?"

"சரி."

"இப்பவே காட்டேஜ் புக் பண்ண ஏற்பாடு செய்யட்டுமா?"

"ம்..."

"சந்தோஷமாச் சொல்லு."

"சரி."

அதன் பின் அவன் சிரித்துச் சிரித்து உற்சாகமாகவும் சந்தோஷமாகவும் பேச, அவளுக்கு மெலிதாய் ஒரு கலவரம் படர்ந்து அழுத்தத் தொடங்கிற்று.

❖

                                   கன்னத்தில் முத்தமிட்டால்

10

வெளியில் எங்கோ அலைந்துவிட்டு அப்போதுதான் வீடு திரும்பியிருந்தான் சத்யா. வெய்யிலின் கடுமையும் அலைச்சலும் மிகவும் களைப்படையச் செய்திருந்தன. "கொஞ்சம் கழித்துச் சாப்பிட வரேம்மா" என்று சொல்லி உள் அறையின் மின்சார விசிறியைத் திருகி வேகமாய்ச் சுழலவிட்டு வெறும் தரையில் தலையணை ஒன்றை எடுத்துப் போட்டுப் படுத்தபோதுதான் வாசல் கதவின் அழைப்புமணி மெலிதாய் அழுத்தப்பட்டு உள்ளே சன்னமாக ஒலித்தது.

"சத்யா, கொஞ்சம் யார் பாரேன்" என்று சமையலறையிலிருந்தே குரல் கொடுத்தாள் அம்மா. "கை மாவாக இருக்குப்பா" என்று கூடவே சமாதானமும் சொன்னாள். அத்தனை அலுப்புக்கிடையிலும் மீற முடியாதவனாக எழுந்து போனான் அவன். கதவைத் திறந்ததும் சடாரென்று முகம் மலர்ந்தது. கண் அகன்று குரல் சந்தோஷமாய் வெளிப்பட்டது.

"அட சிவா! வாப்பா, வாங்க அத்தை" என்று வரவேற்றவன் உள்பக்கம் திரும்பி அம்மாவிற்குக் குரல் கொடுத்தான்.

"அம்மா, சிவாவும் அத்தையும் வந்திருக்காங்க பாரும்மா."

தேன்குழல் பிழிய மாவு பிசைந்து கொண்டிருந்த கமலம் அந்தக் கையுடனே வந்து, "வாங்க அக்கா. வா சிவா" என்றாள். உள்ளே வந்து அவர்கள் கூடை நாற்காலியில் உட்கார்ந்ததும், மின்சார விசிறியைச் சுழலவிட்ட சத்யா,

"அம்மா, முதல்ல இவங்களுக்குக் குடிக்க ஜில்லுன்னு ஏதாவது கொண்டு வா. நல்ல வெய்யில்ல வந்திருக்காங்க பாரு" என்றதும்

கமலம் உள்ளே திரும்ப, பாக்கியத்தம்மாள் தான் கொண்டு வந்திருந்த பட்சணப் பைகளுடன்,

"எப்படி இருக்கே கமலம். அண்ணா எப்படி இருக்காரு?" என்ற கேள்விகளுடன் அவளை இயல்பாய்ப் பின்தொடர்ந்தாள். சிவாவின் எதிரில் இன்னொரு கூடை நாற்காலியை நகர்த்திப் போட்டு உட்கார்ந்து கொண்ட சத்யா, சிவாவை மிகவும் பிரியமாய்ப் பார்த்துக் கேட்டான்.

"என்ன சிவா? வர்றதா லெட்டர் போடவே இல்லையே?"

"லெட்டர் போட ஏது நேரம்? நீ லண்டன் போறதா மாமா எழுதின கடுதாசி முந்தாநாள் சாயந்திரம்தான் கிடைச்சுது. உடனே அம்மாவும் நானும் கிளம்பி வந்து உன்கூட ரெண்டு நாளாவது தங்கறதுன்னு முடிவு பண்ணிட்டோம்."

"நீ வந்து என்கூட ரெண்டு நாள் தங்கறது பற்றி ரொம்ப சந்தோஷம். ஆனால் இதற்காக ஏன் இவ்வளவு கஷ்டப்பட்டு ஓடிவந்தே?"

"நல்லா கேட்டே சத்யா. இதற்கு வராமல் வேற எதுக்கு வரணும்? முதல்முறையா நம்ம குடும்பத்தில் நீ வெளிநாடு போறே. வழியனுப்பக்கூட வராமல் அப்படி என்ன வேலை எங்களுக்கு? எவ்வளவு சந்தோஷமா நாங்க ஓடி வந்திருக்கோம். இதைப் போய்க் கஷ்டம்னு சொல்றியே?"

அவனது பதிலைக் கேட்டு உருகிப் போனான் சத்யா. திரும்பச் சொல்ல வார்த்தைகள் கிடைக்காமல் திண்டாடினான். ஒரு விநாடி பேசாமல் இருக்க, அம்மா கொண்டு வந்த எலுமிச்சை ரஸத்தைப் பருகின பின், மெல்ல ஆரம்பித்து ஒவ்வொன்றாய்த் தொட்டுப் தொட்டுப் பேச்சு வளர்ந்தது. பகல் சாப்பாட்டிற்குப் பின்னர் இருவரும் கிளம்பி வெளியில் போனார்கள். மனமாரப் பேசியபடி காலாற நடந்தபோது குடும்ப விவகாரங்களைத் தொட்டனர்.

சிவா அவனது செலவிற்குத் தேவைப்படுமென்று நெல் போட்டுப் பணம் கொண்டு வந்திருப்பதைத் தெரியப்படுத்தினான். பின்னர்,

  கன்னத்தில் முத்தமிட்டால்

"சத்யா, உனக்காக ஃபுல் சூட் ஒண்ணு எடுத்துத் தரணும்னு ஆசைப்படறேன். இதை என்னுடைய எளிய பரிசாக நீ ஏற்றுக்கணும். தயவுசெய்து வேணாம்னு மறுத்துடாதே" என்று கெஞ்சினதும், நெகிழ்ந்து போனான் சத்யா. உடனே எதனாலோ யாமினியின் நினைவு வந்தது. இப்படிப்பட்ட நல்ல மனதுடைய ஒருவனை அவள் மறுப்பதில் துக்கப்பட்டது. இதைப் பற்றி அவன் யாமினியிடம் நேரிடையாகப் பேசாது போனாலும் அப்பா பேசினபோது உடனிருந்து கேட்டிருக்கிறான். அதற்கு யாமினியிடமிருந்து வந்த பதிலும் அவனுக்குத் தெரியும். சிவாவை அவள், 'கல்யாணராமன்' என்று கேலி செய்வதும், 'பட்டிக்காட்டு ஆள்' என்று அலட்சியப்படுத்துவதும் தெரியும். நிச்சயமாக அவள் அவனைக் கல்யாணம் பண்ணிக் கொள்ள மாட்டாள் என்பதும் தெரியும். அவளது மறுப்பில் தவறு எதுவும் இல்லை என்றாலும் இழப்பு இருப்பது நிஜம். சிவாவைப் போன்ற அன்பான, அடக்கமான, எல்லாவற்றிற்கும் மேலாக இவர்களின் குடும்பத்தில் விசுவாசமும் நேசமும் மிகுந்த இன்னொரு மனிதன் கிடைக்கப் போவதில்லை. யாரோ ஒரு மூன்றாம் மனித மாப்பிள்ளை இவர்களின் உதவிக்கு ஓடி வரப் போவதில்லை.

மாமா பையன் லண்டன் போகிறானே, செலவுக்குப் பணம் தேவைப்படுமே என்று நெல் போட்டுப் பணம் கொண்டு வரப் போவதில்லை. பரிசாக ஒரு சூட் வாங்கிக் கொண்டுதான் ஆக வேண்டுமென்று கட்டாயப்படுத்தப் போவதில்லை. ஆனால் இதையெல்லாம் சொல்லி யாமினியின் மனத்தை மாற்றிவிட முடியாது. அப்படி மாற்றவும் இவன் இஷ்டப்படவில்லை. வற்புறுத்தலினாலோ நன்றி விசுவாசத்திற்காகவோ செய்து கொள்வதில்லை கல்யாணம். பரஸ்பர அன்பு தேவை. காதல் தேவை. ஒருவருக்காக மற்றவர் உருகுகிற உருக்கம் தேவை. பெயரை நினைத்த மாத்திரத்தில் நெகிழ்ச்சி தேவை. இவை எதுவுமற்று செய்து கொள்கிற கடமை உணர்ச்சியில்லை கல்யாணம்.

அவனையும் மீறி ஆழமான பெருமூச்சு ஒன்று வெளிப்பட, மிக நிதானமாக, தன் பேச்சினால் சிவாவின் மனது புண்பட்டுவிடக் கூடாது என்கிற ஜாக்கிரதை உணர்வோடு ஆரம்பித்தான்.

"ரொம்ப நன்றி சிவா. எங்கள் மீது இவ்வளவு ஆழமா அக்கறைப்பட உன்னை விட்டால் வேறு யாரு இருக்காங்க, சொல்லு?"

மென்மையாய்ப் புன்னகைத்த சிவா,

"அதையே நானும் திருப்பிச் சொல்ல வேண்டியிருக்கும், சத்யா" என்றான்.

அந்த நிஜம் பிடிபட ஒரு விநாடிக்குப் பின் வருத்தம் கலந்த குரலில் தொடர்ந்தான் சத்யா.

"இதெல்லாம் நமக்குத் தெரியுது. ஆனால் யாருக்குத் தெரியணுமோ, அவங்க தெரிஞ்சுக்க மாட்டேன்றாங்களேப்பா."

"யாருக்குத் தெரியணும்னு நீ நினைக்கிற சத்யா?"

"உனக்குத் தெரியும் சிவா, நான் யாரைச் சொல்றேன்னு."

"இல்லே, தெரியலே."

"யாமினியைத்தான் சொல்றேன்."

"ஓ!" என்று முகம் மாறாமல், புன்னகை மாறாமல், அவனைத் திரும்பிப் பார்த்த சிவா அமைதியாகப் பேசினான்.

"சத்யா, நீ எல்லாம் தெரிந்தவன். என்னைவிட ரொம்பப் படிச்சவன். உனக்கு நான் சொல்லணும் என்கிற அவசியமில்லை. சில விஷயங்கள் நடக்காதுன்றது தெரிந்தப்புறம் அதையே மனசுல போட்டு வதைச்சுக்கிறதில் பிரயோசனமில்லை. இனிமேல் நாம் செய்ய வேண்டியது, யாமினிக்கு ஏற்றவனா, அவ மனசுக்குப் பிடிச்சவனா தேடித் தர வேண்டியதுதானே தவிர - நாம் நினைச்சபடி நடக்கலையேன்னு ஆதங்கப்படுவது இல்லை. அனாவசியமா எண்ணங்களை வளர்த்துக்கிறவன்தான் அவஸ்தைப்படுவான். அந்த மாதிரி எந்தக் கற்பனையையும் வளர்த்துக்காத காரணத்தால் எனக்குள் எந்த ஏமாற்றமுமில்லை.

                கன்னத்தில் முத்தமிட்டால்

நானோ யாமினியோ நினைக்காத ஒன்றை நீங்களாகவே நினைச்சு ஏன் கஷ்டப்படுத்திக்கறீங்கன்னே புரியலை. ஒருவேளை நான் பாதிக்கப்பட்டிருப்பேனோ என்கிற எண்ணமே வேண்டாம் சத்யா. நான் ரொம்பத் தெளிவா இருக்கேன். சந்தோஷமா பேசறேன். அதனால் இனிமேல் இந்த விஷயம் பற்றி யாரும் பேசவும் வேணாம். உள்ளுக்குள்ளே வருத்தப்படவும் வேணாம். இப்போ மாதிரி நான் எப்போதும் உங்க சிவாவாக இருக்கத்தான் ஆசைப்படறேன். புரியறதா சத்யா?"

ஓர் வினாடி பதில் எதுவும் சொல்லாமல் அவனையே பார்த்துக் கொண்டு நின்ற சத்யா, பின்னர் சட்டென்று அவனது கையைப் பற்றிக் கொண்டான்.

"புரியுது சிவா. புரிந்தது மட்டுமில்லே. எனக்கும் பளிச்சுன்னு ஒரு தெளிவு ஏற்பட்டிருக்கு. இனிமேல் இதைப் பற்றிப் பேசவும் மாட்டேன். வருத்தப்படவும் மாட்டேன். வீட்டு மாப்பிள்ளையாகாமற் போனாலும் நீ எங்க சிவாதான். எப்போதும் எங்க சிவாதான்."

அதன் பின்னர் கனமான மெளனம் அழுத்த, இருவரும் மெல்ல நடந்து வந்து வீடு சேர்ந்தனர்.

இரண்டு நாட்கள் பேச்சும் சிரிப்பும் அரட்டையுமாகக் கழிந்து, சத்யா புறப்படுகிற நாள் வந்தது. அன்று காலை அம்மாவோடு போய் கங்காதரனை வணங்கிவிட்டு வந்தான்.

"ஒரு கவலையும் வேணாம் கமலம். உன் பிள்ளைக்கு எல்லா ஏற்பாடுகளும் செய்திருக்கேன். இவன் தங்க ஒரு தமிழ்க்காரங்க வீட்டிலேயே இடம் கொடுக்கச் சொல்லியிருக்கேன். தினமும் இவனுக்கு சாதம், சாம்பார் எல்லாம் கிடைக்கும். அதனால பிள்ளையைப் பற்றின பிரச்சினையை விட்டு சந்தோஷமாக அனுப்பிவை."

"நீ இருக்கிறபோது எனக்கு என்னண்ணா பிரச்சினை?" என்று நிஜமாகக் கண் கலங்கிச் சொல்லிவிட்டுக் கிளம்பினாள். "வரேண்ணா. வீட்டுல ஏகப்பட்ட வேலை இருக்கு."

"ராத்திரி பத்து மணிக்குத்தானே உனக்கு ப்ளைட் சத்யா? முடிந்தால் ஏர்போர்ட்டுக்கு வரேன். ஐ விஷ் யு ஆல் த பெஸ்ட்."

சொன்னாரே தவிர, கங்காதரன் விமான நிலையத்துக்கு வரவில்லை.

அம்மா, அப்பா, அத்தை, சிவா, யாமினி, ரமா, நித்தியானந்தம் எல்லோரும் வந்திருந்தார்கள். பத்து மணி விமானத்திற்கு எட்டு மணிக்கே வீட்டை விட்டுப் புறப்பட வேண்டும் என்றார் அப்பா. இரண்டு டாக்ஸிகள் ஏற்பாடு செய்திருந்தார். புறப்படு முன் தெருக்கோடிப் பிள்ளையாருக்குச் சூறைத் தேங்காய் உடைக்க வைத்தார். நிற்க வைத்து திருஷ்டி சுற்றிப் போடச் சொன்னார். ஆரத்தி எடுக்க வைத்தார். டாக்ஸியில் ஏறி உட்காருகிறவரை, "எல்லாம் எடுத்து வைத்துக் கொண்டாயா சத்யா? அம்மா உனக்காகச் செய்திருந்த பருப்புப் பொடி, ஊறுகாய் எதையாவது மறந்து வச்சிடப்போற? அத்தை கை முறுக்கு கொண்டு வந்தாளே, அதை எடுத்துக்கிட்டியா? ஏர் டிக்கெட், பாஸ்போர்ட் எல்லாம் ஜாக்கிரதைப்பா. கோட் பாக்கெட்டுலேயே வச்சுக்க" என்று மாறி மாறி ஞாபகப்படுத்திக் கொண்டிருந்தார்.

விமான நிலையம் வரை அமைதியாக வந்த அம்மா அதன் பின் மெதுவாகக் கண் கலங்க ஆரம்பித்தாள். நிலையத்தில் வரிகட்டிச் சீட்டு வாங்கி டிக்கெட் சரிபார்த்துப் பெட்டிகளை எடை போட்டு அதற்கான அடையாளச் சீட்டு ஒட்டி மறு சீட்டை வாங்கிக் கொண்டு செக்யூரிட்டி பரிசோதனைக்கு முன் மீண்டும் திரும்பி வந்து அம்மா, அப்பா, அத்தை கால்களைத் தொட்டுக் கண்களில் ஒற்றிக் கொண்டான். "போயிட்டு வரேம்மா, வரேம்ப்பா, வரட்டுமா அத்தை?" என்றபோது குரல் கரகரத்தது. கண்ணோரம் நீர்கட்டிக் கொண்டு நின்றது. அதை மறைக்கச் சடாரென்று திரும்பி யாமினியின் கைகளைப் பற்றிச் சொன்னான்.

"வரேன் யாமினி. அம்மா சொல்றபடி கேட்டு நல்லபடி நடந்துக்க. என்ன?"

அவள் கலங்கின கண்களைத் துடைத்தபடி மெல்லத் தலையாட்டினாள்.

"எது வேணுமோ தயங்காமல் எழுது. வரும்போது வாங்கிட்டு வரேன்."

    கன்னத்தில் முத்தமிட்டால்

"எதுவும் வேணாண்ணா. நீ நல்லபடி திரும்பி வந்தால் போறுண்ணா."

"நான் நல்லபடி திரும்பிவிடுவேன். நீ ஜாக்கிரதையா இரு. அம்மாவுக்கு வாயடிக்காதே" என்றவன், ரமாவை நெருங்கி, "வரட்டுமாம்மா?" என்று கன்னங்களைத் தட்டி விடைபெற்றான்.

"நீ கேட்ட அத்தனை டிரஸ்களையும் வாங்கிட்டு வரேன்."

"நித்யா, மறக்காமல் உனக்கு ஸெமன்ஸ் பாட், என்ன? நல்லா படிக்கணும். அதைவிடச் சண்டை போடாமல் அம்மாவுக்கு அடங்கி நடக்கணும், என்ன?" என்றவன், கடைசியாக சிவாவின் எதிரில் வந்து அவன் கையையப் பற்றி அழுத்தி ஒரு விநாடி பேசாமல் நின்றான். சிவாவின் முகத்தை இமைக்காமல் பார்த்தபடி இருக்க, சிவா மெல்ல அவன் முதுகில் தட்டி,

"போயிட்டு வா சத்யா. எந்தக் கவலையும் இல்லாமல், எதற்குப் போறியோ அந்தக் காரியத்தைக் கவனி. இங்கே உனக்குப் பதிலாக நான் பிள்ளை மாதிரி இருந்து கவனிச்சுக்கறேன்" என்றதும்,

"அந்தத் தைரியத்துலேதான் கிளம்பறேன்" என்ற பதிலோடு சடாரென்று திரும்பி எல்லோருக்குமாகச் சேர்த்துப் பாதுகாப்புப் பரிசோதனை அறைக்குள் நுழைகிறவரை கையாட்டினான்.

அவனது உருவம் அறைக்குள் நுழைந்து மறைந்த பின்னரும் வெளியில் அவர்கள் ஒரு வெறுமை உணர்வுடன் நின்று கொண்டிருந்தனர்.

பிரிவைத் தாங்க இயலாமல் அழுத கமலத்தை மாறி மாறிச் சமாதானப்படுத்தினர். அடுத்த முக்கால் மணி நேரத்தில் விமானம் புறப்படப் போகிற அறிவிப்பிற்குப் பின்னர் வெளியில் ஓடி வந்து தலைக்கு மேல் அந்த ஏர் - இந்தியா விமானம் தங்களைக் கடந்து செல்வதைப் பார்த்த பின்னரே கனத்த மனமும், பேச்சற்ற மௌனமுமாகத் திரும்பி வந்து டாக்ஸியில் ஏறிக் கொள்ள, விமான நிலையத்தை விட்டு டாக்ஸி வெளியே வந்து தன் வேகத்தை அதிகரித்துக் கொண்டது.

11

விமான நிலையத்திலிருந்து வீடு வருகிறவரை யாரும் பேசவில்லை. கனத்துக் கிடக்கும் மனம் பேசினால் தளும்பிவிடுமென்ற பயத்தில் மௌனமாகவே திரும்பினர். வந்தபோது இரண்டாக இருந்த டாக்ஸி, திரும்பும்போது ஒன்றாயிற்று. அந்த அம்பாஸிடர் டூரிஸ்ட் வண்டியில் அடைந்தவாறே வீடு திரும்பினர்.

"ஏம்ப்பா, ஏர்போர்ட்டிலிருந்து நாம் வீட்டுக்கு வரவே இருபது நிமிஷமாயிடுச்சு. இதற்குள் சத்யாண்ணா பம்பாய் போய்ச் சேர்ந்திருப்பாரில்லே?" என்று அமைதியை உடைத்து ரமாதான் முதலில் ஆரம்பித்து வைத்தாள்.

"சீ... சீ... பிளேன் பம்பாய் போக ரெண்டு மணி நேரமாகும்" என அதை மறுத்தான் நித்யா.

"இல்லே நித்யா, சரியா பதினொன்று நாற்பதுக்கு சத்யா பம்பாயில் இருப்பான்." சிவா மெதுவாக விளக்கமளிக்க, ரமா மீண்டும் கேட்டாள்.

"உடனே அண்ணன் லண்டனுக்குப் புறப்பட்டு விடுவாரில்ல?"

"ம்ஹூம். நாளை காலைலதான் திரும்ப விமானம். அது வேற விமானம். லண்டன் வழியா அமெரிக்கா போகிற விமானம்."

"அப்போ ராத்திரி முழுசும் அண்ணன் எங்கே தூங்குவாரு?"

"தூங்கறதெங்கே? உட்கார இடம் கிடைச்சதுன்னால் நாற்காலியில் சரிந்து லேசா கண்களை மூட வேண்டியதுதான்."

"பாவம். ராத்திரி முழுசும் தூங்காமல் உட்கார்ந்திட்டேவா இருக்கணும்?"

"இன்னிக்கு ஒரு நாளைக்கு நீ பாவப்படறியேடி. இனிமேல் அவனுக்கு அங்கே எங்கே சாப்பாடோ? எந்த இடத்தில் தூக்கமோ? நம்ம மனுஷங்கன்னு யாருமில்லாத இடத்துக்குப் போறானே குழந்தை?" சொல்லிவிட்டுக் கமலம் விசும்பத் தொடங்க, யாமினி தன் எரிச்சலை வெளிக்காட்டினாள்.

"ஏம்மா, அங்கே இருக்கிறவங்களும் மனுஷங்கதாம்மா. மிருகங்கள் வாழற காட்டுக்கு அனுப்பிடலை உன் மகனை. வசதியும் நாகரிகமும் நிறைந்த நாட்டுக்குத்தான் அனுப்பியிருக்காரு உங்கண்ணன். இந்தப் புளிச் சாம்பாரும், காரக் குழம்பம் கிடைக்காமல் போனால் ஒண்ணும் குறைஞ்சு போயிடாது."

"அது சரி. நீ சொல்லுவே. நாளைக்குக் கல்யாணமாகி ஒண்ணு பெற்றால் இல்லே தெரியும் அருமை."

"நான் ஒன்றும் உன்னை மாதிரி இப்படி அஞ்ஞானப்பட்டுப் புலம்பிட்டிருக்க மாட்டேன்."

"இப்ப இப்படித்தான் பேசுவே."

"இப்ப மட்டுமில்லே, எப்பவும் ஒரே பேச்சுதான். சொன்னதை மாற்றிக்கிற பழக்கம் என்கிட்ட இல்லை. உன்னை மாதிரியில்லை நான்."

"நான் பாட்டுக்குப் பேசாமல்தானே வந்தேன். பிள்ளையை அனுப்பிட்டு வீட்டுக்குள் நுழையப் பிடிக்காமல் நான் கஷ்டப்பட்டுட்டிருக்கேன். நீ ஏன்டி அனாவசியப் பேச்செல்லாம் பேசற?"

"அனாவசியமாப் பேசலைம்மா. அதான் ஏன் வருத்தப்படணும்னு கேட்கறேன். யாரும் லண்டனுக்கு அனுப்பினதுக்கு வருத்தப்படுவாங்களா? ஏதோ இலங்கைக்கு அனுப்பின மாதிரி ஏன் சங்கடப்படணும்கிறதுதான் என் கேள்வி?"

சட்டென்று இடையில் குறுக்கிட்டு யாமினியின் பேச்சிற்கு பாக்கியத்தம்மாள் ஒரு முற்றுப்புள்ளி வைத்தாள்.

"சரி, யாமினி. நாங்க அந்தக் கால மனுஷங்க, பெற்ற மனசு கேட்கலை. உங்களை மாதிரி படிச்சு, விஷயம் தெரிஞ்சுவங்களா இருந்தால் அஞ்ஞானம் விட்டுப் போயிருக்கும். சமையல்கட்டும் கொல்லையும் தவிர வேறு தெரியாத எங்களுக்கு இப்படித்தான் மனசு பித்துப்பிடிச்ச மாதிரி அடிச்சிக்கும். இதுவரை அம்மா சத்யாவை விட்டுப் பிரிந்து இருந்ததேயில்லை இல்லே? அதான் ரொம்ப வருத்தப்படறாங்க. நாலைந்து நாள் போனால் சரியாய்ப் போயிடும். அதுவரை அவங்க வருத்தத்துல என்ன பேசினாலும் நாமதாம்மா ஆறுதலா பதில் சொல்லணும்."

"அதான், நீங்க சொல்றீங்களே. நான் வேற கூடச் சேர்ந்து சொல்லணுமாக்கும்?"

நறுக்கென்று பதில் வந்ததும், யாமினியை அப்பா கோபமாய்ப் பார்த்து அதட்டல் போட்டார்.

"உஷ். என்ன இது? பெரியவங்க சின்னவங்கன்ற வித்தியாசமில்லாமல் வாயாடிக்கிட்டு? பேசாமல் உள்ளே போய்ப் படுக்கிற வழியைப் பாரு."

யாமினி விடுவிடுவென்று நடந்து உள்ளே போனதும் ராமலிங்கம் தங்கையைப் பார்த்தார்.

"இந்தப் பொண்ணு ஒண்ணுதான் இப்படிப் பட்டுப்பட்டுனு பேசுது" என்றார்.

"சின்ன வயசுதானே அண்ணா. இன்னும் கொஞ்சம் போனால் தானே மாறிப்போயிடும். அஞ்சு விரலும் ஒரே மாதிரியா இருக்குது?" என்ற பாக்கியத்தம்மாளின் பதிலில் கமலத்திற்கும் சுறுசுறுவென்று வந்தது. கணவனை ஏறிட்டுக் கேட்டாள்.

"அவ இப்ப என்ன தப்பாப் பேசிட்டான்னு வாயாடின்னு சொல்றீங்க? அண்ணன் லண்டனுக்குத்தானே போயிருக்கு, அதுக்கு ஏம்மா அழறேன்னு என்னைத்தானே கேட்டா? இதுக்குப் போய் ஏன் நீங்களா வாயாடிப் பட்டம் கட்டிவிடறீங்க? நம் குழந்தைகளை நாமளே மட்டப்படுத்திப் பேசினால் மற்றவங்களுக்கும் இளப்பமாகத்தானே போகும்."

                                        கன்னத்தில் முத்தமிட்டால்

"நான் இப்போ மற்றவங்கன்னு சொல்லும்படி யார் எதிர்ல பேசிட்டேன்? நம்ம பாக்கியமும் சிவாவுமா மற்றவங்க?"

வார்த்தைகள் சூடேறி மனத்தைக் காயப்படுத்திவிடக் கூடாதென்ற பயத்தில் மிகச் சாமர்த்தியமாகக் குறுக்கிட்டுத் திசை திருப்பினான் சிவா.

"மாமா, நாமெல்லாம் சாப்பிட்டுவிட்டுக் கிளம்பினோம். ஆனால் இன்னும் மாமியும் அம்மாவும் சாப்பாடே சாப்பிடலை பாருங்க. இப்போதே மணி பதினொன்றாயிடுச்சு. சத்யாகூட பம்பாய் போய் இறங்கியிருப்பான். நாம் என்னடான்னால் பேசிட்டே நிற்கறோம். வாங்க மாமா, படுக்கலாம். அவங்க சாப்பிடட்டும்." அவர்கள் இருவரும் முன் அறைக்குள் நுழைந்ததும் பாக்கியத்தம்மாள் கமலத்தைக் கூப்பிட்டாள்.

"வாங்க அண்ணி, பகல் சாப்பாடே நீங்க சரியா சாப்பிடலை. காலையிலிருந்து வெறும் காப்பியைக் குடிச்சு வயிற்றை ரொப்பிட்டிருக்கீங்க."

"ம்ஹூம். நான் வரலை. எனக்குப் பசியே இல்லை."

"பசி இல்லாட்டிப் போனாலும் பரவாயில்லை அண்ணி. பிள்ளையைத் தூர தேசம் அனுப்பி வச்சிட்டு வெறும் வயிற்றோட படுக்கக் கூடாதுன்னு சொல்லுவாங்க. அவனுக்காக ரசமோ மோரோ விட்டு ஒரு பிடி பெயருக்காகச் சாப்பிடுங்க."

மகனின் நல்வாழ்வு என்கிற வார்த்தையைக் கேட்டதும் மறுபேச்சு எதுவுமின்றி பாக்கியத்தம்மாளைப் பின்தொடர்ந்து, சாப்பிட்டதாகப் பெயர் பண்ணிவிட்டு எழ...

"நீங்க காலையிலிருந்து ஒரு நிமிஷம்கூட உட்காராமல் அலையறீங்க அண்ணி. போய்ப் படுத்துக்குங்க. நான் அடுக்களையைச் சுத்தம் பண்ணிட்டு வரேன்" என்று மனமறிந்து பாக்கியத்தம்மாளிடமிருந்து இதமாய் வார்த்தைகள் வெளிப்பட, அதற்கெனக் காத்திருந்தவளாக கமலம் அடுக்களையை விட்டு வெளியேறினாள்.

கூடத்து மூலையில் வெறும் தலையணையைப் போட்டுக் கொண்டு படுத்தபோது, பம்பாய் விமான நிலையத்தின் நாற்காலி ஒன்றில் சத்யா தூங்கும் வசதி ஏதுமற்று உட்கார்ந்து தவிப்பான் என்று சிவா சொன்னது ஞாபகத்திற்கு வர அவளுக்குள் மீண்டும் வருத்தம் ஏற்பட்டது. 'சாப்பாட்டிற்கும் டிபனுக்கும் எப்படி அலையப் போகிறானோ?' என்று தோன்றிற்று. அவனுக்கு அடை பிடிக்கும். அரிசி உப்புமா பிடிக்கும். இடியாப்பமும் மோர்க் குழம்பும் பிடிக்கும். ஒரு வருஷத்திற்கு இதையெல்லாம் யார் செய்து தரப் போகிறார்கள்? வெறும் ரொட்டியும் வெண்ணெயும் ஜாமும் எத்தனை நாள் சாப்பிட முடியும்? அதெல்லாம் அவனுக்கு இறங்காதே. காய்ச்சலில் படுத்தால்கூட ரொட்டி சாப்பிட மாட்டான். என்றாவது காலை டிபன் செய்ய முடியாமல் போய் ரொட்டி வாங்கி வைத்தால் முகத்தைச் சுளிப்பான். சாப்பிடாமலே போய்விடுவான். அப்படிப்பட்டவனை மாதக் கணக்கில் ரொட்டி சாப்பிடச் சொன்னால் எப்படி இறங்கும்?

மகனின் சாப்பாட்டுப் பிரச்சினையில் அந்த அம்மாள் தூக்கமற்றுப் போனாள். பின் ஒவ்வொரு பிரச்சினையாக நினைவிற்கு வந்து கடைசியில், 'தன் மகன் மகனாகத் திரும்பி வருவதற்குப் பதில் யாருடைய கணவனாகத் திரும்பி வரப் போகிறானோ!' என்கிற, அடி மனதில் ஆழமாகப் புதைந்திருந்த பயம் மீண்டும் மெதுவாகத் தலைகாட்டிய தருணத்தில் முற்றிலும் தூக்கமற்றவளாகத் தடுமாறிப் புரண்டு புரண்டு படுத்து,

'முருகா... என் மகனை என் மகனாகவே கொண்டு வந்து சேர்த்திடு. உன் சந்நதிக்கு வந்து பாலாபிஷேகம் செய்து வைக்கிறேனப்பா!' என்று வேண்டி மனத்திற்குள்ளாகவே கந்த சஷ்டி கவசம் சொல்ல ஆரம்பித்து மெதுவாகக் கண்களை மூடிக் கொண்டாள்.

அதே மாதிரி பம்பாய் விமான நிலைய நாற்காலி ஒன்றில் சரிந்து உட்கார்ந்து தூங்க வேண்டும் என்ற நினைப்பிற்கும், தூக்கம் வராத நிலைமைக்கும் இடையில் தவித்துக் கொண்டிருந்தான் சத்யா. அந்தச் சின்ன பிளாஸ்டிக் நாற்காலியில் கால்களை நீட்டி உட்கார முடியவில்லை. கைப்பையாகக் கொண்டு வந்திருந்த டிராவல் தோள்பையை மடியில் வேறு இருத்தி வைத்துக் கொள்ள நேர்ந்தது.

  கன்னத்தில் முத்தமிட்டால்

அதனுள் பாஸ்போர்ட், விமான டிக்கெட் எல்லாம் இருந்தன. எல்லாவற்றிற்கும் மேலாக முதல் விமானப் பயணமானதால் இன்னமும் பயமும் சந்தேகமும் தெளியவில்லை.

சென்னை விமான நிலையத்தில் விமானமேறியபோதே மனத்திற்குள் இந்தப் பயம் இருந்தது. கஸ்டம்ஸ், பாதுகாப்புப் பரிசோதனை இரண்டிலும் படபடப்பு அதிகமாயிற்று. அதனாலேயே ஜன்னலை ஒட்டிய இருக்கை கேட்க நினைத்து, கேட்காமலேயே தவறவிட்டான். தன் பக்கத்தில் உட்கார்ந்த அந்த வட இந்தியரைப் பார்த்து ஸீட் பெல்ட்டின் வாயை விலக்கி மறுபக்கத்தை மாட்டக் கற்றுக் கொண்டான். முன்பக்க மரப்பலகையை இழுத்து, உணவு உண்ணப் பழகிக் கொண்டான். எல்லாமே பக்கத்து இருக்கைக்காரர் என்ன செய்கிறார், எதை எப்படிக் கையாள்கிறார் என்பதைக் கவனிக்காத மாதிரி கவனித்து, அதுபோலவே செய்து சமாளித்தான். ஒருமுறை எழுந்து குளியலறைக்குப் போய்த் தள்ளாடாமல் நடந்து திரும்பிவந்தான்.

பம்பாயில் இறங்கினபோது விமானப் பயணம் பழகிவிட்டது. 'இவ்வளவுதானா?' என்கிற மாதிரி சாதாரணமாகிவிட்டது. மிகச் சுலபமாகச் சமாளிக்கிற விஷயமாகிவிட்டது. இதுபோலவே லண்டனிலும் சமாளித்துக் கொண்டுவிடலாம் என்கிற நம்பிக்கையும் சமாதானமும் ஏற்பட அவனுக்குள்ளிருந்த பயம், படபடப்பு எல்லாம் அடங்கி நிதான நிலைக்கு வந்திருந்தாலும் கைப்பையைப் பாதுகாக்கிற பத்திர உணர்ச்சியும் கூடவே மேலோங்கி அவனைத் தூங்கவிடாமல் செய்தது. வழுக்குகிற பிளாஸ்டிக் நாற்காலியில் சரிந்து சரிந்து உட்காருகிற சிரமம் பெரிதாய்த் தெரிய, எழுந்து கொண்டபோது உடைமைகளை அடையாளம் காட்டக் கூப்பிட்டார்கள். கூட்டத்தோடு இவனும் ஒருவனாகப் போய் மேலே பெயரும் லண்டன் விலாசமும் எழுதியிருந்த தன் பெட்டிகளை அடையாளம் காட்டிவிட்டுத் திரும்பிவந்து ஒரு கோப்பை டீ குடித்து, கௌண்டருக்குப் போய் எப்போது மறுவிமானம் என்பதை விசாரித்தான்.

"வீ வில் அனவுன்ஸ் ஷார்ட்லி" என்ற பதில் வந்தது.

அதற்கு மேல் கேட்பதில் பயனில்லையென்று உணர்ந்து மீண்டும் நாற்காலிக்குத் திரும்பி எதிர் நாற்காலி ஆளற்றுக் காலியாக இருக்கவே, அதில் கால்களைத் தூக்கிப் போட்டு நன்றாகத் தூங்கிப் போனான்.

மீண்டும் தோளில் விழுந்து ஒரு கை தட்டி எழுப்பக் கண் விழித்தான். சென்னையிலிருந்து அவனது பக்கத்து ஸீட்டில் பயணித்த வட இந்தியர், "விமானம் புறப்படப் போகிற அறிவிப்பு வந்தாகிவிட்டதே. எல்லோரும் டிக்கெட் கெளண்டர் திறந்து போர்டிங் கார்ட் வாங்கிக் கொள்ளப் போய்விட்டார்களே. நீங்கள் பாவம் அயர்ந்து தூங்கிக் கொண்டிருந்தாலும் கெளண்டர் மூடிவிட்டால் கஷ்டம் என்றுதான் எழுப்பினேன்" என்றார் ஆங்கிலத்திலும், மென்மையான புன்சிரிப்பிலும்.

"ஓ... தாங்க் யு ஸோ மச்" என்று பரபரப்பாக எழுந்து கொண்டவன், பையைத் தோளில் மாட்டிக் கொண்டு கிளம்ப அந்த வட இந்தியர் தடுத்துச் சொன்னார்:

"முகத்தைக் கொஞ்சம் குளிர்ந்த நீரில் அலம்பிக் கொண்டு வாருங்கள். தூக்கம் முழுவதும் கலைந்து சிறிது சுறுசுறுப்பாக இருக்கும்."

அவர் சொன்ன மாதிரி இவன் முகம் கழுவிக் கொண்டு வந்த பின், சிநேகமாய்ப் புன்னகைத்து, "வாருங்கள். போகலாம்" என்றார். வரிசையில் நின்றபோது அவர் தன்னை நிர்மல் பாண்டே என்று அறிமுகப்படுத்திக் கொண்டார். சிகாகோ போவதாகத் தெரிவித்தார். தன் வியாபாரம் பற்றிச் சொன்னார். பதிலுக்கு சத்யா தன்னைப் பற்றிச் சுருக்கமாய் விவரிக்க, இருவரும் அடுத்தடுத்த இருக்கைகளாகத் தரச் சொல்லி விமானத்தில் ஏறி உட்கார்ந்து, இந்திய அரசியல், சினிமா, பொருளாதாரம் என்று தொட்டுப் பேச்சு வளர்ந்து விமானம் ஒரு சின்னக் குலுங்கலாய் ஓடி மேலே கிளம்பி நிதானமாய்ப் பறக்க எத்தனித்தபோது சத்யா கைக்கடிகாரத்தில் மணி பார்த்தான். இந்திய நேரம் காலை ஆறு இருபது என்றது.

———◆———

12

வீடு யதார்த்தத்திற்குத் திரும்பிற்று. தினசரி வேலைகளுக்குப் பழக்கப்பட்டது. சத்யா இல்லாத வெறுமைக்கு இறங்கிற்று. இந்த இருபது நாட்களில் சத்யா என்பவன் எப்போதும் வெளிநாட்டிலேயே இருப்பவன் போன்ற, தங்களுடன் தங்கி இராதவன் போன்ற பிரமைகளையெல்லாம் ஏற்படுத்திற்று. அம்மா மட்டும் இன்னமும் தன் பழக்கத்தை மாற்றிக் கொள்ள இயலாதவளாகச் சிரமப்பட்டாள். காலை காப்பி கலக்கும்போது சத்யா எப்போதும் குடிக்கிற, தன்னுடையதாக ஒதுக்கி வைத்திருந்த பட்டை போட்ட எவர்சில்வர் டம்ளரில் அவனுக்கும் சேர்த்துக் கலந்து வைத்தாள்.

"அம்மா, இந்த டம்ளர் காப்பி யாருக்கு?" என்று யாமினி நமுட்டுச் சிரிப்பாகக் கேட்டதும், இயல்பாகச் சொல்வாள். "ஏன்டி? சத்யாவுக்குத்தான்."

யாமினியின் சிரிப்பு விரிந்து பெரிதாகும். "ஏம்மா, ஒரு பிளேன் பிடிச்சு லண்டன் போய் அண்ணன் கைல இந்தக் காப்பியைக் கொடுத்துட்டு வரியா?"

கை வேலையை விட்டுவிட்டு அம்மாவின் முகம் சடாரென்று உயரும். அவளை வெறுமையாய் வெறிக்கும். உதடு மெல்ல அசங்கும். பார்வையில் மெதுவாக ஒரு பளபளப்பு படரும். "எனக்கென்னவோ, அவன் இங்கேயே இருக்கிற மாதிரி ஒரு நினைப்பு."

"நல்ல நினைப்பும்மா. இப்படிப் பிள்ளைப் பைத்தியமா இருக்கிற நீ அவனைப் புடவைத் தலைப்பில் முடிஞ்சு வச்சிருக்கணும்."

யாமினி வழக்கப்படி கிண்டலும் கேலியுமாக அகல, அதற்கு மேல் அந்த அம்மாவால் வேலை செய்ய முடியாமல் போகும். நெஞ்சுக்குள் சின்னதாக விசும்பல் எழுந்து அடங்கும். பரபரவென்று எழுந்து கடுகு டப்பாவினுள் மடித்துப் போட்டிருந்த சத்யாவின் கடிதத்தை எடுப்பாள். அந்த நீல நிற உறை வானமாக விரிந்து பரவ, வார்த்தைகள் தளும்பித் தளும்பித் தெரிய மீண்டும் படிக்க ஆரம்பிப்பாள்.

"என் மிகப் பிரியமுள்ள அம்மா, அப்பாவிற்கு! (இதில் தன்னை முதலில் குறிப்பிட்டதில் அவளுக்கு ஒரு சந்தோஷமான திருப்தி.)

"பார்த்தீங்களா, என்னைத்தான் முதல்ல எழுதியிருக்கான் சத்யா." குழந்தை மாதிரி அதை வெளிக்காட்டும் விதம்.

ராமலிங்கம் சலனப்படாத குரலில் சொல்வார். "சத்யா மட்டுமில்லே கமலம், யாரும் அப்படித்தான் எழுதுவாங்க. அதுதான் வழக்கிலே இருக்கிற முறை. அம்மா அப்பான்னு தான் வாயில் வருமே தவிர, அப்பா அம்மான்னு வர்றதில்லை."

"உலக வழக்கு அது இதுன்னு பூசி மெழுகாதீங்க. எப்பவுமே என் பிள்ளைக்கு நான் தனிதான்."

"யாருக்குமே அம்மான்னா தனிப் பாசம் இருக்கத்தானே செய்யும்?"

"யாருக்கு இருக்குதோ இல்லையோ, என் சத்யாவுக்கு இருக்குது."

"அதுல எனக்கும் சந்தோஷம்தான் கமலம்."

அதை நினைத்துப் பெருமைப்பட்டவாறு மேலே படிக்கத் தொடங்கினாள்.

"நலம். நலமறிய ஆவல். நான் இங்கு 19ஆம் தேதி மாலை மூன்று மணி அளவில் வந்து சேர்ந்தேன். மாமா அவர்கள் ஏற்பாடு செய்திருந்த அவருடைய நண்பரான திரு. நம்பிராஜன், விமான நிலையத்திற்கு என்னை வரவேற்க வந்திருந்தார். இவர் மலேஷியத் தமிழர். ஆனால் கடந்த இருபத்தைந்து வருடங்களாக லண்டனில் வசித்ததில் லண்டன்வாசி ஆகிவிட்டவர். இவர்

                        கன்னத்தில் முத்தமிட்டால்

லண்டன் விமான நிலையத்திற்கு வெளியே, 'சத்யா' என்று தமிழில் பெரிய காகிதத்தைக் கைகளில் ஏந்தி அது விமான நிலையத்தை விட்டு வெளிவருகிறவர்களின் கண்களில் படுமாறு நின்று கொண்டிருந்தார். தள்ளுவண்டியில் என் சாமான்களை வைத்துத் தள்ளிக் கொண்டு போன நான் அதைப் படித்து அவரருகில் போய் என்னை அறிமுகப்படுத்திக் கொண்டேன். அதன் பின்னர் அவரும் தன்னை அறிமுகப்படுத்திக் கொண்டு என்னை மிக மிகச் சந்தோஷமாக வரவேற்று வீட்டிற்கு அழைத்துக் கொண்டு போனார்.

வீடு விமான நிலையத்தை விட்டு வெகு தூரத்தில் இருக்கிறது. ஃபாரஸ்ட் கேட் என்கிற இடத்தில்தான் வீடு. அழகான வீடு. அதன் மாடியில் எனக்கு அறை ஒதுக்கித் தந்திருக்கிறார். அவர் மனைவி லிஸி ஓர் வியட்னாமியப் பெண்மணி. ஆனால் ஐந்து வயதிலேயே மலேஷியத் தமிழ்க் குடும்பத்திற்குத் தத்துப் போனவளாம். மிக நன்றாகத் தமிழ் பேசுகிறாள். தமிழ் படித்து இலக்கண சுத்தமாக எழுதுகிறாள். அழகாகப் புடவை கட்டிக் கொள்கிறாள். இவர்களுக்கு டாலி, ரோஸி என்று இரண்டு பெண்கள். இருவரும் இங்குள்ள டிபார்ட்மென்ட் ஸ்டோர்ஸில் வேலை செய்கிறார்கள். (அம்மா, அப்பெண்களை நினைத்து மனத்திற்குள் ஏதாவது சந்தேகங்களை வளர்த்துக் கஷ்டப்படாதே. யாமினி மாதிரி, ரமா மாதிரி இவர்களும் என் சகோதரிகள்.)

நீ பயந்ததுபோல், கவலைப்பட்டதுபோல் இன்றி நம் சாப்பாடாகச் சாதம், சாம்பார், ரசம், அப்பளம், கறி என்று மிஸஸ் நம்பிராஜன் மிக நன்றாகச் சமைத்துப் போடுகிறாள். உன் கை ருசி இல்லை என்றாலும் சாப்பாடு கிடைக்கிற திருப்தி. அதனால் என்னைப் பற்றின எந்தக் கவலையும் வேண்டாம். நல்ல இடத்தில் நன்றாகச் சாப்பிட்டு, நன்றாகத் தூங்கி, நன்றாகவே இருக்கிறேன்.

குளிர்தான் கொல்லுகிறது. மற்றபடி வேறு அசௌகரியமில்லை. நம்பிராஜனின் அத்தனை தமிழ் நண்பர்களும் எனக்கு அறிமுகமாகிவிட்டனர். எல்லோரும் அன்பாகப் பழுகுகின்றனர். இன்னும் ஊர் சுற்றிப் பார்க்கவில்லை. தொழிற்சாலைக்குப் போய்

வருகிறேன். இங்கே மாமாவுக்கு மிக நல்ல பெயர். எல்லோரும் அவர் மீது மரியாதை வைத்திருக்கிறார்கள். அவரை 'மிஸ்டர் கார்க்' என்று செல்லமாய்க் கூப்பிடுகிறார்கள்.

இந்தக் கடிதத்துடன் மாமாவுக்கும் கடிதம் எழுதியிருக்கிறேன். யாமினி, ரமா, நித்யா எல்லோரும் எப்படி இருக்கிறார்கள்? அவர்களுக்கெல்லாம் தனியாய்க் கடிதம் எழுதுகிறேன். அத்தையும் சிவாவும் ஊருக்குக் கிளம்பிப் போய்விட்டார்களா? அவர்களுக்கும் கடிதம் எழுதியிருக்கிறேன்.

அம்மா, அப்பா, நான் இங்கு மிக மிக நலம். அதுபோல் தங்களின் நலனை அடிக்கடி தெரியப்படுத்துங்கள். எல்லாவற்றிற்கும் விவரமாய்க் கடிதம் எழுதுங்கள். அடிக்கடி கடிதம் போடுங்கள். நானும் வாரம் தவறாமல் எழுதுகிறேன். வேறு விஷயமில்லை. உடனே பதில்.

இப்படிக்கு, தங்கள் அன்பு மகன்

சத்யா.''

இதுவரை அந்தக் கடிதத்தை நூறு முறைக்கு மேல் படித்திருப்பாள். ஆனாலும் மனத்திற்குத் திருப்தி ஏற்படவில்லை. இதுபோல் நெகிழ்வு ஏற்படும்போதெல்லாம், சத்யாவைப் பார்க்க வேண்டுமென்று தோன்றும்போதெல்லாம், அவனை நினைத்துக் கஷ்டப்படும்போதெல்லாம் எடுத்துப் படிப்பதற்கு வசதியாகச் சமையலறையில் கடுகு டப்பாவினுள் போட்டு வைத்திருந்தாள். அப்போதும் அதை எடுத்துப் படித்து, கண்களில் நீர் தளும்ப நின்றபோது ரமா உள்ளே நுழைந்தாள். அம்மாவின் கையில் இருந்த நீல நிறக் காகிதத்தைப் பார்த்ததும் புரிந்து போயிற்று. இதுபோல் அடிக்கடி அம்மாவைப் பார்த்திருந்த காரணத்தால் அண்ணனை நினைத்து அவள் அழுவது தெரிந்தது. மெல்ல நெருங்கி அம்மாவின் எதிரில் போய் நின்று மிக மென்மையாய்க் கேட்டாள்.

"ஏம்மா இப்படி அழற? எப்ப பார்த்தாலும் அந்த லெட்டரை எடுத்துக் கைல வச்சிட்டு அழுதால் அண்ணன் ஓடியா வந்துடப் போறாரு?"

 கன்னத்தில் முத்தமிட்டால்

"எனக்கென்னவோ அவனைப் பார்க்கணும் போல இருக்குது."

"போன இருபது நாளுக்கெல்லாம் பார்க்கணும்னால் எப்படிம்மா?"

"என்னவோ எனக்கு மனசு கேட்கலை ரமா. இதுவரைக்கும் அவனைப் பிரிஞ்சு ஒரு நாள் இருந்ததில்லை. இங்கே இன்ஜினியரிங் காலேஜ்ல இடம் கிடைக்கிறதுக்கு முன்னால் பிலாய்லயோ ராஞ்சியிலோ எங்கேயோ கிடைச்சது. அவன் அதுல போய்ச் சேரணும்னு ஒன்றைக் கால்ல நின்னான். நான்தான் கூடாதுன்னு பிடிவாதம் பிடிச்சுத் தடுத்துட்டேன். படிக்கிறதானால் இங்கே என்கூடவே இருக்கிற மாதிரி இடம் கிடைச்சால் படி. இல்லைன்னால் வேணாம்னு அடிச்சுச் சொல்லிட்டேன். அப்போ அடிச்சுச் சொன்ன மாதிரி இப்ப சொல்ல முடியாமல் அவனை அனுப்பிட்டுத் தவிக்கிறேன்."

"தவிப்பு ஒண்ணுமில்லேம்மா. முதல் முதலா அண்ணன் பிரிஞ்சு போனதில கஷ்டமாத்தான் இருக்கும். ஆனால் பார்த்துக்கிட்டே இருக்கும்போது வேகமா ஓடிப் போயிடும். நேற்றுத்தான் அண்ணனை ஏர்போர்ட்டிலே விட்டுட்டு வந்த மாதிரி இருக்குது. ஆனால் அதற்குள்ள இதோ இருபது நாட்கள் ஓடிடலை? அந்த மாதிரி சீக்கிரமா இந்த ஒரு வருஷமோ, ஒன்றரை வருஷமோ ஓடிப் போயிடும் பாரு. திடீர்னு அண்ணன் திரும்பி வர்ற கடிதம் வந்து நாமெல்லாம் மறுபடியும் டாக்ஸி வச்சுக்கிட்டு ஏர்போர்ட்டுக்குப் போய் அண்ணனைக் கூட்டிக்கிட்டு வரப் போறோம். அதுக்குப் போய் ஏம்மா இப்படி மனசு கலங்கி அழுதுட்டு நிக்கறே? முதல்ல கண்ணைத் துடைச்சிட்டு வாம்மா. அடுப்பில் குக்கர் சத்தம் போடுது பாரு. அதைக் கவனி. அப்புறம் அப்பாவுக்கு ஆபீஸ் போக நேரமாயிடப் போவுது."

அந்த இதமான பேச்சில் சற்று ஆறுதலடைந்த கமலம் புடவைத் தலைப்பால் கண்களையும் முகத்தையும் துடைத்துக் கொண்டு நகர்ந்தாள். ரமாவாக இருக்கவே இந்த நிதானமான பேச்சும் ஆறுதலும் வெளிப்பட்டிருக்கிறது. அதுவே யாமினியாக

இருக்கிற பட்சத்தில் சுறுசுறுவென்று காய்ந்து தள்ளியிருப்பாள். சிடுசிடுவென்று விழுந்திருப்பாள்.

'ஆரம்பிச்சுட்டியா, காலைல எழுந்து கடிதத்தை எடுத்து வச்சிட்டுக் கண்ணைக் கசக்க?' என்று அலட்சியமாகப் பேசியிருப்பாள். 'வேற வேலையே இல்லை, இந்த அம்மாவுக்கு' என்று சூள் கொட்டியிருப்பாள்.

நாளைக்கு இவளுக்கு ஒரு பையன் பிறந்தால் தெரியும் அருமை. கைமேல் தாங்குவாள். இப்போதுதான் இப்படி விட்டேற்றியாகப் பேசுகிறாள். இந்தப் பேச்செல்லாம் தன்னுடையது என்று வரும்போது மாறிப் போகும் என்று நினைத்தவளாக, சாம்பாரைக் கொதிக்க வைத்துக் கீழே இறக்கி, தாளிக்கக் கரண்டி போட்ட போது ராமலிங்கம் உள்ளே வந்தார்.

"என்ன கமலம், சாப்பாடு ஆயிடுச்சா?" என்று நிதானமாகக் கேட்டார்.

"ம்... இதோ ஆயிட்டே இருக்கு. இன்னும் பத்து நிமிஷத்துலே தட்டுப் போட்டுக்கூப்பிடறேன்." பதில் சொன்ன குரல் கரகரக்கவே அவர் இன்னமும் அருகில் போய் மெதுவாகக் கேட்டார். "ஏன் கமலம், என்னவோபோல் இருக்கே? மூஞ்சியைப் பார்த்தால் அழுத மாதிரி தெரியுது?"

அந்தச் சின்னத் தூண்டலில் கமலம்மாள் மீண்டும் விசும்பத் தொடங்கினாள். "எனக்கு சத்யாவைப் பார்க்கணும் போல இருக்குங்க" என்று சிறு குழந்தையாக விசும்பினாள்.

அவர் அதைக் கேட்டு நெகிழ்ந்து போனார். "சீ, பைத்தியம். நீ என்ன சின்னக் குழந்தையா? ஐம்பது வயசாகுது. வளர்ந்த பசங்க நாலு பேருக்கு அம்மா. நீயா இப்படி அழறது? எனக்கு மட்டும் சத்யாவைப் பிரிஞ்ச கஷ்டம் இல்லையா? அவனைப் பார்க்கணும்னு தோணலியா? அதற்காக நான் அழறேனா என்ன? நாளைக்கே சத்யா ஓடி வரப்போறான். பெரிய பதவியில் கை நிறையச் சம்பளம் வாங்கப் போறான். அப்போ எவ்வளவு பெருமையா, கௌரவமா இருக்குமுன்னு என் கஷ்டத்தை

   கன்னத்தில் முத்தமிட்டால்

வெளிக்காட்டாமல் அடக்கிக்கிறேன். கமலம், இனிமேல் நம் கஷ்ட நஷ்டத்தை ஒதுக்கி வச்சிட்டு, குழந்தைங்க நல்லபடி முன்னேறப் பாடுபடற கடமைதான் நம்முது. அவங்க உயர உழைக்கிற ஒரே வேலைதான் நமக்கு. இதை நீ மனசுல பதிய வச்சுக்க. சத்யா எதற்கு நம்மை விட்டுப் பிரிஞ்சு போயிருக்கான் என்பதை யோசிச்சுப் பாரு. அப்புறம் துக்கம் பறந்து போயிடும். இப்படி அவன் கடிதத்தைக் கைல வச்சிட்டுக் கண்கலங்கத் தோணாது. என்ன, நான் சொல்றது புரியுதா?" கமலம்மாளிடமிருந்து தலையாட்டல் பதிலாக வந்தது.

"இனிமேல் இப்படி அழாமல் மனசைத் திடப்படுத்திப்பியா?"

"சரிங்க."

"சரின்னு என் எதிர்ல தலையாட்டிட்டு நான் நகர்ந்தப்புறம் மறுபடியும் அழ ஆரம்பிக்கக் கூடாது."

"இல்லீங்க."

"சரி. சீக்கிரம் சாப்பாடு போடு. நான் கிளம்பறேன்."

*****

வயல்வெளியிலிருந்து வந்த களைப்பு தீரக் குடம் குடமாகத் தண்ணீர் இழுத்துத் தலையில் கொட்டிக் கொண்டு தலையைத் துடைத்தவாறு உள்ளே வந்தான் சிவா. "அம்மா, ரொம்பப் பசிக்குது. இலை போடும்மா" என்றவாறே ஈரத்துண்டைக் கொடியில் காயப் போட்டுவிட்டு, சமையலறையின் தரையில் போடப்பட்டிருந்த தையல் இலையின் எதிரில் உட்கார்ந்தான்.

"நீயும் உட்காரும்மா, ஒண்ணாச் சாப்பிடலாம்."

"இல்லேப்பா. நீ முதல்ல சாப்டு."

"ம்ஹூம். நீயும் வா. ஒண்ணாவே சாப்பிடலாம்."

பாக்கியத்தம்மாள் மற்றோர் இலையைக் கழுவி எதிரில் போட்டு உட்கார்ந்து பரிமாறியவாறு தயங்கித் தயங்கிப் பேச்சைத் துவக்கினாள்.

"இன்னிக்குக் காலைல கற்பகத்தம்மா வீட்டுக்கு வந்திருந்தாங்கப்பா."

"யாரு, நம்ம மேலத் தெரு கற்பகத்தம்மாவா?" கேட்டுக் கொண்டே அம்மாவின் இலையில் அவன் கொஞ்சம் வாழைக்காய்க் கறியை அள்ளி வைக்க, பாக்கியத்தம்மாள்,

"ஐயயோ... வேணாம்ப்பா. நிறைய வச்சிட்டிருக்கேன். இன்னும் போடாதே" என்று பதறினாள்.

"இல்ல, வைக்கலே. என்னவோ கற்பகத்தம்மா வந்தாங்கன்னு சொன்னியே, என்னம்மா?"

பாக்கியத்தம்மாள் மீண்டும் தயங்கி, பின் சொன்னாள். "ஒண்ணுமில்லேப்பா. அந்தம்மா பொண்ணு பவானி இருக்குதில்ல? அதுக்கு உன்னைக் கேட்டாங்க."

சிவா பதில் சொல்லாமல் சாப்பாட்டில் கவனமாக இருக்க, அம்மா மேலே தொடர்ந்தாள். "நான் உன் அபிப்ராயத்தைத் தெரிஞ்சுக்காமல் எதுவும் சொல்றதுக்கில்லேன்னு சொல்லி அனுப்பிட்டேன்."

சிவா பதில் சொல்லவில்லை.

"யாமினி இல்லேன்னு ஆனதுக்கு அப்புறம் நாம் நமக்கு ஏற்ற பெண்ணாப் பார்க்க வேண்டியதுதானேப்பா?"

சிவா ஏதும் பேசவில்லை.

"அந்தப் பொண்ணு பவானியை நான் பார்த்திருக்கிறேன். நல்ல லட்சணமான பொண்ணு. பத்தாவது படிச்சிருக்கா. ரொம்ப அடக்கமான பொண்ணு. குனிந்த தலை நிமிர்ந்தது கிடையாது. குடும்பம் நமக்கு ஏற்ற நல்ல குடும்பம்தாம்ப்பா."

அதற்கும் அவனிடமிருந்து பதில் வராமற்போகவே பாக்கியத்தம்மாளின் குரலில் விரக்தி எட்டிப் பார்த்தது.

"ஏம்ப்பா, இப்படி எல்லாத்துக்கும் பதில் சொல்லாமல் பேசாமல் இருந்தால் எப்படி? உன்னை மாதிரி என்னால் பேசாமல் இருக்க

    கன்னத்தில் முத்தமிட்டால்

முடியாதே. நாளைக்கு கற்பகத்தம்மாள் வந்தால் ஏதாவது ஒரு பதிலைச் சொல்லியாகணுமே!"

"அம்மா, இதென்ன கேட்ட உடனே பதில் சொல்லிடற விஷயமா? அவ்வளவு சீக்கிரமாய்ச் சொல்ல முடியுமா? அதுவுமில்லாமல் என் கல்யாணத்துக்கு இப்போ என்ன அவசரம்?"

"நல்லா கேட்டே போ. வயசு உனக்குக் கொஞ்சமாகலைப்பா. இருபத்து ஆறு முடிஞ்சு இருபத்து ஏழு நடக்குது. இப்போ கல்யாணம் செய்துக்காமல் எப்போ செய்துக்கறது? உன் வயசுலே உங்கப்பாவுக்கு நீ ஆறு வயசுப் பையன் தெரியுமா?"

அதைக் கேட்டு அவன் அமைதியாகத் தலைநிமிர்ந்தான். "அம்மா, நீ என்னம்மா புரியாமல் பேசற? நான் இப்போ கல்யாணம் வேணாம்னு சொன்னேனே தவிரக் கல்யாணமே வேணாம்னு சொல்லலியே!"

"இப்போ வேணாம்னு சொல்றதுன்னா ஒரு காரணம் இருக்கணுமேப்பா?"

"இருக்கும்மா. இல்லாமல் நான் சொல்லுவேனாம்மா?"

"என்னப்பா?"

"அம்மா, குடும்பத்தில் வயசு வந்த பொண்ணு இருக்க, யாரும் பையனுக்குக் கல்யாணம் செய்வாங்களா? சொல்லு."

"வயசு வந்த பொண்ணா!" அந்தம்மாள் புரியாமல் விழிக்க, சிவா தானே விளக்கினான்.

"ஏம்மா, நம்ம குடும்பத்தில் இருந்தால் என்ன? மாமா குடும்பத்தில் இருந்தால் என்ன? யாமினி கல்யாணத்துக்கு நிற்கிறபோது நான் முதல்ல செய்துகிட்டா அவரு என்ன நினைப்பாரு? சத்யா செய்வானா, அந்த வேலையை? அதனால் முதல்ல யாமினி கல்யாணம் முடியட்டும். அப்புறம் நீ சொல்ற பொண்ணு யாராக இருந்தாலும் நான் செய்துக்கறேன்-அது இந்தப் பவானியானாலும். உனக்குப் பிடிச்சால் எனக்கும் பிடிச்ச மாதிரித்தாம்மா."

அயர்ந்து போனாள் பாக்கியத்தம்மாள். கண் இமைக்காமல் அவனை அப்படியே பார்த்துக் கொண்டிருந்தாள். அப்படி நினைக்கத் தனக்குத் தோன்றவில்லையே என்கிற உணர்வு மேலோங்கிற்று.

மகனின் விசாலமான எண்ணமும் பரந்த சிந்தனையும் சந்தோஷத்தை ஏற்படுத்தின. 'இவன் என் மகன்' என்று உள்ளுக்குள் பெருமைப்பட்டுக் கொண்டிருந்தாள்.

அம்மாவிடமிருந்து பதில் எதுவும் வராததால் சிவா குரலைத் தழைத்துக் கொண்டு கேட்டான்: "ஏம்மா, நான் சொன்னதில் தப்பு ஏதாவது இருக்கா?"

"இல்லைப்பா. அந்த நினைப்பு எனக்கு வரலையேன்னு வெட்கமாகத்தான் இருக்கு."

"போம்மா நீ" என்று இலையில் இலேசாய்க் கையை உதறிக் கொண்டு எழுந்தவனை, மனம் நிறையப் பார்த்துக் கொண்டிருந்தாள் பாக்கியத்தம்மாள்.

❧

   கன்னத்தில் முத்தமிட்டால்

13

பேக்கர் ஸ்ட்ரீட் அண்டர்கிரவுண்ட் ஸ்டேஷனில் ரயில் நின்று கதவுகள் தானாகத் திறந்து வழி ஏற்படுத்தியதும் வெளிவந்த கூட்டத்தில் ஒருவனாக சத்யா கீழே இறங்கினோன். சிறிது நடந்து படியேறி மரக் கூண்டினுள் உட்கார்ந்திருந்த நீக்ரோ பெண்மணியிடம் பயணச் சீட்டைக் காண்பித்துவிட்டு வெளியேறியவுடனே குளிர் பளீரென்று வில்லத்தனமாகத் தாக்கத் தொடங்கிற்று. முகமும், மூக்கு நுனியும், காது மடல்களும் சிவந்து போயின. இப்படிப் பனிக்காற்று தாக்குவதால்தான் இந்த வெள்ளைக்காரர்களின் முகம் செக்கச் செவேலென்று இருக்கிறது என்று நினைத்துக்கொண்டான். இங்கு வருடம் தங்கிப் போனால் தன் முகமும் அப்படித்தான் ஆகிப் போகும் என்கிற எண்ணமும் கூடவே வந்தது. சென்னை விமான நிலையத்தில் வரவேற்க வரும் அம்மா, அப்பாவிற்குக்கூடத் தன்னை அடையாளம் தெரியாமற் போகும். ஒரு விநாடி அவர்களின் கண்கள் அகல விரியும். அம்மா பெருமையோடு அப்பாவிடம் சொல்வாள்.

"பார்த்தீங்களா, என் சத்யாவை? செக்கச் செவேல்னு ராஜா மாதிரியில்லே வந்து இறங்கியிருக்கான்!"

"ஆமாம். லண்டன் போய் டிரெயினிங் எடுத்துத் திரும்பிட்டானில்லே. அதனால் உன் பிள்ளை! அவன் வேலையில்லாமல் வீட்டில் கிடந்தப்போ நாளைக்கு நூறு தரம் என் பிள்ளைன்னில்லே சொன்னே?"

"அடப் போங்க. உங்க பிள்ளை, என் பிள்ளைன்னு. நாம விளையாட்டாப் பேசறதை யாரும் கேட்டால் தப்பா நினைச்சுக்கப் போறாங்க. அதோ குழந்தை கிட்டே வர்றான். வாயை மூடுங்க."

வந்து ஒரு மாதம் ஆவதற்குள் திரும்பிப் போகிற கற்பனை தனக்குள் ஏற்பட்டதை நினைத்துச் சிரித்துக் கொண்டான். நினைவின் கவனம் திசை திரும்பினதில் தெரியாதிருந்த குளிர் சட்டென்று அதிகம் தெரிய ஆரம்பித்தது. போட்டுக் கொண்டிருந்த முழுக்கை ஸ்வெட்டர், மஃப்ளர், பான்ட்டிற்கு உள்ளிருந்த கம்பளி டைட்ஸ் இவற்றோடு தடித்த கனமான கருநீலக் கம்பளி ஓவர் கோட்டையும் மீறிக் குளிர் உள்ளுக்குள் பாய்ந்து வெடவெடக்க வைத்தது. முதுகெலும்பு ஒரு தரம் சொடுக்கிற்று. காய்ந்து தோலுரிந்து வெடிக்கத் தொடங்கியிருந்த உதடுகளை நாக்கின் ஈரத்தால் தடவிவிட்டுக் கொண்டான். தோல் கையுறைக்குள் அடைக்கலம் புகுந்திருந்த கை விரல்களையும் குளிர் விட்டு வைக்கவில்லை. அது ஊடுருவி விரைக்கச் செய்ய, சட்டென்று கைகளை ஓவர்கோட்டின் இருபக்கப் பாக்கெட்டிற்குள்ளும் செருகிக் கொண்டான். தலைக்குத் தொப்பி போட்டுக் கொண்டு வந்திருக்க வேண்டும் என்பதை நூறாவது முறையாக நினைத்துக் கொண்டான்.

காலையில் வீட்டை விட்டுக் கிளம்பும் முன்பே நம்பிராஜாவும், அவரது மனைவியும் சொன்னார்கள். "தம்பி, எப்போ வெளியில் போனாலும் தொப்பியும் ஓவர்கோட்டும் இல்லாமல் போயிடாதீங்க."

அதுபோல் அவர்கள் நிறைய விஷயங்களைச் சொல்லித் தந்திருந்தார்கள். அவனுக்காகத் தினமும் காலையில் இட்லி, தோசை, உப்புமா என்று டிபன் செய்யச் சொன்னார் நம்பிராஜன். அவர் மனைவி லிஸியும் ஆறு மணிக்கே எழுந்து அவனுக்குப் பிடிக்குமென்று பில்டர் காப்பியும் டிபனும் செய்தாள். பகல் சாப்பாடு தொழிற்சாலையில். அதனால் இரவுச் சாப்பாட்டிற்கு வெண்டைக்காய், கத்தரிக்காய், வாழைக்காய், முருங்கை என்று தேடிப்பிடித்துச் சாம்பாரும் கறியும் செய்து வைத்தாள்.

"நல்லா சாப்பிடு தம்பி. உங்கம்மா செய்யற மாதிரி இல்லாது போனாலும் எனக்குத் தெரிந்த விதத்தில் செய்திருக்கேன். சகிச்சிக்கிட்டுச் சாப்பிடு."

                    கன்னத்தில் முத்தமிட்டால்

"ஓ... என்ன ஆன்ட்டி நீங்க! இந்த மாதிரி சாம்பார் எங்கம்மாகூட வைக்க மாட்டாங்க."

"அப்போ இன்னும் கொஞ்சம் சாதம் வச்சு சாம்பார் போடறேன்."

"ஐயையோ! வேணாம் ஆன்ட்டி." இவன் பதறித் தடுத்தாலும் விட மாட்டாள். கணிசமாய்ச் சாதமும், அதன் மீது சாம்பாரும் விழும். இன்னமும் பொரியல் வைக்கப்படும். பொரித்த அப்பளத்தில் ஒன்று போடப்படும்.

இவன் திணறித் திணறிச் சாப்பிட்டவாறு சொல்வான். "இப்படிச் சாப்பாடு போட்டீங்கன்னா உடம்பு இரண்டு மடங்காகப் பெருத்துப் போவும். அப்புறம் இந்தியாவிலிருந்து நான் தச்சுக்கிட்டு வந்த பான்ட், ஷர்ட் எல்லாம் சின்னதாய்ப் போட முடியாமல் போயிடும். போட்டுக்க வேற டிரெஸ் இல்லாமல் நான்தான் திண்டாடுவேன்."

"அவ்வளவுதானே! இதுக்கு ஏன் திண்டாடணும்? அங்கிள்கிட்டே புதுசா ஒரு டஜன் பான்ட்டும் சட்டையும் வாங்கிட்டு வரச் சொன்னால் பிரச்சினை தீர்ந்து போயிடும்."

அதைக் கேட்டு இன்னமும் பதறுவான் இவன். "ஐயோ! வேணாம் ஆன்ட்டி. அதை வேறு செய்து வச்சிடாதீங்க. இருக்கிறதே போதும் எனக்கு" என்று கெஞ்சுவான்.

அதையெல்லாம் நினைத்ததும், போலித்தனமற்ற அந்த நிஜமான அன்பு அவன் நெஞ்சைத் தொட்டது. இறுக்கமாய் அவர்களுடன் கட்டிப் போட்டது. வீட்டு ஞாபகமும், அம்மா, அப்பா, தம்பி தங்கைகளை விட்டு வந்த ஏக்கமும் எழவிடாமற் செய்தது. நினைக்க நினைக்க மனசு குளிர்ந்து போன காரணத்தால் வெளிக்குளிர் சிறிது குறைந்த மாதிரித் தெரிந்தது.

அன்று காலையில் அவன் வெளியில் போகக் கிளம்பியதும் லிஸி தொணதொணவென்று சொன்னாள்.

"இதப் பாரு சத்யா. ஜாக்கிரதையாகப் போ. அப்டன் பார்க்கில் ரயில் பிடிச்சு, மைல் எண்டில் இறங்கி மறுபடி பேக்கர் ஸ்ட்ரீட்

போகிற ரயில் ஏறணும். அண்டர்கிரவுண்ட் மேப் வச்சிருக்கே இல்லே. அது எப்போதும் கையிலே இருக்கட்டும். அண்டர்கிரவுண்ட் ரயிலைப் பொறுத்தவரையொரு சிரமம் இருக்காது. சின்னக் குழந்தைகூட ஏறிப் போகலாம். அத்தனை வசதி. ரயிலின் அத்தனை பெட்டிக்குள்ளும் விளக்கமா மேப் வரைஞ்சிருக்கும். நீ பேக்கர் ஸ்ட்ரீட் ஸ்டேஷன்ல இறங்கி வெளியே வந்து இடது கைப் பக்கம் திரும்பி பத்தடி நடந்தால் மேடம் டுஸ்ஸாட் மியூஸியம். யாரையும் கேட்க வேண்டிய அவசியம்கூட இருக்காது. 'கொஞ்சம் பொறுப்பா. நாளைக்கு அவருக்கு நைட் ஷிப்ட். காலைல உன்கூட வருவாரு'ன்னு சொன்னால் கேட்க மாட்டேங்கறே.''

"நாளைக்கு எனக்கு டே ஷிப்டு ஆன்ட்டி. அதுவுமில்லாமல் எத்தனை நாளைக்கு நீங்க என்கூட வந்திட்டிருக்க முடியும்? எனக்குப் பழக்கமாகணுமில்லையா?''

"அது சரி. அதை நினைச்சுத்தான் நாங்களும் தனியா அனுப்பச் சம்மதிச்சிருக்கோம். இன்ஜினியரிங் படிச்ச பிள்ளையைக் குழந்தை மாதிரி நடத்தினால் எப்படி? ஆனால் எப்பவும் கையிலே குடையும், தலைக்குத் தொப்பியும் எடுத்திட்டுப் போ. இங்கே எப்போ மழை வரும்னு சொல்லவே முடியாது.''

"ஐயையோ! வேணாம் ஆன்ட்டி. ஏற்கெனவே எங்க ஊர் குடுகுடுப்பைக்காரங்க மாதிரி ஒண்ணு மேலே ஒண்ணா அத்தனை டிரெஸ். அதோட கனமே தாங்க முடியலே. அதெல்லாம் போதாதுன்னு கால் முட்டிவரை தோல் ஷூ. கூட குடை, தொப்பி எல்லாத்தையும் தூக்கிட்டுப் போகச் சொன்னீங்கன்னால் செத்துப் போயிடுவேன். அதைவிட மழை வந்தால் எங்கேயாவது ஒதுங்கிக்கறேன்.''

"எங்க ஒதுங்குவே?''

"ஏதாவது கடைக்குள் நுழைஞ்சு சாமான் வாங்கிறவன் மாதிரி எதையாவது பார்க்க வேண்டியதுதான்.''

அதைக் கேட்டு லிஸி அழகாய்ச் சிரித்தாள்.

கன்னத்தில் முத்தமிட்டால்

"இங்கே கடைக்குள் நுழைகிற முக்கால்வாசிக் கூட்டமும் அப்படிப்பட்டதுதான் தம்பி. குளிர் தாங்க முடியாமல் கடைக்குள் நுழைஞ்சு ஹீட்டர் சூட்டில் உடம்பைக் கதகதப்பாக்கிட்டு வெளியேறுவாங்க. அதனால் நீயும் குளிர் தாங்க முடியாமற் போனால் வெட்கப்படாமல் சட்டுன்னு கடைக்குள் நுழைஞ்சிடு, என்ன?"

"சரி ஆன்ட்டி."

"இப்போ முதல்ல தொப்பியை எடுத்துக்க."

"ம்ஹூம். வேணாம். அப்படியே சமாளிச்சுக்குவேன். வரட்டுமா ஆன்ட்டி?"

"சொன்ன பேச்சைக் கேட்க மாட்டே. சரி போ. சீக்கிரமா திரும்பி வந்திடு."

"சரி, ஆன்ட்டி."

வாயிற் கதவிற்கு வெளியில் வந்து, இலைகளை உதிர்த்துவிட்டு வெறும் கொப்புகளாக நின்ற ரோஜாச் செடிகளைக் கடந்து சிறிய மர கேட்டைத் திறந்து அவனுக்குக் கையசைத்து வழியனுப்பி வைத்தாள் லிஸி.

செஸ்டர் ரோட்டின் முனைவரை இவன் திரும்பித் திரும்பிப் பார்த்துக் கொண்டே வந்தான். பின்னர் தனியாக நடக்க நேர்கையில் அவளைப் பற்றியே நினைத்தான்.

சீனப் பெண்களைப் போன்ற முகம். சிறிய இடுங்கிய கண்கள். சப்பையான மூக்கு. மெல்லிய உதடுகள். சற்றே உயரத்தில் சேர்த்தியானவள்தான். அதிக அடர்த்தியற்ற கூந்தல் வகிடெடுக்காமல் வாரப்பட்டு, பின்னால் சின்னக் கொண்டையாக முடியப்பட்டிருந்தது. நெற்றியில் மிளகளவு பொட்டு. அவள் பேசுகிற தமிழ் நம்பிராஜனுக்குக்கூட வராது. தமிழ்க் குடும்பத்தால் சுவீகரிக்கப்பட்ட காரணத்தினாலோ என்னவோ அசல் தமிழ்ப் பெண்ணின் குணங்களும் கூடவே வந்திருந்தன.

வீட்டில் இருந்தாலும் சும்மாயிராமல் இரண்டு மூன்று குழந்தைகளைக்கவனிக்கிறபொறுப்பைஏற்றுக்கொண்டிருந்தாள். அதில் ஒன்று கைக்குழந்தை. மற்றொரு பெண்ணிற்கு மூன்று வயதுதான் இருக்கும். ஒரே ஒரு பையன் மட்டுமே சற்றுப் பெரியவன். ஆறேழு வயதில் பள்ளியில் படிப்பவன். பள்ளி முடிந்து மூன்று மணிக்கு இவள் போய்க் கூட்டி வர வேண்டும். இந்தக் குழந்தைகளின் பெற்றோர் வேலைக்குப் போகிற காரணத்தினாலும், இந்தியத் தமிழர்களின் குழந்தைகள் என்பது மட்டுமின்றி, கணிசமாய் இதன் மூலம் ஒரு வருமானமும் வந்ததால் லிஸி, இந்த பேபிஸிட்டர் வேலைக்கு ஒப்புக் கொண்டிருந்தாள். குழந்தைகளின் தாய்மார் சரியாக ஏழரை மணிக்கெல்லாம் குழந்தைகளைக் கொண்டு வந்து விட்டுவிடுவார்கள் என்பதால் லிஸி ஆறரை மணிக்கு எழுந்து குளித்துவிடுவாள். ஒரு ஹவுஸ் கோட்டும் அதற்கு மேல் முழுக்கை ஸ்வெட்டரும் அணிந்து கொள்வாள். அடுத்து, பூஜை அறையில் விளக்கேற்றி வைத்த பின்னரே கீழே இறங்கி வருவாள்.

சமையலறை வேலைகளைத் தொடங்கு முன்னர் காஸெட்டில் லலிதா சஹஸ்ரநாமமும் பஞ்சரத்தனமாலாவும் வரிசையாகச் சுழலவிடுகிறபோது இவனுக்கு லண்டனில் இருக்கிற உணர்வே எழாது. தமிழ்நாட்டுத் தென்கோடி வீடு ஒன்றில் தங்கியிருக்கிற மாதிரித் தோன்றும். தன் வீட்டில்கூட அம்மா இப்படிக் காலைப் பொழுதுகளைத் தொடங்குவதில்லை என்ற நினைப்பும் வரும்.

அந்த வீட்டை விட்டு வெளியில் வந்தால்தான் பளீரென்று தெரிகிற சூழ்நிலையின் மாற்றத்தில் அது வெளிநாடு என்பது உறைக்கும். காலை பதினோரு மணிக்கு மாலை ஆறு மணியின் இருட்டும், மாலை மூன்று மணிக்குள் நடு ராத்திரி மாதிரி தெருக்களின் பிளாரஸன்ட் வெளிச்சமும்...

யோசித்துக் கொண்டே தன்னிச்சையாய் நடந்து வந்து, அப்டன் பார்க்கில் ரயில் பிடித்தான். மைல் எண்ட் ஸ்டேஷனில் இறங்கி சென்ட்ரல் லைனில் ரயில் மாறி பேக்கர் ஸ்ட்ரீட் வரை வந்தான். நிலையத்தை விட்டு வெளியில் வந்து ஒரு விநாடி நின்று

     கன்னத்தில் முத்தமிட்டால்

கவனித்தான். சரமாரியாய்ச் சப்தங்களற்று ஓடிய கார்களும், வேகமாக நடக்கும் மனிதர்களும், விதவிதமான கடைகளும், அதன் சாமான்களும் எப்போதும்போல் அன்றும் அவனை மருட்டின. லிஸி சொன்ன மாதிரி மெல்பர்ன் தெருவின் இடது பக்கம் திரும்பிக் கடைகளின் கண்ணாடி வழியாக உள்ளேயிருந்த பொருட்களைப் பார்த்தபடி நடந்தான்.

கடிகாரக் கடையின் விதவிதமான கைக்கடிகாரங்கள் கவர, நின்று கவனித்தான். பத்து பவுண்டிலிருந்து ஆயிரம் பவுண்ட் வரை கடிகாரங்கள் இருந்தன. போகும்போது அம்மா, அப்பா, யாமினி, ரமா, நித்யா எல்லோருக்கும் கைக்கடிகாரங்கள் வாங்கிக் கொண்டு போக வேண்டும் என்று நினைத்தான். சிவாவிற்கு மட்டும் அதிக விலையில் மிக நல்ல கடிகாரம் வாங்க வேண்டும். பாவம், அவன் ஒரு நல்ல உடை உடுத்தி அறிய மாட்டான். விதவிதமாய் டீஷர்ட்டுகள் எடுத்துப் போய் அவனிடம் கொடுத்து வற்புறுத்திப் போட்டுக் கொள்ள வைக்க வேண்டும்.

அடுத்தடுத்து இருந்த கடைகள் ஒவ்வொன்றாகக் கடந்து உலகப் புகழ்பெற்ற ஆளுயர மெழுகுச் சிலைகள் வைக்கப்பட்டிருக்கும் மியூஸியமான மேடம் டுஸ்ஸாடிற்கு வந்தான். அதனுள் இந்திரா காந்தி, மகாத்மா காந்தி இருவரது சிலைகளும் அவர்களின் நிஜ உயரத்தில் நிற்பதாய்க் கேள்விப்பட்டிருந்தான். அவர்களோடு இங்கிலாந்து ராணியின் குடும்பம், மைக்கேல் ஜாக்ஸன், விவியன் ரிச்சர்ட்ஸ், மெக்கன்ரோ போன்றவர்களின் தத்ரூப வார்ப்புகளும், அவனுக்குப் பிடித்தமான எழுத்தாளரான அகதா கிறிஸ்டியும், ஓவியர் லியனார்டோ டாவின்சியும்கூட இருப்பதாகச் சொல்லியிருந்தார்கள். அத்தனை பேரையும் அழைத்து வந்து அவரவர்களின் சிலைக்குப் பக்கத்தில் நிற்க வைத்தால் எது சிலை, எது உயிருள்ள உருவம் என்பதைக் கண்டே பிடிக்க முடியாது என்றனர்.

அன்று காலை மேடம் டுஸ்ஸாட் போக வழி சொன்ன நம்பிராஜன்கூட, "உள்ளே போய் நிஜமான மனிதர்களுக்கும், மெழுகுச் சிலைகளுக்கும் வித்தியாசம் தெரியாமல் நீ

திணறப் போகிறாய் பார்” என்றார். கூடவே, “கீழ்த் தரையில், பேஸ்மெண்ட்டில் *Chamber of horror* பயங்கரக் காட்சிகள் இருக்கு. மனசில் திடமிருந்தால் தவறாமல் போய்ப் பார்த்திட்டு வா” என்றும் சொல்லியிருந்தார்.

பயங்கரமான அந்தப் பகுதியையும் பார்த்துவிடுகிற முடிவில் உள்ளே நுழைந்து முதல் மாடிக்குப் போகிற படிகளின் ஓரம் நின்றிருந்த பெண்ணிடம் போய், “டிக்கெட் எங்கே வாங்க வேண்டும்?” என்பதை ஆங்கிலத்தில் கேட்டான்.

பதில் வரவில்லை.

ஒருவேளை காதில் விழவில்லையோ, அல்லது தான் பேசுகிற இந்திய ஆங்கிலத்தைப் புரிந்து கொள்வது சிரமமாக இருக்கிறதோ என்ற எண்ணத்தில் மீண்டும் அதே கேள்வியைக் கேட்டபோது பக்கத்தில் பார்வையாளராக வந்தவர்கள் சிரித்தனர். அவர்களின் சிரிப்பிற்குக் காரணம் புரியாமல் இவன் நின்றதும் ஒருவர் முன் வந்து அது நிஜமான பெண்ணில்லை. மெழுகுச் சிலைகளில் ஒன்று என்பதை விளக்கின பின்னர் வெட்கத்தோடு ஆச்சரியமாக மீண்டும் ஏறிட்டுப் பார்த்தான். எத்தனை தத்ரூபமாகச் செய்திருக்கிறார்கள் என்ற பிரமிப்புடன் அவரிடமே டிக்கெட் விற்குமிடம் தெரிந்து வாங்கிக் கொண்டு திரும்ப எது சிலை, எது நிஜமான மனிதர்கள் என்கிற வித்தியாசம் தெரியாமல் வலப்பக்கப் படிக்கட்டில் ஏறப் போனதும் மாடியில் சிலையாக நின்று கொண்டிருந்தவள் மென்மையான புன்னகையில், “திஸ் வே ப்ளீஸ்” என்று இடப்புறப் படிக்கட்டைக் காட்டினாள்.

இவன் மீண்டும் வியப்பும் வெட்கமுமாகப் படியேறி அந்தப் பெண்ணை நெருங்கி, “ஐயம் ஸாரி” சொல்லி அவள் அழகாய்ச் சிரித்து, “யூ ஆர் வெல்கம்” சொல்லி முதலில் இரண்டாவது மாடியைப் பார்த்துவிட்டுப் பின் முதல் மாடிக்கு வந்து கடைசியாய்க் கீழே இறங்கி அடித்தளத்திலுள்ள ஹாரர் சேம்பருக்குப் போய்ப் பின் வெளியேறலாம் என்பதை விளக்க, இவன் தனி ஒருவனாக லிஃப்ட் அருகில் போய்ப் பொத்தானை அழுத்தினான். கீழே

வந்த லிஃப்டின் கதவு திறக்க உள்ளே அற்புதமான அழகில் ஓர் இளம் பெண்ணின் மெழுகுச் சிலையைக் கதவோரம் நிறுத்தி வைத்திருந்தார்கள். அந்தப் பெண்ணின் உதடுகள் புன்னகையில் நிறைந்து, பளபளக்கும் கண்களும், சிவந்த கன்னங்களுமாகக் கடைந்தெடுத்த உருவமாகச் சொல்ல முடியாத அழகில் நிற்க, லிஃப்டிற்குள் இப்படிப்பட்ட அற்புதமான சிலையை நிறுத்தி வைத்தவனின் ரசனையைப் பாராட்டியபடி உள்ளே நுழைந்ததும், லிஃப்ட் கதவு தானாக மூடிக் கொண்டது.

இரண்டாம் மாடிப் பொத்தானை அழுத்துமுன் இவனுக்கு அந்தச் சிலையைத் தொட்டுப் பார்க்கும் விபரீத ஆசை எழுந்தது. வெளியில் எதையும் தொட முடியாது. சுற்றிலும் பார்வையாளர்கள் நின்றிருப்பார்கள். இவன் எந்தச் சிலையையாவது தொடப்போகுமுன் ஓடி வந்து தடுப்பார்கள். காட்டுவாசியைப் பார்க்கிற மாதிரி எல்லோரும் இவனைத் திரும்பிப் பார்ப்பார்கள். 'அட மடையா!' என்கிற பாவம் தெரியும். 'டூ நாட் டச் என்கிற அறிவிப்புப் பலகை கண்ணில் படவில்லையா?' என்கிற கேள்வி தெறிக்கும்.

இப்போது லிஃப்டில் இவனைத் தவிர யாருமில்லை. தனி மனிதனாக இருக்கிற சந்தர்ப்பம் கிடைத்திருக்கிறது. மிக மிக அழகான இளம் பெண்ணின் சிலையைப் பக்கத்தில் நிற்க வைத்திருக்கிறார்கள். ஒருவேளை லிஃப்டில் போகிற ஆண்களின் சபலத்தை அறிய நிறுத்தப்பட்ட சிலையாகவும் இருக்கலாம். எப்படியானாலும் அந்தச்சிலையைத் தொட்டுப் பார்க்க வேண்டும். இதைச் சபலம் என்றாலும், ஆசை என்றாலும் பரவாயில்லை. ஓர் இளம் வயது ஆணுக்கு ஏற்படக்கூடிய இயல்பான ஆசை. இந்த ஆசை ஏற்படாது போனால்தான் சந்தேகிக்க வேண்டும். அதுவும் நிஜப் பெண்ணில்லை. வெறும் மெழுகுச் சிலை. சிலையைத் தொடுவதில் தவறில்லை.

அவன் மெல்லத் தன் வலக்கை விரல்களால் மென்மையாய் அப்பெண் சிலையின் கன்னத்தை வருட –

"வீல்!" என்று அலறிய அந்த உயிர்ச்சிலையின் கை சரேலென்று தன் கன்னத்தை வருடிய கையைப் பற்றிக் கொள்ள, மறு கை அறைய ஓங்கினதும் -

இவன் அறை விழாமல் தடுத்துக் கொள்ளும் முயற்சியில் பரிதாபமும் பயமும் அதிர்ச்சியும் அவமானமுமாக ஆங்கிலத்தில் கெஞ்சத் தொடங்கினான்.

"ஸாரி மேடம். தெரியாமல் நடந்து போச்சு, மேடம். நான் உங்களை மெழுகுச் சிலை என்று நினைத்து, 'இத்தனை அழகான சிலையா?' என்ற பரபரப்பில்தான் தொட முற்பட்டேனே தவிர, தவறான எந்த நோக்கத்துடனும் இல்லை. நீங்கள் நிஜமான பெண், சிலையில்லை என்பது தெரிந்திருந்தால் தொட்டிருக்க மாட்டேன். தயவுசெய்து என்னை மன்னித்துவிடுங்கள் மேடம். ப்ளீஸ்."

அப்பெண் அவன் நிஜம்தான் சொல்கிறானா என்ற உண்மையைக் கண்டுபிடிக்கும் பொருட்டு ஒரு விநாடி அவன் முகத்தையே கூர்ந்து பார்த்தபோது -

இவனுடம்பிலும் மனத்திலும் மின்சாரம் இறங்கித் தன் தாக்குதலைத் தொடங்கிற்று.

———◆———

    கன்னத்தில் முத்தமிட்டால்

14

மேடம் டுஸ்ஸாட் மெழுகுச்சிலை மியூசியத்திலிருந்து வீட்டிற்குத் திரும்பிக் கொண்டிருந்த சத்யா மிகமிக விந்தியாசமானவனாக உணர்ந்தான். உள்ளுக்குள் சந்தோஷம் பொங்கிப் பொங்கி வந்தது. பார்வை புதிதாய்ப் பளிச்சிட்டது. உதட்டுச் சிரிப்பு மறையாமல் நின்றது. மனதிற்குள் பிரவகித்த உணர்வை வேறு யாருடனும் பகிர்ந்து கொள்ள முடியாத காரணத்தால் ஓடிப் போய்ப் புது பொம்மையைத் தொட்டுப் பார்த்துவிட்டு வரும் குழந்தையாக நினைவில் அடிக்கடி அவளைத் தொட்டுத் திரும்பினான்.

கரோலின்!

அவளை மாதிரியே அந்தப் பெயரிலும் ஓர் அழகு இருப்பதாக அவனுக்குப் பட்டது. அந்த கரோ என்கிற முதல் இரண்டெழுத்துகளில் கம்பீரமும், லின் என்ற கடைசி இரண்டு எழுத்துகளில் மென்மையும், அழகும் போட்டி போடுவதாக உணர்ந்தான். திரும்பி ரயில் பிடித்து அப்டன் பார்க்கில் இறங்குகிறவரை அவளது ஞாபகத்தில் உறைந்து போனது புரியவும் தானாகச் சிரித்துக் கொண்டான்.

திடீரென்று சீக்கிரம் வீட்டிற்குப் போக வேண்டுமென்று தோன்றியது. வீட்டுக்குப் போய் ஆவி பரக்கும் வெந்நீரில் குளித்து, பைஜாமாவை மாட்டிக் கொண்டு ஸ்டீரியோவில் மனசுக்குப் பிடித்தமான பாடல்களையெல்லாம் கேட்க வேண்டும். முதலில் சிட்டிபாபு வீணையில், 'சின்னஞ்சிறு கிளியே.' அதன் இனிமை, குழைவு, உருக்கம்...

"சின்னஞ் சிறுகிளியே – கண்ணம்மா

செல்வக் களஞ்சியமே..."

செல்வக் களஞ்சியம்தான். அவன் அழகு என்கிற செல்வத்தின் களஞ்சியம்.

முக்கியமாக, "கன்னத்தில் முத்தமிட்டால் உள்ளந்தான் கள்வெறி கொள்ளுதடி" என்ற இடத்தைத் திரும்பத் திரும்பக் கேட்க வேண்டும். மீண்டும்... மீண்டும்... மறுபடியும்...

கன்னத்தில் முத்தமிடுவதாவது, லேசாய்த் தொட்டுப் பார்த்ததற்கே என்ன பாடு படுத்திவிட்டாள் அவள்!

பளாரென்று அறையக் கை ஓங்கி...

இவன் சட்டென்று பயந்து, பதற்றமும் துடிப்புமாகக் கெஞ்சத் தொடங்கி, "ஸாரி மேடம்... உங்களைச் சிலையென்று நினைச்சு சிறுபிள்ளைத்தனமாக ஆர்வத்தோடு, இங்கே நம்மைத் தவிர யாருமில்லாத தைரியத்தினால் தொட்டுப் பார்த்தேனே தவிர - வேறு விதமான எந்த நோக்கமுமில்லை."

அவள் ஓங்கிய கையைத் தணித்தாளே தவிர அவனைப் பார்த்த பார்வையின் கோபத்தைத் தணிக்கவில்லை. அவன் அதையும் தணிக்கிற நோக்கத்தில் இன்னமும் தழைந்து மெல்ல மிகச் சுத்தமான ஆங்கிலத்தில் வேண்டினான்.

"தயவுசெய்து என்னை மன்னித்துவிடுங்கள் மேடம். ஒரு சிறு பையனின் தவறாக நினைத்து மறந்துவிடுங்கள்."

அவள் பதில் சொல்ல வாயெடுத்தபோது லிப்ட் நின்றது. கதவு திறக்கப்பட்டு வெளியில் வந்ததும் அவள் அவனைத் திரும்பிப் பார்த்த பார்வையில் முன்பிருந்த உக்கிரமில்லை. லேசாய் மென்மை படர்ந்து உதட்டில் புன்சிரிப்பு எட்டிப் பார்க்க...

இவனுள் சட்டென்று ஒரு விடுதலை உணர்வு தோன்றியது.

"மிக மிக நன்றி மேடம்."

தன் உதட்டுப் புன்னகை மாறாமலே அவள் மெதுவாகக் கேட்டாள்.

  கன்னத்தில் முத்தமிட்டால்

"எதற்கு இந்த நன்றி இப்போது?"

அவனால் சட்டென்று அவளின் பேச்சுவழக்கு ஆங்கிலத்தைப் புரிந்து கொள்ள முடியவில்லை. லண்டன் வந்து கிட்டத்தட்ட ஒரு மாதமாகப் போகிற இத்தனை நாட்களில் இந்தக் கஷ்டம் அவனுக்கு இருக்கத்தான் செய்தது. வேலை செய்கிற இடத்திலும், வெளி இடங்களிலும் அந்தப் பேச்சுவழக்கு ஆங்கிலம் புரிந்து கொள்ள இயலாமல் சங்கடப்படுத்தி மறுபடியும் இரண்டாம் முறையாகக் கேட்டுத் தெரிந்து கொள்ள வைத்திருக்கிறது. தன் ஆங்கிலத்தை அவன் புரிந்து கொள்ளச் சிரமப்படுவதை உணர்ந்த அவள் நிறுத்தி, மிக நிதானமாகக் கேட்டாள்.

"எதற்காக இப்போது இந்த மன்னிப்பு?"

கொஞ்சம் கொஞ்சமாய் சகஜ நிலைக்கு வந்த சத்யா இப்போது அவளுடன் பேசுவதில் எந்தப் பயமும் இல்லாதவனாகச் சொன்னான்.

"நான் செய்த தவறுக்கு?"

"நீங்கள் தெரிந்து வேண்டுமென்றா செய்தீர்கள்?" அவள் எதிர்க் கேள்வி கேட்டாள்.

"இல்லை."

"பின் அது எப்படித் தவறாகும்? தெரியாமல், அறியாமல் செய்ததெல்லாம் குற்றமாகிவிடுமா?"

"நீங்கள் சொன்ன மாதிரி தெரியாமல் அறியாமல் செய்த எதுவும் குற்றமாகாது என்பது ஓரளவிற்குச் சரியாக இருக்கலாம். ஆனால் அவை தவறுகள் இல்லை எனவும் ஒதுக்கிவிட முடியாது இல்லையா?"

அவள் கண்ணகல, முகம் பிரகாசிக்க, அவனது முகத்தில் தன் பார்வையைப் பதித்தபோது அவனுக்குள் மீண்டும் அந்தச் சிலிர்ப்பு ஏற்பட்டது. இதுவரை அவன் அனுபவித்தறியாத சிலிர்ப்பு அது. உணர்ந்தறியாத சிலிர்ப்பு அது. உணர்ந்தறியாத உணர்ச்சி. உச்சந்தலையிலிருந்து பாத நுனிவரை பரவுகிற திடீர் உஷ்ணம்.

இது ஏன் ஏற்படுகிறது?

இதற்கு முன் ஏற்பட்டதில்லையே? இதன் பெயர் என்ன? இது... இதுதான் காதலோ? ஒரே பார்வையில் ஏற்பட்டுவிட முடியுமோ?

இதெல்லாம் ஏன், எதனால், எப்படி ஏற்படுகிறது?

இதுவரை எந்தப் பெண்ணின் பார்வையிலும் அடிபடாத இதயம் இன்று இவளின் பார்வை மட்டும் பட்டுப் பொத்தென்று கீழே விழுவது எப்படி?

தனக்கு மட்டும்தான் இப்படித் தோன்றுகிறதோ, அல்லது அவளுக்கும்தானா?

ஒருசில நிமிடங்களில் இத்தனை கேள்விகள் தோன்றி, விடை தெரியாத குழப்பத்தில் அவன் அலைக்கழிந்தபோது அவள் எந்தப் பாதிப்பும் இல்லாதவளாக அல்லது பாதிப்புகளை வெளிக்காட்டாத சாமர்த்தியம் நிறைந்தவளாக அதே கிளர்ச்சியூட்டும் குரலில் தொடர்ந்து பேசினாள்.

"தவறு என்று நீங்கள் கருதுகிற பட்சத்தில் மன்னிக்கப்பட வேண்டிய அவசியத்தை நானும் உணருகிறேன். அதனால் உங்கள் தவறு மன்னிக்கப்பட்டுவிட்ட காரணத்தினால் இனி அதைத் தவிர்த்து வேறு எதுவும் பேசலாம் அல்லவா?"

"ஓ... தாராளமாக."

"முதலில் மெழுகுச்சிலைகளைப் பார்த்துவிட்டுப் பேசலாமா, அல்லது பேசிவிட்டுப் பார்க்கலாமா என்பதை நீங்களே முடிவு செய்யுங்கள்."

"ஏன், பார்த்துக் கொண்டே பேசலாமே!"

அதைக் கேட்டு மிகக் கூர்மையாக அவனைப் பார்த்துப் பகீரென்று சிரித்தாள் அவள். அந்தச் சிரிப்பில் ஓர் ஏளனம் இழையோடுவதாகப் பட அவன் அதன் காரணம் புரியாமல் கேட்டான்.

"ஏன் அப்படிச் சிரிக்கிறீர்கள்?"

"இல்லை. நீங்கள் சொன்ன மாதிரி சிலைகளைப் பார்த்துக் கொண்டே பேசுவது என்பது சரியான கண்ணோட்டமில்லை

என்று தோன்றுகிறது. இரண்டிற்குமே நியாயம் செய்தவர்களாக மாட்டோம். இரண்டும் அரைகுறையாக முடியும். ஒரே நேரத்தில் இரு வேலைகளைச் செய்ய முடியும் என்று நம்புகிற உங்கள் மனப்பான்மையைப் பார்த்தால்" என்று நிறுத்தி அதற்கு மேல் சொல்ல அவள் தயங்கியதும் விடாமல் கேட்டான் சத்யா.

"ம்... சொல்லுங்கள். ஏன் நிறுத்திவிட்டீர்கள்?"

"ஒன்றுமில்லை. வேறு ஏதோ ஞாபகம் வந்தது!" என்று பேச்சை மாற்றுகிற நோக்கத்தில், "இன்னமும் நாம் ஒருவருக்கொருவர் அறிமுகம்கூட ஆகவில்லை பார்த்தீர்களா?" என்று கேட்டுத் தன்னை, "மிஸ் கரோலின்" என்று பெயரைச் சொல்லி அறிமுகப்படுத்திக் கொண்டாள்.

"மார்க்ஸ் அண்ட் ஸ்பென்ஸரில் வேலை பார்க்கிறேன்."

"மார்க்ஸ் அண்ட் ஸ்பென்ஸர்ஸ்?" என்று புருவங்கள் லேசாய்ச் சுருங்க அவன் கேட்டான்.

"ம்... நீங்கள் கேள்விப்பட்டதில்லை? எல்லா இடங்களிலும் பெயர்ப் பலகையைப் பார்த்ததில்லை? அது ஒரு பிரபலமான டிபார்ட்மெண்டல் ஸ்டோர்ஸ்."

"ஓ... அப்படியா?"

"என்ன இப்படிக் கேட்கிறீர்கள்? இதுவரை நீங்கள் பார்த்ததே இல்லையா?"

"ம்ஹூம். இன்றுதான் முதல் முறையாக லண்டனைச் சுற்றிப் பார்க்கலாமென்று கிளம்பினேன். முதல் அனுபவமே மறக்க முடியாத அனுபவமாக இருக்கும் போலிருக்கிறது."

"ம்...?" என்று தலையைச் சாய்த்து அவள் பார்த்த விதத்தில் மீண்டும் இவனுக்குள் பழைய சிலிர்ப்பு பரவிற்று.

கடவுளே... என்ன உணர்வு இது!

அவன் கீழ் உதட்டைக் கடித்துத் தன்னை அடக்க முயற்சிக்க - அவளே மேலே தொடர்ந்தாள்.

"இப்போதுதான் லண்டனுக்கு வந்தீர்களா?"

"ம்... ஒரு மாதமாயிற்று."

"இந்தியரா அல்லது பாகிஸ்தானியா?"

"இந்தியன்தான்."

"பெயரைத் தெரிந்து கொள்ளலாமா?"

"ஓ... மன்னிக்க வேண்டும். என் பெயர் சத்யா. அதாவது சத்தியமூர்த்தி. மெக்கானிகல் இன்ஜினியரிங் படித்தவன். இங்கே ஃபோர்ட் கார் கம்பெனியில் டிரெயினிங் எடுக்க வந்திருக்கேன்."

"எங்கே தங்கியிருக்கிறீர்கள்?"

"அப்டன் பார்க்கில் செஸ்டர் ரோட்டில்..."

"அங்கே யார் வீட்டில் தங்கியிருக்கிறீர்கள்?" இவன் சொன்னதும் அவள், தான் அவனுக்கு மிக அருகில் ஈஸ்டர் ஹோமில் இருப்பதைத் தெரியப்படுத்தினாள். நடக்கிற தூரம்தான் என விளக்கினாள். சொந்தமாய் மாதா மாதம் காசு செலுத்தி வாங்கின வீட்டில் தனியாய் இருப்பதாகச் சொன்னாள். விலாசத்தையும் தொலைபேசி எண்களையும் எழுதிக் கொடுத்தாள்.

"எனக்கு இந்தியாவைப் பற்றியும், இந்தியர்களைப் பற்றியும் கொஞ்சம் தெரியும். முன்பு இந்தியாவிற்கு வர வேண்டுமென்ற ஆசை நிறைய இருந்தது" என்றபோது அவளது குரல் இறங்கி ஒருவித ஏமாற்றம் கலந்து வெளிப்பட்டதாகத் தோன்றிற்று. இந்தியாவிற்கு வர இயலாத சோகத்தில் பேசின மாதிரி படவே இவன் அந்தச் சோகத்தை அகற்றும் ஆதங்கத்தில் கேட்டான்.

"ஏன், இப்போது அந்த ஆசை இல்லையா?"

தயங்கித் தயங்கி, "ம்ஹூம்" என்றவள், "ஆமாம். இப்படியே பேசிக்கொண்டு நின்றிருந்தால் எப்போது மியூசியத்தைப் பார்ப்பது?" என்று மீண்டும் திசைதிருப்ப - 'இதற்கு மேலும் மியூசியத்தைப் பார்க்கத்தான் வேண்டுமா?' என்ற கேள்வியைக் கேட்க நினைத்துக் கேட்காமலேயே அவளைப் பின்தொடர்ந்தான்.

    கன்னத்தில் முத்தமிட்டால்

மெழுகுச் சிலைகளைவிட அந்த உயிருள்ள சிலையைப் பார்ப்பதும் பேசுவதும், இன்னமும் சந்தோஷமான காரியமாகப் படுவதை அவளிடம் சொல்ல முடியாத பயத்தில் குழப்பத்துடனே ஒவ்வொன்றாகப் பார்த்தான். முன்பின் தெரியா ஒருத்தியின் அழகில் நாம் ஏன் இப்படி ஈர்க்கப்பட்டுத் தடுமாறுகிறோம் என்ற கேள்வி நெருடிற்று. இந்த ஈர்ப்பு எதில் கொண்டு போய்விடுமோ என்கிற சந்தேகம் தோன்றிற்று. உடனே அம்மாவின் நினைவு வந்தது. தன்னை லண்டன் அனுப்ப அவள் பயந்த பயமும், தயக்கமும், செய்து வாங்கிக் கொண்ட சத்தியங்களும் ஞாபகத்தில் தோன்றி மருட்ட, தன்னைக் கட்டுப்படுத்திக் கொள்ள வேண்டிய தேவையை உணர்ந்தான்.

ஆனால் மனம் தன் கட்டுப்பாட்டை இழந்து அவளது அண்மையில் மிகுந்த சந்தோஷத்தையும் உற்சாகத்தையும் அடைவதை அறிந்து அதிர்ந்து அதனால் ஏற்பட்ட போராட்டத்தில் எதையும் சரியாகப் பார்த்து ரசிக்க இயலாமல் அந்த மெழுகுச்சிலை மியூசியத்தை விட்டு உடனே வெளியேறுகிற எண்ணத்தில் அவளைத் திரும்பிப் பார்த்தான்.

அவனுக்குள் நடக்கும் மனப்போராட்டத்தையும் குழப்பத்தையும் சிறிதும் அறியாத கரோலின், "என்ன?" என்று கேட்டாள்.

"ஒன்றுமில்லை. இன்னொரு நாள் இந்த மியூசியத்திற்கு வரலாமா? இப்போது வெளியில் எங்காவது போய் உட்கார்ந்து நிம்மதியாக ஒரு கப் காப்பி குடிக்கலாமே?"

"ஓ, எஸ். எனக்கு அதில் எந்த ஆட்சேபணையுமில்லை" என்று உடனே ஒப்புக் கொண்டாள் அவள். இருவரும் வெளியில் வந்து பேக்கர் ஸ்ட்ரீட்டின் கோடி வரை காப்பிக்காக அலைந்து பின்னர் ரயில் நிலையத்து ரெஸ்ட்டாரண்டினுள் போனார்கள்.

"நீங்கள் அதோ, அந்த மேஜையில் போய் உட்காருங்கள். நான் காப்பி வாங்கிக் கொண்டு வருகிறேன்" என்றாள் கரோலின்.

ஒரு கப் காப்பியைக் கால் மணி நேரத்து மௌனத்தில் குடித்து முடித்து வெளியில் வந்து ரயிலில் அருகருகில் உட்கார்ந்து பயணித்தபோது அந்த மௌனம் கனமான உறுத்தலாகத் தெரிய, கரோலினே முதலில் பேச்சை ஆரம்பித்தாள்.

"என்ன திடீரென்று இப்படி மௌனமாகிவிட்டீர்கள்?"

"அதே கேள்வியை நானும் உங்களிடம் கேட்கலாம் இல்லையா?" இவனும் புன்சிரிப்போடு கேட்டதும், அவள் சற்று யோசித்துச் சொன்னாள்.

"நாம் இரண்டு பேருமே எதையோ நினைத்துக் கலக்கப்படுகிற மாதிரி தோன்றுகிறது."

அந்த மறுக்க முடியாத நிஜத்தில் அவன் பேசாதிருக்க அவளே மீண்டும் பேசினாள்.

"இந்தியாவைப் பற்றிப் பேச ஆரம்பித்த பின்னர்தான் நமக்குள் இந்தப் பள்ளம் விழுந்துவிட்டது என்று நினைக்கிறேன். நீங்கள் என்ன நினைக்கிறீர்கள்?"

அவன் ஆமோதிக்கிற விதத்தில் புன்னகைத்தான்.

"இந்தியாவைப் பற்றிப் பேசியதும் எனக்கு வீட்டு ஞாபகம் வந்திருக்கலாம். ஆனால் நீங்கள் எதனால் சோகமாகிவிட்டீர்கள் என்பதுதான் தெரியவில்லை."

அவன் சிரித்துக்கொண்டு சாதாரணமாகக் கேட்ட கேள்வி அவளுக்குள் மிக ஆழமான அடியாக விழுந்தது. அதன் வலியில் சற்றுத் தடுமாறிச் சுதாரித்துக்கொள்ள முயன்றாள்.

"ஓ... அது எனக்கு ஒன்றுமில்லை. உங்கள் நினைவுகளைக் கலைக்க வேண்டாமென்றுதான் பேசாமல் வந்தேன்."

அதன் பின்னர் அப்டன் பார்க் ரயில் நிலையம் வரை பேச்சு சாதாரணமாகத் தொட்டுக் கொண்டு வந்தது. ரயிலை விட்டிறங்கி ஸ்டேஷனை விட்டு வெளியில் வந்ததும் அவள் நின்று அவனைப் பார்த்தாள்.

"நான் இங்கிருந்து இப்படியே புறப்படட்டுமா?" என்று கேட்டாள்.

"தனியாகப் போகிறீர்களே!" என்று அவன் வருத்தப்பட, "தனியாக வாழ்கிறவளுக்குத் தனியாக ஈஸ்ட்ஹாம் போவது ஒரு கஷ்டமா?"

அவள் அதைச் சிரித்துக்கொண்டே சொன்னாலும் அடிமனத்தின் சோகம் வார்த்தையில் பளிச்சென்று தெரிந்தது. அந்தச் சிரிப்புகூடச் சற்று வாடின மாதிரி வர, இவன் பதில் சொல்லத் தெரியாமல் நின்றான்.

"சரி, புறப்படுங்கள்" என்று அவள் ஆயத்தமாக, இவன் பிரிய மனமில்லாதவனாகக் கேட்டான், "மீண்டும் எப்போது பார்ப்பது?"

"உங்களின் தொலைபேசி எண் என்னிடமும், என் தொலைபேசி எண் உங்களிடமும் இருக்கிறபோது என்ன கஷ்டம்? அதைப் பேசி முடிவு பண்ணலாமே?"

"ஓ.கே., தென் குட்நைட்."

அவள் திரும்பிப் பார்த்துக் கையசைத்து, கண்களை விட்டு மறைகிறவரை ஸ்டேஷன் வாசலில் நின்றிருந்த சத்யா பின்னர் தெருவைக் கடந்து எதிர்ப்பக்கம் வந்து வீட்டை நோக்கி நடக்க ஆரம்பித்தான்.

இன்னதென்று சொல்ல முடியாத சந்தோஷத்தினூடே மனத்தில் ஓர் அழுத்தமான கனமும் பரவிற்று. பிடித்தமான பொருளோ, அல்லது விலை உயர்ந்த சாமான்களோ, வீடு, கார் போன்ற எதுவானாலும் வாங்கின பின் அதைத் தனியாக விட்டுப் பிரிந்து மற்ற வேலைகளைக் கவனிக்க முடியும். ஆனால் இந்தப் பிரியமான மனிதர்களையும் நினைவுகளையும் நெஞ்சில் சுமப்பதைப் போன்ற பாரமும் இம்சையும் வேறில்லை என்று நினைத்தபோது அவனுக்குள்ளிருந்து ஓர் ஆழமான பெருமூச்சு வெளிப்பட்டது. அதேநேரத்தில் சடசடவென்று மழைத்துளிகள் விழத் தொடங்க அதிகம் நனையாமல் இருக்கும் பொருட்டு, வீட்டை நோக்கி மெல்ல ஓட ஆரம்பித்தான் சத்யா.

❖

15

இது ஹிம்ஸை. மிகப் பெரிய ஹிம்ஸை. சாப்பிடப் பிடிக்காமல், தூக்கம் வராமல் படுத்துகிற ஹிம்ஸை. ஒரு பெண்ணின் நினைவில் அலைக்கழிவதைவிடப் பெரிய அவஸ்தை ஒன்றுமில்லை. குளிக்கும்போது, சாப்பிடும்போது, நிற்கும்போது, நடக்கும்போது, படிக்கும்போது, படுக்கும்போது என்று விடாமல் நினைவுகளைச் சுமப்பதைவிடப் பெரிய சுமை ஒன்றில்லை. இத்தனைக்கும் அவள் நினைவில் தான் சுமக்கப்படுகிறாமோ என்பது தெரியாது. அவளும் இதுபோல் இம்சைப்படுகிறாளா என்பது தெரியாது. எல்லாவற்றிற்கும் மேலாகத் தன் மனதில் ஏற்பட்ட காதல், அவள் மனத்திலும் ஏற்பட்டிருக்கிறதா என்பது தெரியாது.

இது தெரியாததுதான் சத்யாவை இன்னும் சங்கடப்படுத்தியது. அன்று அவளை மேடம் டுஸ்லாடில் சந்தித்ததிலிருந்து கிட்டத்தட்ட இந்த இருபது நாட்களாகத் தினமும் சந்திக்கிறான். ஒன்றாக ரயிலில் பயணிக்கிறான். ரெஸ்ட்டாரண்ட்டுகளில் உட்கார்ந்து காப்பி குடிக்கிறான். வாரக் கடைசியான சனி, ஞாயிறில் ஊர் சுற்றிப் பார்க்கிறான். அவளது வீட்டிற்குப் போய், டெலிவிஷன் பார்த்து, சம்பாஷித்து, டின்னர், லஞ்ச் எல்லாம் சாப்பிட்டுத் திரும்பி இருக்கிறான். அவளைக் கூட்டி வந்து நம்பிராஜா, லிஸி, அவர்களின் பெண்கள் எல்லோருக்கும் அறிமுகப்படுத்தியிருக்கிறான்.

கரோலின் சிரித்துச் சிரித்துப் பேசுகிறாள். அதில் அவன் மனம் சிறைப்படுகிறது. தொட்டுத் தொட்டுக் கேள்வி கேட்கிறாள். உடல் நரம்பு முழுவதும் சந்தோஷம் பிரவகித்துப் பாய்கிறது.

தன் பார்வையை அவள் பார்வையில் இணைக்கிறபோது இவனுக்கு உச்சி குளிர்கிறது.

அந்த அத்தனை சந்தோஷமும் அவள் விடைபெற்றுப் போன உடன் கூடவே போய்விடுகிறது. சட்டென்று விளக்குகளெல்லாம் அணைந்த மாதிரி ஒர் இருட்டு வந்து சூழ்ந்து கொண்டுவிடுகிறது. மனம் தொய்ந்து சோர்வடைகிறது. மறுபடியும் நாளை எப்போது வரும், மீண்டும் அவளை எப்போது சந்திப்போம் என்று ஏங்கி, காத்திருந்து, கண் விழித்து...

இந்தக் காத்திருத்தல் கஷ்டமானது. ஒருவனை அடித்துப் போட்டு ஒன்றுமே இல்லாமல் செய்துவிடக்கூடியது. இந்தச் சிரமம், இந்தக் கஷ்டம், இந்த இம்சை, இந்தக் கண்விழிப்பு, இந்தப் பசியின்மை எல்லாம் தீர வேண்டுமானால் அவன் அவளிடம் தன் மனசைத் திறந்து காட்ட வேண்டும். தன் காதலைத் தெரிவித்தாக வேண்டும்.

இந்த உடலை உருக்கும் உணர்விற்கு முன்னால் அம்மாவும் அவளது வேண்டுகோள்களும், தான் செய்து கொடுத்த சத்தியங்களும் விலகிப் போயின; அன்னியமாயின. அவளா, அம்மாவின் வேண்டுகோளா என்கிற போராட்டத்தில் அவளே வெற்றி பெற்றாள்.

'அம்மா! என்னை மன்னித்துவிடு. என்னால் இந்த ஒரு விஷயத்தில் மட்டும் உன் சொற்படி நடக்க இயலவில்லை. மனம் அவள் நினைவில் நீரில் இடும் உப்பாய்க் கரைந்து போகிறது. நெருப்பில் விழுந்த நெய் மாதிரி உருகி ஒன்றுமில்லாமல் ஆகிறது. இதைத் தடுத்துக் கொள்ள முடியவில்லை. இதிலிருந்து விடுபட முடியவில்லை. வேண்டாம் கூடாது என்று கட்டுப்படுத்த நினைத்தாலும் நடக்கவில்லையே.

இந்த ஒன்றைத் தவிர மற்ற எல்லாவற்றிலும் நீ சொன்னதைக் கேட்கிறேன். உன் விருப்பப்படி நடக்கிறேன். இது இந்த ஒன்று... இதை மட்டும் அனுமதி. இயற்கை என்று ஏற்றுக்கொள். தயவு செய்து என்னைப் புரிந்துகொள்.'

மானசீகமாக அம்மாவிடம் மன்றாடினான். எப்படியாவது அம்மாவிடம் பேசி, கெஞ்சிக் கேட்டுச் சம்மதம் வாங்கிவிடலாம் என்கிற நம்பிக்கை இருந்தது. ஆனால் அதற்கு முன்னால் கரோலினின் சம்மதம் வேண்டும். அவள் மனம் புரிய வேண்டும்.

"என் வீட்டு முற்றத்தில் பெய்யும் மழை

உன் வீட்டு முற்றத்திலும் பெய்கிறது.

என் தோட்டத்தில் பாடும் குயில்

உன் தோட்டத்தில் பாடுகிறது.

என் கண்ணில் படும் நிலா

உன் கண்ணிலும் படுகிறது.

என் இதயத்தில் நுழையும்

காதல் மட்டும்

உன் இதயத்தில் நுழையவில்லையா?"

என்று மீரா எழுதின கவிதையைக் காட்டிக் கேட்க முடியாது. உனக்குத் தமிழ் தெரியாது. ஆனால் பார்வை புரியுமே. அதன் வழியாக வெளிப்படும் உணர்வுகள் புரியுமே. அந்த உணர்வுகளுக்கு மொழி தேவை இல்லையே. பாஷை ஒரு தடை இல்லையே. கரோலின், என்னைப் புரியவில்லையா உனக்கு?

என் எண்ணங்கள் தெரியவில்லையா? ஒருவேளை புரிந்தும் புரியாத மாதிரி இருக்கிறாயோ? தெரிந்தும் தெரியாத மாதிரி நடிக்கிறாயோ?

இல்லை; நிச்சயம் உனக்குப் புரிந்திருக்க வேண்டும். என் உணர்வுகள் தெரிந்திருக்க வேண்டும். இந்தியாவைப் பற்றி எத்தனை விஷயங்கள் தெரிந்து வைத்திருக்கிறாய்! தாஜ்மகால் தெரிகிறது உனக்கு. கங்கையைப் பற்றித் தெரிகிறது. பஞ்சாப் பொற்கோவில், அதில் நடந்த கலவரம், டில்லி, அதைச் சுற்றியுள்ள இடங்கள் என்று எவ்வளவு தெரிந்து வைத்திருக்கிறாய்! கேள்வி

மேல் கேள்வியாக எத்தனை கேட்கிறாய். அதைப் பற்றியெல்லாம் பேசுகிறபோது உன் கருநீலக் கண்கள் எப்படிக் கனவில் சஞ்சரிக்கின்றன! நினைவுகள் எப்படி லயிக்கின்றன!

"இந்தியாவைப் பற்றி இத்தனை விஷயம் தெரிந்து வைத்திருக்கிறாயே. எப்படி கரோலின்?"

அந்த ஒரு கேள்வியில் மட்டும் அவள் தடுமாறிப் போகிறாள். தயங்கித் தயங்கிப் பதில் சொல்கிறாள்.

"ஓ... அது... அது... வந்து... படித்துத் தெரிந்து கொண்டதுதான்."

"அவ்வளவு தூரம் விரும்பிப் படிக்க வேண்டுமானால் உனக்கு இந்தியாவின் மீது ஓர் அசாத்தியப் பிடிப்பு இருக்க வேண்டும். இல்லையா?"

"வெறும் பிடிப்பு மட்டுமில்லை; அசாத்திய காதலே இருந்தது."

"இருந்தது என்று ஏன் இறந்த காலத்தில் சொல்கிறாய் கரோ?"

அவள் ஓர் ஆழமான பெருமூச்சுடன் தொலைவில் எங்கோ பார்த்தவாறு சில விநாடிகள் மௌனமாக இருந்து, பின் சொல்வாள்:

"ஓ.கே. இருந்தது என்பதை இனிமேல் உங்களுக்காக வேண்டுமானால் இருக்கிறது என்று மாற்றிச் சொல்கிறேன்."

அந்தச் சிரிப்பு, உதடு அசங்காமல் வெளிப்படும் பேச்சு, ஒரு பரு, மரு, கரும்புள்ளி என்று எதுவுமற்ற பளிங்கு போன்ற முகம்.

இவன் நிஜமாவே பித்தனாகித்தான் போனான். இனிமேலும் மௌனமாய்ப் பழகி அந்த இம்சையைத் தாங்கிக் கொள்ள முடியாது என்று மறுநாள் மாலை அவளைச் சந்திக்கிறபோது வெளிப்படையாகவே பேசிக் கேட்டுவிடுகிற முடிவில் ஏற்பட்ட ஒரு நிம்மதியோடு படுக்கப் போனான்.

படுத்து ஐந்து நிமிடமாகி இருக்காது. டெலிபோன் ஒலித்தது. கீழே யாரும் எடுப்பதற்கு முன் இவன் தன் அறை எக்ஸ்டென்ஷனில் ரிசீவரை எடுத்ததும் அதே சமயத்தில் கீழ் டெலிபோனிலும் ரிசீவரை எடுத்த டாலி, கரோலினின் குரல் கேட்டதும்,

"ஸாரி சத்யாண்ணா. உங்களுக்குத்தான்" என்று ரிசீவரை வைத்துவிட இவனையறியாமல் ஏற்பட்ட சந்தோஷ உணர்வில் குரல் உற்சாகமாக வந்தது.

"கரோலின்?"

"ஆமாம். டின்னர் எல்லாம் ஆகிவிட்டதா?"

"ஓ எஸ். நீ?"

"ம். தனியாய் ஒரே ஒருத்திக்காக என்ன டின்னர் தயாரிக்க முடியும்? அதனால் வழக்கப்படி இரண்டு டோஸ்ட்டும் பாலும்தான்."

"ஏன் கரோ, எத்தனை தரம் கேட்டாலும் நீ ஏன் இப்படித்தான் தனியாக இருக்கிறாய். அம்மா, அப்பா இருக்கிறார்கள் என்கிறாய். ஏன் அவர்களோடு சேர்ந்து இருக்கக் கூடாது என்றாலும், 'இது இந்தியா இல்லை சேர்ந்து இருக்க!' என்று பதில் சொல்கிறாய். ஓ.கே. தனிமை உன்னை அத்தனை கஷ்டப்படுத்துமானால் யாரையாவது துணைக்குச் சேர்த்துக் கொள்ள வேண்டும்."

"துணை என்றால் ஆண் துணையா?"

"அப்படி இருந்தாலும் தப்பு ஒன்றுமில்லையே."

"தப்பு ஒன்றுமில்லை. ஆனால் தப்பான மனிதனை நம்பி ஏமாறக் கூடாது இல்லையா? நல்ல மனிதனாக யார் இருக்கிறார்கள்?"

"ஏன் நான் இல்லையா?" அவன் மனது அவனையும் மீறிச் சடாரென்று எதிர்பாராத விதமாக வெளிப்பட்டுவிட்டது.

எதை மிக மென்மையாய் அவளருகில் உட்கார்ந்து அவளது கை விரல்களை வருடிக்கொண்டு பார்வையால் குளிப்பாட்டிச் சொல்ல நினைத்தானோ அது அந்த மனநிலையில் அவனையும் அறியாமல் பட்டென்று வார்த்தையாய் வந்தது.

சட்டென்று நாக்கைக் கடித்துக் கொண்டான். எப்படிச் சொல்ல நினைத்ததை எப்படிச் சொல்லிவிட்டோம் என்று தோன்றியது. அழகாயும் உணர்ச்சிபூர்வமாயும் மென்மையாயும் வெளிப்படுத்த

கன்னத்தில் முத்தமிட்டால்

வேண்டியதை இவ்வாறு தொலைபேசியில் சொல்லியிருக்க வேண்டாமோ என்று நினைத்துக் கொண்டான். ஒரு விநாடிதான் அந்த எண்ணம். பின்னர் அதுகூட நல்லதாகப் பட்டது. நேரில் பேசக் கூச்சப்பட்டு இத்தனை நாள் மாதிரி தள்ளிப்போட்டு விட்டிருக்கக்கூடும். அதற்குச் சந்தர்ப்பமின்றி இப்படி வாய் தவறி வார்த்தைகள் வந்ததுகூடச் சரியாகத் தோன்ற அவளிடமிருந்து பதில் எதுவும் வராமல் இருப்பதை உணர்ந்து மெதுவாகக் கேட்டான்.

"என்ன கரோ, பதிலே இல்லை?"

"என்ன சொன்னீர்கள்? திருப்பிச் சொல்லுங்கள்."

அவன் கால் விநாடி மௌனமாய் இருந்து, கீழே யாரும் டெலிபோனை எடுத்துப் பேசுவதைக் கேட்க மாட்டார்கள் என்ற தைரியத்தில் குரலை இன்னமும் தழைத்துக் கொண்டு கேட்டான்.

"அதையே திருப்பிச் சொல்ல வேண்டுமா? அல்லது எதைச் சொல்ல நினைக்கிறேனோ இத்தனை நாளும் எதற்காகத் தவித்துக் கொண்டு இருக்கிறேனோ, அதைச் சொல்லலாமா கரோ?"

"சொ... சொல்லுங்கள் சத்யா."

"நான் சொன்னால் அதையே நீயும் திருப்பிச் சொல்வாயா கரோலின்?"

"என்ன சொல்லப் போகிறீர்கள்?"

"சொல்லத்தானே போகிறேன். அதையே நீயும் திருப்பிச் சொல்ல வேண்டும் என்பதுதான்."

"அதெப்படிச் சொல்ல முடியும்? கரோலின் ஒரு முட்டாள் என்று நீங்கள் சொல்வீர்கள்."

"ம்ஹூம். மாட்டேன். இத்தனை நாள் பழகியும் நான் என்ன சொல்வேன், என்ன சொல்ல மாட்டேன் என்பது தெரியவில்லை. கரோலின்? அந்த அளவிற்கு என் மீது நம்பிக்கை ஏற்படவில்லை இல்லையா?"

"ஓ, அப்படியில்லை சத்யா. அந்த அர்த்தத்தில் சொல்லவில்லை. ஒரு தரம் செய்த முட்டாள்தனத்தை மறுபடியும் செய்யக் கூடாது என்பதற்காகத்தான் கொஞ்சம் ஜாக்கிரதையாகப் பேசினேன்."

"ஒருதரம் செய்த முட்டாள்தனமா? என்ன சொல்கிறாய் கரோ?"

"ஓ. அது கிடக்கட்டும். நீங்கள் சொல்ல வந்ததைச் சொல்லுங்கள்."

"அதையே அப்படியே திருப்பிச் சொல்கிறேன் என்று பிராமிஸ் பண்ணு. நான் சொல்கிறேன்."

"சரி. சொல்கிறேன்."

"ம்ஹூம். பிராமிஸ் பண்ணிச் சொல்லு. அப்பத்தான் நம்புவேன்."

அவள் தயங்கித் தயங்கி, "ஐ பிராமிஸ்" என்றாள். அவன் உடனே, "ஐ லவ் யு!" சொன்னான். சொல்லிவிட்டு அவளது பதிலுக்காகக் காத்திருந்தான்.

உடனே பதில் வராமலிருக்க அந்த மௌனத்தில் துடித்துப் போய், "என்ன கரோ பதிலே இல்லை?" என்று கம்மிய குரலில் கேட்டதும் அவளும் அதே கரகரகத்த குரலில் சொன்னாள்.

"சத்யா, இது இப்படி ஒரு விநாடியில் பதில் சொல்லிவிடுகிற விஷயமில்லை. நாளைக்கு நாம் பேசுவோம். இதைப் பற்றி விரிவாகப் பேசுவோம். இப்போது நான் குட்நைட் சொல்லி போனை வைக்கிறேன்."

"நோ, கரோலின், நோ. இப்போது இதற்குப் பதில் தெரியாவிட்டால் எனக்குப் பைத்தியம் பிடிக்கும் கரோ."

அவன் தழுதழுத்த குரலில் கெஞ்சத் தொடங்க, அவள் மிகப் பிடிவாதமாய், "நாளை பேசலாம் சத்யா" என்று சொல்லித் தொடர்பைத் துண்டிக்க, இவன் ஆவேசம் வந்த மாதிரி மறுபடி அவளது தொலைபேசி எண்களைச் சுழற்றி, அவள் எடுக்கக் காத்திருந்து, "ப்ளீஸ் கரோ" என்று ஆரம்பித்த உடனே அவள் ஒன்றும் பேசாமல் வைத்துவிட,

அவன் விடாமல் மீண்டும் மீண்டும் அவளது எண்களைச் சுழற்றி எடுக்கப்படாமற் போகவே...

சொல்ல முடியாத ஏமாற்றத்திலும் துக்கத்திலும் வலியிலும் வேதனையிலும் துவண்டு படுக்கையில் சரிய, அவனையறியாமல் அவனுடல் மெல்லக் குலுங்கியது.

——•◆•——

16

மல்லாந்து படுத்து மேலே சுழலும் மின்சார விசிறியையே பார்த்துக் கொண்டிருந்தாள் யாமினி. தூக்கம் வரவில்லை. அடிவயிற்றில் பயம் பந்தாகச் சுருண்டது. சொல்ல முடியாத ஒரு தயக்கம் மனதைச் சங்கடப்படுத்திற்று. தொண்டையில் முள் சிக்கிக் கொண்ட மாதிரி அவஸ்தைப்பட்டாள். தான் மறுநாள் செய்யப் போகிற காரியம் சரியில்லை என்று தோன்றியது. அதன் உறுத்தல் கண்ணில் விழுந்த தூசாக அரிக்க என்ன செய்வதென்று புரியாமல் திண்டாடினாள்.

ரவிச்சந்திரன் கேட்டபோது வர முடியாது என்று சொல்லியிருக்க வேண்டும். அப்படியெல்லாம் வருகிற தைரியமில்லை என்பதை வெளிப்படையாகஒப்புக்கொண்டிருக்க வேண்டும். அல்லது வேறு ஏதாவது காரணம் சொல்லித் தப்பித்துக் கொண்டிருக்க வேண்டும். இவை எல்லாவற்றிற்கும் மேலாக, 'அது' தவறு. கல்யாணத்துக்கு முன் இப்படித் தனி அறை தேடித் தங்குவதெல்லாம் கூடாது என்று மனத்தில் பட்ட அபிப்பிராயத்தைச் சொல்லி மறுத்திருக்கலாம்.

ஆனால் அப்போது அவை எதையும் சொல்லவில்லை. தயங்கித் தயங்கித் தலையாட்டியாகிவிட்டது.

"நாளை காலை, சரியா ஏழு மணிக்கே காலேஜ் வாசல்ல இரு யாமினி. நான் என் நண்பன்கிட்டே கேட்டு கார் வாங்கிட்டு வரேன். நேற்றே ஸில்வர் ஓட்டலில் காட்டேஜ் புக் பண்ணிட்டேன். ஏழு மணிக்குக் கிளம்பினால் இரண்டு மணி நேரத்தில் மகாபலிபுரம் போயிடலாம். நிம்மதியா சாயந்திரம் அஞ்சு மணி வரை இருந்திட்டுக் கிளம்பினால் ஏழு, ஏழரைக்கெல்லாம் வீடு

திரும்பிடலாம். வீட்ல காலேஜ் எக்ஸ்கர்ஷன், பிரண்ட்ஸ்கூடப் பிக்னிக்குன்னு எதையாவது சொல்லிட்டு வா. என்ன?"

உள் மனசு, 'மாட்டேன். இதெல்லாம் வேண்டாம். பயமா இருக்கு' என்று கத்த, இவள் அதன் குரலை வெளிக்காட்டாமல், 'சரி' என்று தலையாட்டினாள்.

அவன் முகம் முழுதும் மலரச் சிரித்துக் கொண்டே சொன்னான்: "நல்லா டிரெஸ் பண்ணிட்டு வா. டுமாரோ வீ ஆர் கோயிங் டு என்ஜாய் வித் அவுட் எனி டிஸ்டர்பன்ஸஸ். என்ன?"

அதற்கும் தலையாட்டலே பதில்.

"என்ன யாமினி, பூம்பூம் மாடு மாதிரி எல்லாத்துக்கும் தலையாட்டற? வாயைத் திறந்துதான் பதில் சொல்லேன்."

"ச... ரி... ங்... க..."

"ஏன் இப்படித் தயக்கமா பதில் வருது? இஷ்டமில்லாட்டி போக வேண்டாம். நான் யாரையும் வற்புறுத்தலை."

அவன் முகம் விநாடி நேரத்தில் சடாரென்று மாறி ஜிவ்வென்று சிவந்து போயிற்று. இந்தக் கோபத்திற்குப் பயந்தே யாமினி ஒன்றும் பேசாமல் இருந்தாள். தன் எண்ணங்களை வெளிப்படுத்தத் தயங்கினாள். தான் மறுத்தால் அதன் பின் தன்னைப் பார்ப்பதை, பேசுவதை, சந்திப்பதை நிறுத்திக் கொண்டுவிடுவானோ என்கிற பயம், தயக்கம், சந்தேகம் எல்லாம் சேர்ந்தே அவளை ஒப்புக் கொள்ளச் செய்தன. 'வேண்டாம், கூடாது' என்கிற உள் மன எச்சரிக்கையை மீறி...

"என்ன ரவி, இப்படிக் கோவிச்சுக்கறீங்க? நாளை காலை அம்மாகிட்டே என்ன சொல்லிட்டுப் புறப்படலாம்னு யோசிச்சிட்டிருந்தால் அதற்குள் அவசரப்பட்டு என்னென்னவோ பேசறீங்களே?"

"ஓ... ஸாரி!" என்று உடனே தழைந்து குழைந்தான். "அப்போ காலைல சரியா ஏழு மணிக்கு. ஓ. கே.?"

"ஓ.கே." இவள் சிரிக்க வேண்டியதாயிற்று.

அதை நினைத்து நினைத்து தூக்கம் வர மறுத்தது. மறுநாள் என்ற ஒன்று விடியாமல் இருந்துவிட்டால் தேவலாம் போலிருந்தது. ஆனால் நிச்சயமாய் விடியும். இருள் பிரிந்து சூரியன் வரும். அதைத் தடுக்க முடியாது. தன்னைத் தடுத்துக் கொள்ளலாம். ஏழு மணிக்குக் கல்லூரி வாசலுக்குப் போகாமலே இருந்து இந்த இக்கட்டான சந்தர்ப்பத்திலிருந்து மீளலாம். இதெல்லாம் அவனைக் காதலிக்காமல் இருந்தால் சாத்தியம். அவன் மீது அன்பு செலுத்தாமல் இருந்தால் சாத்தியம். அவனை நினைக்கிறபோது மனசு உருகிக் கரையாமல் இருந்தால் சாத்தியம். அவன் நினைவில் பைத்தியமாகாமல் இருந்தால் சாத்தியம். இப்போது இல்லை. இவள் அவனை நேசிக்கிறாள். நெஞ்சில் அவனது உருவத்தைச் சுமந்து கொண்டு அந்த பாரம் வெளியில் யாருக்கும் தெரிந்துவிடக் கூடாதென்று அலைகிறாள். அவனைக் கல்யாணம் செய்து கொண்டு கருத்தொருமித்து வாழ ஆசைப்படுகிறாள்.

அப்படி இருக்கிறபோது மறுத்து, மனத்தாங்கலுக்கு ஆளாகக் கூடாது என்று மனமும், ஒருவேளை இதற்குப் பின்னர் அவன் தன்னைத் திரும்பிப் பாராது போய்விட்டால் என்ன செய்வது என்று அறிவும் மாறி மாறிப் போராடுகின்றன. இந்த விஷயத்தில் எப்போதும்போல் அறிவை மனது வென்றுவிடுகிறது. சிந்தனா சக்தியை உணர்வுபூர்வம் மழுங்கச் செய்துவிடுகிறது.

அவளுக்கு அவன் வேண்டும். அத்தியாவசியமாய் வேண்டும். அதற்காக எதைச் செய்யவும் தயார். மனத்தைக் கொடுத்துவிட்ட பின் தயங்கக் கூடாது. எப்படியும் அவனுக்குச் சொந்தமாகப் போகிற உடம்பு. அதற்குண்டான உரிமைக்கு முன்பாக ஆசைப்படுகிறாள். அவ்வளவுதான். இதைத் தடுத்துப் போகாமல் இருந்து கீறல் ஏற்படுத்திவிட்டால் வாழ்நாள் முழுதும் நெருடும். 'என் மீது நம்பிக்கை இல்லாமல்தானே அப்படிச் செய்தாய்?' என்பதைச் சொல்லிக்காட்டுவான். குத்திக்கிளறுவான். சுமுகமாகப் போக வேண்டிய குடும்ப வாழ்க்கை ரணமாகும். வேண்டாம். அப்படியெல்லாம் அப்புறம் அவஸ்தைப்படுவதைவிட நாளை

   கன்னத்தில் முத்தமிட்டால்

போவது எவ்வளவோ மேல். இல்லாவிட்டால் அன்றொரு நாள் சொன்ன மாதிரி என் மீது நம்பிக்கை இல்லாத பெண் வேண்டாம் என்று உதறித் தள்ளினாலும் தள்ளுவான். அதைத் தாங்க முடியாது. தாங்குகிற சக்தி இதயத்தில் இல்லை. அதைவிட, அதைவிடப் போவதுதான் நல்லது.

முடிவிற்குப் பின்னர் ஓரளவு நிம்மதி ஏற்பட்டது. சிறிது நேரம் கண் இழுக்கத் தூங்கக்கூடச் செய்தாள்.

மறுநாள் காலை எழுந்ததும் தலை பாரமாகக் கனத்தது. கண்கள் எரியத் தொடங்கின. நல்ல வெய்யிலில் மணிக்கணக்கில் நின்ற மாதிரி இருந்தது. அதைப் பொருட்படுத்தாமல் சூடு தணிய வாளி வாளியாக நீர் மொண்டு ஊற்றி ஷாம்பூ போட்டுக் குளித்தாள். அந்தக் குளியலில், நீரின் சில்லிப்பில் உடம்பிற்கும் ஒரு குளிர்ச்சி வந்தது. முதல் நாள் மனப் போராட்டங்களை எல்லாம் மறந்து பரபரப்போடு கிளம்பத் தொடங்கினாள். ஈரத் தலை முடியின் காதருகில் இரு பக்கமும் வர்ண பிளாஸ்டிக் கிளிப் செருகி நீளான முடியின் பாதியில் வெறும் ரப்பர் வளையம் போட்டுக் கட்டினாள். தன் நிறத்திற்கு எடுப்பாய் அழகாய் ஆழ்ந்த நீல வர்ண ஷிபான் புடவையும், அதே கருநீலத்தில் ஜாக்கெட்டும் அணிந்து கொண்டாள். முகத்திற்குச் சந்தனப் பவுடர் பூசி, மெலிதாய்க் கண்களுக்கு மைதீட்டி, புருவங்களையும் பென்ஸிலால் ஒழுங்கு பண்ணி, பொட்டு வைத்துக் கொண்டு வெளியில் வந்தவளைப் பார்த்து அம்மா ஆச்சரியமாகக் கேட்டாள்.

"என்னடி இன்னிக்கு இத்தனை சீக்கிரம் கிளம்பிட்டே. மணி இன்னும் ஏழுகூட ஆகலை? நல்லா டிரெஸ் பண்ணிட்டு இருக்கே! என்ன விஷயம்? காலேஜில் ஏதாவது விசேஷமா?"

இவளுக்கு இதயம் படபடத்து மூச்சு முட்டிற்று. அதை வெளிக்காட்டாமல் நம்பும்படி சொன்னாள்.

"என்னம்மா நீ! மறந்துட்டியா? இன்னிக்கு ஸ்டடி காம்ப் போறோம் – மகாபலிபுரத்துக்குன்னு நேற்று சாயந்திரமே சொல்லலை?"

"ஓ... ஞாபகமில்லை. சியாமளா கூட வராளா?"

"இல்லைம்மா. இது எங்க டிபார்ட்மெண்ட்டுக்கு மட்டும்தான்."

"சரி, காப்பி குடிச்சிட்டுக் கிளம்பு. கைல பணம் ஏதாவது வேணுமா?"

"ம்ஹூம். வேணாம். எல்லாம் காலேஜ் செலவுதான்."

"இருந்தாலும் உனக்கு ஏதாவது வாங்கணுமின்னு தோணிச்சுன்னால் என்ன செய்வே? இந்த இருபது ரூபாயை வச்சிக்க."

பணத்தைக் கையில் வாங்கினபோது கூசிப் போனாள். ஒரு வினாடி இந்த அம்மாவை ஏமாற்றுகிற குற்ற உணர்வில் குமுறினாள். உள்ளுக்குள் ஏதோ மடமடவென்று சரிகிற மாதிரி இருந்தது. 'எல்லா அம்மாக்களுமே ஏமாளிகள்தானோ?' என்று தோன்றியது. 'இல்லை. சியாமளாவின் அம்மா ஏமாற மாட்டாள். அதிகப் பாசமுள்ள அம்மாக்கள் மட்டுமே ஏமாறுகிறார்கள். பெற்ற குழந்தைகளாலேயே ஏமாற்றப்படுகிறார்கள்.'

கண்ணோரம் துளிர்க்கக் கிளம்பிய நீரைக் கீழ் உதட்டைக் கடித்து அடக்கிக் கொண்டு, "வரம்மா. சாயந்தரம் வர மணி ஏழூ, ஏழரை ஆனாலும் ஆகும். பயப்படாதே" என்றாள்.

செருப்பை மாட்டிக் கொண்டு படியிறங்கி ஓட்டமான நடையில் கல்லூரியை நோக்கிப் போனபோது மெதுவாக வியர்க்கத் தொடங்கிற்று.

வெள்ளை பியட் வண்டி. ஸீட் குஷன், ஏர்கண்டிஷன், முன் சின்னக் கண்ணாடியில் தொங்கிய மல்லிகைச் சரம், சென்ட் வாசனை, மெலிதாய் வந்த மேல்நாட்டு சங்கீதம் என்று சாந்தி முகூர்த்த அறை மாதிரித் தோன்றியது. இவள் ஒருபக்கம் படபடப்பும், மறுபக்கம் ஆர்வமும் கலந்த சந்தோஷமாக ரவிச்சந்திரனின் பக்கத்தில் உட்கார்ந்திருந்தாள்.

அவன் சொல்ல முடியாத உற்சாகத்தில் வண்டியை ஓட்டினான். நடுநடுவில் அவள் கையைத் தன் இடக்கையால் பற்றி அழுத்த இவள் உடம்பு நரம்புகளில் மின்சாரம் பாயத் தொடங்கிற்று.

    கன்னத்தில் முத்தமிட்டால்

அத்தனை நேர பயம், குழப்பம் எதுவும் நினைவிற்கு வராத அளவில் காதல் உணர்வு மட்டுமே ஆட்கொள்ள, தலையைச் சாய்த்துக் கண்களை அகட்டி அவனைப் பார்த்தாள்.

"இன்னும் எவ்வளவு நேரம் போகணும்?"

"ஏன், அத்தனை அவசரமாக இருக்கா?"

"சீ... டோன்ட் பி ஸில்லி" என்று முகம் சிவக்கத் தலையைக் குனிந்து கொண்டதும் அவன் சொன்னான்: "இதில ஸில்லித்தனம் என்ன இருக்கு? ஐ லவ் யு. அண்ட் யு லவ் மீ. தட்ஸ் ஆல். இட் ஈஸ்..."

அதைக் கேட்டு ஒரு விநாடி யோசித்துப் பின் அவனைப் பார்க்க, அவன்,

"என்ன யாமினி" என்று கொஞ்சினான்.

"யு லவ் மி என்பது என்ன ரவி? வெறும் பிஸிக்கலா, அல்லது மெண்ட்டலா?"

"இட்ஸ் போத்."

"உடம்பு, மனசு ரெண்டுமே சேர்ந்த விஷயம்னு சொல்றீங்களா?"

"அஃப்கோர்ஸ்."

"மனசால் மட்டும் லவ் பண்ண முடியாதா ரவி?"

"நாட் பாஸிபிள். இப்போ நீ இத்தனை அழகா இருக்கிறதால்தானே என் மனசு உன்கிட்டே ஈடுபட்டது? அப்படியில்லாமல் உன் ஃப்ரெண்ட் சியாமளாகிட்டே ஈடுபட்டிருக்கக் கூடாதா? அதே மாதிரி நானும் அழகா, வெள்ளை வெளேரென்று இருக்கிறதால்தானே உனக்குப் பிடிச்சது? இல்லாட்டி பிடிச்சிருக்குமா? உங்க அத்தை பையனோ யாரோ கிராமத்திலே இருக்கிறதா சொன்னியே, பேரு என்ன சொன்னே?"

"சிவா."

"ம்... அவனை ஏன் உன்னால நேசிக்க முடியலை? கறுப்பா, நல்லா இல்லாத காரணத்தினால்தானே? அதனால்தான் இந்த லவ் என்பது அதிகம் உடம்பைப் பற்றின விஷயம்தான்னு எனக்குப் படுது."

"அப்படியா நினைக்கிறீங்க ரவி? அப்படின்னா டெஸ்டிமோனா எப்படி ஒத்தெல்லோவை லவ் பண்ணினாள்?"

"அது... அது... அது வந்து ஷேக்ஸ்பியரோட முழுக் கற்பனை. அந்த மாதிரிப்பொருத்தமில்லாமல் காதலிச்சுத் தொலைச்சதனால்தானே அவள் வாழ்க்கை டிராஜடியாக முடிஞ்சது?"

"அப்போ நம் வாழ்க்கை காமெடியாகவே முடியும்னு சொல்லுங்க."

"நான் ஆரம்பத்தைப் பற்றியே யோசிச்சிட்டு வரேன். நீ ஏன் முடிவைப் பத்திக் கேட்கிறே? இந்த மாதிரி கேள்வி பதில் எல்லாத்தையும் விட்டுட்டு நமக்குக் கிடைத்திருக்கிற இந்தத் தனிமை, சந்தர்ப்பம் எல்லாத்தையும் அனுபவிப்போம், யாமினி. ஒவ்வொரு நிமிடத்தையும் சந்தோஷமா செலவழிப்போம். எந்த இன்ஹிபிஷனும் இல்லாமல், தடை இல்லாமல் வாழ்நாளில் எப்போ நினைச்சாலும் அறுபது வயசுக் கிழவனாக அசைபோட்டாலும் பளிச்சினு நினைவிற்கு வரக்கூடியதாய், சந்தோஷம் தரக்கூடியதாய், எவர்க்ரீன் மெமரின்னு சொல்லுவாங்களே அப்படி இருக்கணும். அந்த மாதிரி அனுபவிக்கணும். இந்த நாள் மறக்க முடியாததா அமையணும். அதற்கு நீ ஒத்துழைக்கணும். மாட்டேன், இல்லை, கூடாது, வேண்டாம் - இந்த நாலு வார்த்தையும் இன்னிக்கு முழுசும் உன் வாயிலிருந்து வரவே கூடாது. என்ன?"

அவள் மெல்லத் தலையாட்ட, "இந்தத் தலையாட்டல் வேணாம். பதிலா சொல்லு."

"சரி."

அவன் பதிவு செய்திருந்த காட்டேஜ் மிக அழகாக இருந்தது. வெளிப்பார்வைக்கு ஓலைக் குடிசை மாதிரித் தோன்றினாலும் உள்ளுக்குள் சகல வசதிகளும் இருந்தன. ஐந்து நட்சத்திர ஓட்டல் அறையை மிஞ்சின. பின்கதவைத் திறந்து மூங்கில் பால்கனியில் உட்கார்ந்தால் சற்றுத் தூரத்தில் சமுத்திரம் தெரிந்தது. அந்த

அமைதி, கடல், மணல், வானம், தென்னை மரங்கள் எல்லாமே மிக மிக அழகாய், 'எங்களை ரசியேன்' என்று கெஞ்ச -

ரவிச்சந்திரன் அறையினுள் அவசரப்பட்டான். காரை நிறுத்தி, சாவி வாங்கிக் கொண்டு வந்தவன். முதல் காரியமாகக் குளிர்சாதனத்தை ஓடவிட்டான். பேரரை அழைத்து காரிலிருந்து வெளிநாட்டு விஸ்கி பாட்டிலைக் கொண்டுவரச் சொன்னான். ஐஸ்கட்டிகளும், சோடாவும், மெல்லிய உருளைக் கிழங்கு வறுவலும், காரம் தடவிய பொரித்த முந்திரியும் ஆர்டர் பண்ணினான்.

"யாமினி, அங்க என்ன செய்யறே? உள்ளே வாயேன்."

"இங்கே கடல், வானம், தென்னை மரங்கள் எல்லாம் ரொம்ப அழகா இருக்குதுங்க."

"அதைவிட அழகான விஷயமெல்லாம் உள்ளே இருக்கு. வா."

அவள் அந்த இடத்தை விட்டு நகர மனசில்லாமல் உள்ளே வந்து கதவை மூடிவிட்டு அவன் எதிரில் இருந்த நாற்காலியில் உட்கார்ந்தாள். இரு கண்ணாடி டம்ளர்களில் விஸ்கி கலந்து ஒன்றை அவளிடம் நீட்ட, அவள் அதிர்ந்து போய் அவனை ஏறிட்டாள்.

"எ... என்னங்க இது?"

"ம்... குடி. ஒண்ணும் செய்யாது."

"ஐயோ! வேணாங்க."

"உஷ். கார்ல வர்றபோது என்ன சொன்னேன். இங்கே இருக்கிற நேரம் பூரா இல்லை, வேணாம், மாட்டேன், பிடிக்காது எதுவும் சொல்லக் கூடாதுன்னு சொல்லலை?"

ஆரம்பம் அவள் எதிர்பார்த்ததைவிட மாறாக இருந்தது. 'அவன் தன்னோடு பின்னால் பால்கனியில் வந்து நிற்பான். இயற்கையைக் கண்டு ரசிப்பான். பின்னர் ஒட்டி நின்று தன் கையை அவன் கையில் எடுத்துக் கொள்வான். அந்த நீளமான விரல்களில் முத்தமிட்டு, 'ஐ லவ் யு' சொல்லி உருகுவான்.

இதெல்லாம்தான் அவள் எதிர்பார்த்தது, அவள் ஆசைப்பட்டது, கனவு கண்டது. இதற்கு மாறாக, வந்த உடன் சுற்றுப்புற அழகைக்கூடக் காண வராமல், விஸ்கி கலந்து வைத்துக் கொண்டு அவளையும் சாப்பிடச் சொல்லி வற்புறுத்தி...

ஓ... இதென்ன, தவறாகவே தொடங்குகிறதே, எல்லாம்?

அவள் பயமும், தயக்கமுமாய் அதிலும் சிரிப்பை வரவழைத்துக் கொண்டு, "நீங்க அந்த நாலு வார்த்தைகளைத்தானே சொல்லக் கூடாதுன்னு சொன்னீங்க. பழக்கமில்லீங்க என்ற வார்த்தையைச் சொல்லலையே? அதனால் அதைச் சொல்லலாம், இல்லையா?" என்றாள்.

"ஓ... அவ்வளவு புத்திசாலித்தனமாய்ப் பேசறியா? சரி. பழக்கமில்லேன்னா, பழக்கப்படுத்திக்கலாம், இல்லையா?"

"ப்ளீஸ்... ப்ளீஸ்... இது மட்டும் வேணாங்க."

"அப்போ இதற்கடுத்ததையும் பழக்கமில்லைன்னு வேணாம்னு ஒதுக்கிடப் போறியா?" அவன் தன் டம்ளரின் முக்கால்வாசியைச் சட்டென்று விழுங்கிவிட்டுக் கேட்டான். அவள் சட்டென்று புரிந்து கொள்ள முடியாதவளாக அவன் முகத்தை ஏறிட்டாள்.

"இதற்கடுத்ததா? எதைச் சொல்றீங்க?"

"இதைத்தான் சொல்றேன்" என்று அவளை இருகைகளாலும் ஒரு குழந்தையைத் தூக்குகிற மாதிரித் தூக்கிக் கட்டிலில் கிடத்தித் தானும் சரியவும் பயமா, வெட்கமா, அருவருப்பா, எதிர்பார்ப்பா, ஆவலா என்று எதுவும் புரியாத ஏதோ ஓர் உணர்வில் கண்களை இறுக மூடிக் கொண்டாள் யாமினி.

17

றுநாள் காலைக்குக் காத்திருந்தான் சத்யா. அதற்கு மேலும் அந்த இரவைத் தள்ள முடியாது என்று தோன்றியது. படுக்கையில் படுத்து இருட்டை வெறிக்க முடியாது. வெறும் பார்வைக்கு மட்டும் இருட்டில்லை. மனது முழுவதும் இருட்டாகக் கிடந்தது. சிறிது வெளிச்சம் - சாத்தப்பட்ட அறையின் உள் வெளிச்சம் கதவிடுக்கின் வழியாக வெளியில் கோடாக விழுதுவதுபோல் ஓர் கீற்று வெளிச்சம் வந்திருந்தால்கூட இத்தனை தவிப்பு ஏற்பட்டிருக்காது. ஆனால் எதுவுமின்றித் தட்டி எல்லாவற்றையும் இருட்டாக்கிவிட்டாள், கரோலின். ஒரு வார்த்தை, ஒரே ஒரு வார்த்தை சொல்லியிருக்கலாம்.

"ஐ டூ லவ் யூ சத்யா. இதைப் பற்றி நாம் விரிவாகப் பேசுவோம்."

ஆனால் அதைகூடச் சொல்லவில்லை. தான் சொல்வதை அப்படியே திருப்பிச் சொல்வதாக வாக்களித்தவள் அதைச் சொல்லவில்லை.

நாளைக்குப் பேசுவோம்.

நாளைக்குப் பேசுவோம்.

நாளைக்குப் பேசுவோம்.

ஓ... எப்போது வரும் அந்த நாளை? எப்போது அவளைச் சந்திப்போம்? எப்போது பேசுவோம்? என்ன சொல்வாள் அவள்? தன்னை நேசிப்பதாக, ஏற்றுக் கொள்வதாக, காதலிப்பதாக, கல்யாணம் செய்து கொள்வதாக...

அல்லது... அல்லது...

வேண்டாம். வேறு எந்தப் பதிலும் வேண்டாம். வேறு எதையும் அவள் சொல்லிவிடக் கூடாது. தன்னால் தாங்கிக் கொள்ள முடியாது.

கடவுளே! அவளிடமிருந்து நல்ல பதில் வர வேண்டும். தன்னை நேசிப்பதாகச் சொல்ல வேண்டும். சொல்வாளா? சொல்ல வேண்டும். இந்தக் கேள்வியிலும் பதிலிலும் எதிர்பார்ப்பிலும் புரண்டு புரண்டு படுத்து, எழுந்து தண்ணீர் குடித்து நாலைந்து முறை பாத்ரூம் போய் மீண்டும் வந்து படுத்து...

மணி பார்த்தான். ஒன்றரை. அப்போதும் மனதிற்குள் மெலிதாய் நம்பிக்கை தலைதூக்கியது. தொலைபேசியின் ரீவரை எடுத்து அவளின் எண்களைச் சுழற்றினான். மறுபக்கம் மணி அடிப்பது கேட்டது. ஆனால் எடுக்கப்படவில்லை. நீண்டநேரம் காதருகில் வைத்துக் கொண்டிருந்த பின் தொடர்பைத் துண்டித்துப் படுக்கையில் விழுந்தான்.

காலை வெகு சீக்கிரம் எழுந்திருக்க நினைத்தவன் ஏழரைக்குத்தான் எழுந்தான். அவசர அவசரமாய்க் குளித்து உடை மாற்றிக்கொண்டு கீழே இறங்கி வந்தபோது லிஸி அவனைத் தன் வழக்கமான சிரிப்பில் வரவேற்றுக் கேட்டாள்.

"என்னப்பா, இன்னிக்கு இத்தனை சீக்கிரம் கிளம்பிட்டே! விடியற்காலை ஷிஃப்ட்டா?"

"ம்..." என்றவன் அப்போதைய மனநிலையில் வேறு எதுவும் பேசப் பிடிக்காதவனாக, 'ஆமாம்' என்று தலையை மட்டும் ஆட்டினான். லிஸி காப்பி கலந்து கொடுத்துவிட்டுச் சொன்னாள்.

"சாயந்தரம் நீ வர்றபோது நாங்க வீட்ல இருக்க மாட்டோம், சத்யா. இன்னிக்கு வெள்ளிக்கிழமை இல்லே. முருகன் கோவிலுக்குப் போறதா இருக்கோம். சீக்கிரம் வந்தாயானால் நீயும் கோவிலுக்கு வரலாமேப்பா?"

சட்டென்று அவன் மனதிற்குள் ஒரு பிரகாசம் தோன்றிற்று. 'முருகா! கரோலின் சரி சொல்லட்டும். சாயந்தரம் உன் கோவிலுக்கு வரேன். ஞாயிற்றுக்கிழமை பாலாபிஷேகம் செய்து வைக்கிறேன்.'

     கன்னத்தில் முத்தமிட்டால்

"என்ன சத்யா, கோவிலுக்கு வரியான்னு கேட்டால் எதையோ யோசிச்சிட்டிருக்கே?"

"இல்ல ஆன்ட்டி. இன்னிக்கு ஒரு வேலையா வெளியில் போறேன். அந்த வேலை நல்லபடியா முடியட்டும். வரேன்."

ஓவர்கோட், தொப்பி, ஷூ, கையுறை எல்லாவற்றையும் போட்டுக் கொண்டு வெளியில் வந்தபோது மழை கொட்டிக் கொண்டிருந்தது. இந்த மழையில் ஸ்டேஷன் வரைகூட நடக்க முடியாது. ஈஸ்ட்ஹாமில் இறங்கி மீண்டும் கரோலின் வீடு வரை நடந்தாக வேண்டும். மற்ற சமயமானால் நடந்திருப்பான். இப்போதைய மனநிலையில் அதற்குத் தெம்பில்லை. அதைவிட, கரோலின் மார்க் அண்ட் ஸ்பென்ஸருக்குப் புறப்பட்டுவிட்டால் அவளைப் பிடிப்பது கஷ்டம்.

மீண்டும் மாலையில்தான் சந்திக்க இயலும். அதுவரை காத்திருக்கும் கொடுமைக்கு ஆளாக இஷ்டப்படாமல் டாக்ஸியில் போக முடிவு செய்தான். தன்னிடம் இருந்த சாவியால் வெளிவாசல் கதவைத் திறந்து உள்ளே வந்து டாக்ஸி ஸ்டாண்டிற்குப் போன் செய்து டாக்ஸி வரச் சொல்லிவிட்டு வெளியில் வந்து காத்திருக்க, அடுத்த சில நிமிடங்களில் டாக்ஸி வந்தது. 'குட் மார்னிங்' சொல்லி டாக்ஸியில் ஏறி கரோலினின் விலாசத்தைத் தெரியப்படுத்திவிட்டு அவளிடம் எவ்வாறு பேசலாம் என்பதை யோசித்தான்.

கரோலினின் வீட்டு வாசலில் அழைப்புமணியை அழுத்திவிட்டு நின்றபோது மனது படபடத்தது. உடம்பு முழுதும் ஓர் உஷ்ணம் பரவிற்று. ஒரு விநாடிக்கெல்லாம் கதவைத் திறந்த கரோலின் அவனை எதிர்பார்த்த பாவனையில் வரவேற்றாள்.

அவன் உள்ளே வந்து ஓவர்கோட், ஷூ, கையுறை, தொப்பி எல்லாவற்றையும் கழற்றி மாட்டிவிட்டு வரவேற்பறையின் சோபாவில் சரிந்து உட்கார்ந்து தலையைப் பின்னால் சாய்த்து யோசிக்க...

அவள் இரு காப்பிக் கோப்பைகளுடன் எதிரில் உட்கார்ந்தாள்.

"ம்... காப்பி சாப்பிடுங்கள்" என்றாள்.

அவன் கோப்பையைக் கையில் எடுத்துக் கொண்டு அவள் முகத்தை, கண்களை மிக ஆழமாகப் பார்க்க, அவள் கேட்டாள்.

"என்ன அப்படிப் பார்க்கிறீர்கள்?"

"நீ ஏன் அப்படி நடந்து கொண்டாய் கரோ? ராத்திரி முழுதும் நான் தூங்கவில்லை, கரோ. உனக்கு போன் பண்ணிப் பண்ணி ஓய்ந்து போய்விட்டேன். நடுராத்திரி ஒரு மணிக்குக்கூட ஒரு தரம் பண்ணிப் பார்த்தேன். டெலிபோன் மணி அடித்ததே தவிர, நீ எடுக்கவில்லை."

"ஐயம் ஸாரி. நான் போன் பிளக்கைக் கழற்றிப் போட்டுவிட்டேன்."

"ஏன் அப்படிச் செய்தாய் கரோ? அந்த அளவு கடுமையாய் நடக்கும்படி நான் செய்த தவறுதான் என்ன?"

அந்த உருக்கமான கேள்விக்கு அவள் உடனே பதில் சொல்லவில்லை. ஒரு விநாடி அவன் முகத்தையே பார்த்துக் கொண்டிருந்தாள். பின்னர் தான் உட்கார்ந்திருந்த இடத்தைவிட்டு எழுந்து அவனருகில் போய் உட்கார்ந்து மெல்ல அவன் கையைத் தன் கைகளில் எடுத்துக் கொண்டு பேச ஆரம்பித்தாள்.

"இந்த அளவிற்கு உங்களைப் பாதிக்கும் என்று நான் நினைக்கவில்லை. என் மனம் மிகவும் குழம்பிப் போயிருந்த காரணத்தால் அதைப் பற்றிப் பேச வேண்டாமென்று நினைத்தேனே தவிர வேறில்லை."

"இதில் குழப்பத்திற்கு அவசியமே இல்லையே, கரோலின்?"

"அவசியம் இருந்த காரணத்தால்தான் அப்படி நடந்து கொண்டேன்."

அவன் அதற்கு மேல் தாங்க இயலாதவனாகச் சரேலென்று அவள் கைகளில் கிடந்த தன் கைகளை விலக்கி அவள் கைகளைப் பற்றி அதில் தன் முகத்தைப் பதித்துக் கொண்டான். பின்னர் விரல் விரலாக முத்தமிட்டுக் கொண்டே உருக்கமான குரலில் கேட்டான்.

                                கன்னத்தில் முத்தமிட்டால்

"கரோ, ப்ளீஸ்... எனக்கு உன்னிடமிருந்து ஒரு உண்மை தெரிய வேண்டும் கரோ. அதுவும் இப்போதே தெரிய வேண்டும். இந்த நிமிடமே தெரிய வேண்டும். இதற்கு மேலும் வதைபடுகிற சக்தி என்னிடம் இல்லை. அதனால் ராத்திரி கேட்ட அதே கேள்வியைத் திருப்பிக் கேட்கிறேன். பதில் சொல்லு, கரோ. நீ என்னை நேசிக்கிறாயா, இல்லையா? தயவுசெய்து ஆமாம் அல்லது இல்லை என்பதில் ஏதாவது ஒன்றை நான் இப்போது தெரிந்து கொண்டாக வேண்டும், கரோ."

அவனது உணர்ச்சி வேகத்தில் தடுமாறிப் போனாள் அவள். அந்தக் குரலில், வார்த்தைகளில் வெளிப்பட்ட நிஜமும் அன்பும் பிரியமும் வாத்ஸல்யமும் வாஞ்சையும் நெஞ்சைத் தொடச் சிறிது நேரம் கண்களை மூடித் தலையைப் பின்னுக்குச் சரித்துக் கீழ் உதட்டை இறுகக் கடித்து நெஞ்சில் பொங்கி வந்த அழுகையை அடக்க முயன்றபோது...

அவன் அவளை மெதுவாக உலுக்கி மறுபடியும் அதே கேள்வியைக் கேட்டான்.

"கரோலின்... ப்ளீஸ். இதற்கு மேலும் மௌனம் சாதித்தால் நான் உடைந்து போவேன், கரோ."

அவள் ஓர் ஆழமான பெருமூச்சோடு கலங்கி ஓரங்களில் கோடாக நீர் வழியும் தன் கண்களைத் திறந்து அவனைப் பார்த்தபோது அவனுக்குள் துல்லியமான நீலப் பளிங்கு ஏரியைப் பார்க்கிற உணர்வு தோன்றியது. அதன் பின்னரே அவளது கண்ணீர் மனத்தில் பதிந்து வலியை ஏற்படுத்தியது.

அழுகிறாளா? எதற்காக அழ வேண்டும்? தான் கேட்ட கேள்விக்குப் பதிலாக அழ வேண்டுமானால்...

"கரோ, ஐயம் ஸா..."

"ப்ளீஸ் சத்யா! ஒன்றும் பேசாதீர்கள். தயவுசெய்து என்னைப் பேசவிடுங்கள். நீங்கள் கேட்ட கேள்விக்குப் பதில் சொல்லவிடுங்கள். என் மனத்தில் இருப்பதையெல்லாம் கொட்ட அனுமதியுங்கள். ப்ளீஸ்!"

அவளது இந்த உணர்ச்சி வேகம், கண்ணீர், உதடுகளின் துடிப்பு, முகத்தின் பாவம் அனைத்தும் புதிதாய்த் தெரியக் கலங்கிப் போனான். இதுவரை அவளை இந்த நிலைமையில் அவன் பார்த்ததேயில்லை.

"என்ன சத்யா? இப்போது நீங்கள் மௌனமாகிவிட்டீர்கள்?" கண்களைத் துடைத்துக் கொண்டு ஒரு சின்னப் பெருமூச்சோடு அவனைப் பார்த்தாள் கரோலின்.

"ம்... ஒன்றுமில்லை கரோலின். நீயாகச் சொல்வாய் என்று காத்திருக்கிறேன்."

"சொல்கிறேன் சத்யா. நேரில் எல்லாவற்றையும் சொல்ல வேண்டும் என்றுதான் ராத்திரி டெலிபோனை வைத்துவிட்டேன். நீங்கள் என்னை நேசிப்பதாகச் சொன்னீர்களே, அதைவிடப் பத்து மடங்கு அதிகமாக நான் உங்களை நேசிக்கிறேன். என் உயிருக்கு மேலாகக் காதலிக்கிறேன்."

"ஓ! கரோலின்! இது போதும், கரோ எனக்கு. இந்த ஒரு பதில் போதும். இதற்காகத் தூங்காமல், சாப்பாடு பிடிக்காமல் இத்தனை நாளாக நான் தவித்த தவிப்பு, எனக்குத்தான் தெரியும் கரோலின்!" அவன் உணர்ச்சிவசப்பட்டு அவள் கையைப் பற்றி முத்தமிட அவள் மெல்லிய விரக்திப் புன்னகை வெளிப்படச் சொன்னாள்.

'நீங்கள் மட்டும் தவித்ததாக நினைத்துப் பேசுகிறீர்கள், சத்யா. அதே தவிப்பும் சங்கடமும் எனக்கில்லை என்றா நினைக்கிறீர்கள்? உங்களைவிட அதிகக் கவலைப்பட்டவள் நான். தூங்காமல், சாப்பிடாமல், வேலையில் மனது போகாமல் தனியாய் உட்கார்ந்து யோசித்து யோசித்து நொறுங்கிப் போனவள்."

"நாம் இருவரும் முன்பே பேசிக் கொண்டிருந்தால் இத்தனை கஷ்டத்திற்கும் அவசியமே இருந்திருக்காது. இல்லையா, கரோலின்?"

"உண்மைதான். ஆனால் இரண்டு பேருக்குமே அந்தத் தைரியம் ஏற்படவில்லையே, சத்யா?"

                கன்னத்தில் முத்தமிட்டால்

"இப்போதும் நான் சொல்லியிருக்காவிட்டால் நீ பேசாமலே இருந்திருப்பாய், இல்லையா?"

"ஆமாம்."

"எதற்காக இப்படி ஒரு கண்ணாமூச்சி விளையாட்டு விளையாடி நம்மை நாமே வருத்தப்படுத்திக் கொண்டோம், கரோலின்?"

"இல்லை சத்யா. என்னைப் பொறுத்தவரை இது விளையாட்டில்லை. பயம். நினைத்ததைச் சந்திக்கத் துணிச்சலில்லாத பயம்."

"நான் உன்னைக் காதலிக்கிறேனோ இல்லையோ என்கிற சந்தேகத்தில் ஏற்பட்ட பயமா கரோலின்?"

"இல்லை. அந்தச் சந்தேகம் எனக்கில்லை. உங்களை லிம்ப்டில் பார்த்த முதல் விநாடியில் உங்களின் பார்வை பளபளத்த விதத்தில், முக மலர்ச்சியில், பேசின பேச்சில் எப்போதோ அதைப் புரிந்து கொண்டுவிட்டேன்."

"புரிந்து கொண்டுமா பேசாமல் இருந்தாய்? எதற்காக கரோ? என்னைத் தவிக்கவிட வேண்டும் என்பதற்கா?"

"இல்லை சத்யா. உங்கள் அன்பை ஏற்றுக்கொள்கிற தகுதி எனக்கு இருக்கிறதா என்கிற சந்தேகத்தால்தான் பேசாமல் இருந்தேன்."

"அப்படிப்பட்ட சந்தேகம் உனக்கு ஏன் வந்தது கரோலின்?"

"ஏனென்றால்... ஏனென்றால்... நீங்கள், அதாவது இந்தியர்கள் ஒருவனுக்கு ஒருத்தி என்று வாழ்பவர்கள் என்பதைக் கேள்விப்பட்டிருக்கிறேன். அதுவும் பெண்கள் இன்னமும் கடுமையாக அந்த விரதத்தை அனுஷ்டிப்பவர்கள் என்பதும் தெரியும். ஒருமுறை ஒருவனை மனத்தால் நினைத்துவிட்டால்கூட மாற மாட்டார்கள் என்பதையும் அறிவேன். அப்படிப்பட்ட பெண்களைத்தான் நீங்கள் கல்யாணம் செய்து கொள்வீர்கள் என்பதெல்லாம் உண்மைதானே சத்யா?"

அந்தக் கேள்வியில் மிகவும் குழப்பிப் போன சத்யா, மெல்ல அவளை ஏறிட்டான்.

"எதற்காக இப்போது இதையெல்லாம் பேசுகிறாய் கரோலின்?"

"காரணம் இருக்கிறது சத்யா. நான் சொல்லப்போகும் விஷயத்தைக் கேட்ட பின்பு இதே நேசம் உங்களிடம் இருக்குமா என்பது தெரியாது. நீங்கள் என்னை ஏற்றுக் கொள்வீர்களா என்பது தெரியாது. ஆனாலும் நான் உண்மையைச் சொல்லத்தான் நினைக்கிறேன். இதுவரைஎங்களோடுபழகியதில்நீங்கள்நிஜத்தை நேசிப்பவர் என்பதைத் தெரிந்து கொண்டதால் மட்டுமில்லை. என்னைப் பற்றி, என் கடந்த காலம் பற்றி எல்லாவற்றையும் தெரிந்து கொண்ட பின்பும் என்னை நேசிக்கிற நேசம்தான் நிஜம் என்று நான் நினைப்பதால் இதைச் சொல்கிறேன். கேட்ட பின்பும் என் மீது ஏற்பட்ட உங்களின் அன்பு மாறாது இருக்குமானால் ரொம்ப ரொம்ப சந்தோஷப்படுவேன் சத்யா. அப்படியில்லாமல் நீங்கள் வேறுபடுவீர்களானால், அதையும் ஏற்றுக் கொள்வதைத் தவிர வேறு என்ன வழி, சொல்லுங்கள்?"

"ஏன் இப்படியெல்லாம் பேசுகிறாய் கரோலின்? உன்னுடைய பேச்சிலிருந்து என்னால் எதையும் புரிந்து கொள்ள முடியவில்லை. மனசு என்பது போட்டுக் கொள்கிற சட்டையில்லை. சரியில்லை என்றால் மாற்றிக் கொள்ள."

"பார்த்தீர்களா! இந்த மனப்பான்மைதான் எனக்குப் பயமளிக்கிறது. நீங்கள் என்னை ஏற்றுக் கொள்வீர்களோ, மாட்டீர்களோ என்று சந்தேகப்பட வைக்கிறது."

"எதற்கு இப்படிப்பட்ட சந்தேகமெல்லாம் வருகிறது?"

"எதற்கு என்று கேட்டால், நான்... நான்... ஜயம் நாட் எ வர்ஜின் அஸ் யு திங்க். ஒருத்தனை அதுவும் ஓர் இந்தியனை நம்பி ஏமாந்து போனவள். அவனுக்குத் தேவை என் உடம்புதான், உடம்பு மட்டும்தான் என்பதைப் புரிந்து கொள்ளாமல் மனசைப் பறிகொடுத்ததோடு இரண்டு தரம் அவன் குழந்தைகளுக்கு

   கன்னத்தில் முத்தமிட்டால்

நாற்பத்தைந்து நாட்கள் தாயாக இருந்து உருவாகு முன்னர் சிதைத்துத் தப்பித்துக் கொண்டவள். இப்போது புரிகிறதா, நான் ஏன் அப்படியெல்லாம் பேசினேன் என்று?''

கேட்டுவிட்டு முகத்தை மூடிக்கொண்டு அவள் குலுங்கி அழ, ஒன்றும் பேச இயலாதவனாக சத்யா அப்படியே உட்கார்ந்திருந்தான்.

———•◆•———

கரோலினின் அழுகை நிற்க நீண்ட நேரமாயிற்று. அதுவரை ஒரு வார்த்தை பேசாமல் அவளைத் தேற்றுகிற சக்தியற்று அதிர்ந்து போய் உட்கார்ந்திருந்தான் சத்யா. மளமளவென்று மனத்திற்குள் எதுவோ சரிந்து விழுந்தது. அழகாய் வரைந்த ஓவியத்தைப் பக்கத்து வீட்டுக் குழந்தை வந்து வெற்றுக் காகிதமாகக் கிழித்துப் போட்டுவிட்ட உணர்வு ஏற்பட்டது. இனி எவ்வளவு ஒன்றுசேர்த்து ஒட்டினாலும் பழைய ஓவியமாகுமா? அந்த அழகு வருமா? கிழிந்தது தெரியாமல், அந்த இடறல் இல்லாமல் ஒட்டுகிற மனப்பக்குவமும் திடமும் தனக்கு உண்டா?

சந்தேகமும் குழப்பமும் ஏமாற்றமும் அதிர்ச்சியும் சொல்ல முடியாத துக்கமும் சேர்ந்து நெஞ்சை அடைக்க, அவளைத் தேற்றக்கூடத் தோன்றாமல் உட்கார்ந்திருந்தவனை நிமிர்ந்து பார்த்தாள் கரோலின். ரத்தமாய்ச் சிவந்திருந்த முகத்தைத் துடைத்துக் கொண்டு, ''ஸாரி'' சொல்லி எழுந்து போய் முகத்தைக் கழுவிக் கொண்டாள்.

லேசாய்ப் பவுடர் ஏற்றி, தலையை வாரி, லிப்ஸ்டிக்கால் உதட்டை அழுத்தி ஓரளவு நிதானப்பட்டவளாக வெளியில் வந்தபோது மனது சற்று லேசாகத் தெரிந்தது. அழுத்திக் கொண்டிருந்த பாரம் வெகுவாகக் குறைந்த உணர்வு ஏற்பட்டது. ஆனால், அத்தனை பாரத்தையும் தன்னை அறியாமல் சத்யாவின் மனத்தில் ஏற்றிச் சுமக்க வைத்துவிட்டது புரியாமல் மெல்லப் புன்சிரிப்பை வரவழைத்துக் கொண்டு சத்யாவை நெருங்கி அவனருகில் உட்கார்ந்து கொண்டாள். தன் பார்வையை அவன் முகத்தில் ஆழப் பதித்து மெதுவாகப் பேச ஆரம்பித்தாள்.

"ஐயம் ஸாரி சத்யா. இதையெல்லாம் நீங்கள் எதிர்பார்த்திருக்க மாட்டீர்கள். ஒரு வார்த்தைகூடப் பேசாமல் நீங்கள் உட்கார்ந்திருக்கிற நிலையிலிருந்து உங்களின் அதிர்ச்சி எனக்குப் புரிகிறது. மனத்தின் சங்கடம் புரிகிறது. இப்படி உங்களைக் கஷ்டப்படுத்தவும், சங்கடப்பட வைக்கவும் கூடாதென்றால் நான் இவை எதையும் உங்களிடம் சொல்லியிருக்கக் கூடாது. ஆனால் அப்படிச் செய்ய என் மனசாட்சி இடம் கொடுக்கவில்லை சத்யா. பழகின ஒரு மாதத்தில் நான் உங்களை மிக நன்றாகப் புரிந்து கொண்டிருக்கிறேன். உங்களின் எண்ணங்களையும் எதிர்பார்ப்புகளையும் தெரிந்து கொண்டிருக்கிறேன். என்னை நேசிக்கிற மாதிரி உண்மையை நேசிக்கிற உங்களின் மனதைத் தெரிந்து கொண்ட காரணத்தினால் எதையும் மறைக்க நான் இஷ்டப்படவில்லை. பொய்யான ஒருத்தனை நம்பி ஏமாந்த பின்பு நிஜமான உங்களிடம் பொய் சொல்லவோ மறைக்கவோ விரும்பாததால் என்னைப் பற்றின அத்தனை விவரங்களையும் சொல்ல நினைக்கிறேன். விரிவாய்ச் சொல்லாமல் போனாலும் கோடியாவது காட்டத்தான் வேண்டும்."

"இதையெல்லாம் சொல்லாமல் மறைத்திருக்கலாம் சத்யா. சொல்ல வேண்டிய அவசியம்கூட ஒன்றும் இல்லைதான். நான் சொல்லாது போனால் உங்களுக்குத் தெரியப் போவதில்லை. நீங்கள் கண்டுபிடித்திருக்கப் போவதில்லை. ஆனால் அது கூடாது என்பதால்தான் சத்யா, உங்களிடம் எல்லாவற்றையும் சொல்ல நினைக்கிறேன்."

"கிட்டத்தட்ட ஆறு மாதங்களுக்கு மேலாகிவிட்டது சத்யா. இதெல்லாம் நடந்து. உங்களை மேடம் டுஸ்ஸாட்டில் சந்தித்த மாதிரி அவனை... அவனை மார்க்ஸ் அண்ட் ஸ்பென்ஸரிலேயே சந்தித்தேன். இந்தியாவில் இருக்கிற குடும்பத்தினருக்கு உடை வாங்க வந்திருந்தான். நிறைய சிறு குழந்தைகளுக்கான கவுன்கள் வாங்கினான். பெரிதாய் நைட் கவுனும் ஜீன்ஸ்ஸும் வாங்கினான். தன் தங்கைக்கும் அண்ணன் குழந்தைக்கும் என்று சொன்னான். தன்னை யோகி யோகேஷ் மிஸ்ரா என்று அறிமுகப்படுத்திக்

கொண்டான். இந்தியாவில் டில்லியைச் சேர்ந்தவன் என்றான். தினமும் வந்து என்னோடு மாலை நேரங்களைச் செலவழிப்பான். வீட்டுக்கு வருவான். சிரிக்கச் சிரிக்கப் பேசுவான். நிறைய ஜோக்ஸ் சொல்லுவான். அவனோடு இருக்கிற ஒவ்வொரு நிமிடமும் மனசு சந்தோஷப்படும். ஆர்ப்பரிக்கும் கடல் அலைகளாகக் குதித்துக் கும்மாளமிடும். நேரம் போவதே தெரியாமல் நழுவும் மணி, நிமிடமாகும். நாள் மணியாகும். அத்தனை கலகலப்பிற்கும் சிரிப்பிற்கும் உற்சாகத்திற்கும் பின்னால் மிகப் பெரிய ஏமாற்றுக்காரன் ஒளிந்து கொண்டிருப்பது தெரியாமற் போயிற்று, சத்யா. என்னை அனுபவித்துவிட்டுப் போகிற துரோகச் சிந்தனை இருப்பதைத் தெரிந்து கொள்ள இயலாமல் போய்விட்டது.''

"இங்கே... இந்தக் குளிருக்குக் கதகதப்பாய் ஸ்வெட்டர், ஓவர்கோட் உபயோகிக்கிற மாதிரி என்னையும் உபயோகப் படுத்திக் கொண்டிருக்கிறான். 'ஐ லவ் யூ' சொல்லிப் பொய்யாய் உருகி என்னை நிஜமாய் உருக வைத்திருக்கிறான். நான் அவனுடைய போலித்தனம் தெரியாமல் அந்த அன்பு ஒன்று போதும் என்றிருந்தேன். அந்தக் காதலுக்கு முன் எல்லாம் துச்சம் என்றிருந்தேன். அவன்... அவன்... அவன்தான் எல்லாம் என்கிற மயக்கத்தில் இருந்தேன். அவனுக்காக எதையும் செய்யத் தயாராய் இருந்தேன்.''

"என் கல்யாணத்துக்கென்று நானாக உழைத்துச் சேமித்திருந்த மூவாயிரம் பவுண்டில் அவனுக்கு ஊர் சுற்றிக் காட்டினேன். பிரான்ஸ், இத்தாலி, ஜெர்மனி எல்லாம் அழைத்துப் போனேன். அன்புப் பரிசாக ஒற்றைக் கல் வைத்த பெரிய வைர மோதிரம் வாங்கிக் கொடுத்தேன். அவனை அவன் தங்கியிருந்த இடத்திலிருந்து அழைத்து வந்து என் வீட்டிலேயே இருக்கச் செய்து கணவன் மனைவியாக வாழ்க்கை நடத்த ஆரம்பித்து ஒரு மாதமிருக்கும். முதல் தடவையாக நான் கர்ப்பமானேன். அதைச் சொல்லிக் கல்யாணப் பேச்சு எடுத்தபோது அவன் மிக இதமாய், நான் ஏற்றுக் கொள்கிற விதமாகச் சொல்லி என்னை அக்கருவைச் சிதைக்க வைத்துக் கல்யாணத்தையும் தள்ளிப் போட்டான்.''

  கன்னத்தில் முத்தமிட்டால்

"புத்திசாலிப் பெண்ணாக இருந்தால் அப்போதே புரிந்து கொண்டிருக்க வேண்டும். அவன் மீதிருந்த பிரியத்தில் காதலில் எனக்கு அவனிடம் குற்றம் கண்டுபிடிக்கத் தோன்றவில்லை. அவன் சொல்கிற மாதிரி வேலையில் உயர்வு கிடைத்த பின்னர் என்னைக் கல்யாணம் பண்ணிக் கொண்டு இந்தியாவிற்கு அழைத்துப் போவான் என்று நினைத்திருந்தேன். ஆனால்... ஆனால்... இரண்டாம் முறையாக மீண்டும் கர்ப்பமாகி, கலைக்க வைத்தபோதுதான் எனக்குள் சந்தேகம் எட்டிப் பார்த்தது. கேட்டபோது எது எதையோ சொல்லி மழுப்பினான். நான் விழித்துக் கொண்டு இனி கல்யாணத்திற்குப் பின்னர்தான் நமக்குள் உடலால் தொடர்பு ஏற்பட முடியும் என்று வற்புறுத்திய பின்னர் ஒருநாள் நான் வேலைக்குப் போன சமயம் தன் உடைமைகளை எடுத்துக் கொண்டு, 'குட் பை' என்று சின்னத் துண்டுக் காகிதத்தில் எழுதி, இதோ இந்த டீபாய் மீது வைத்து, காகிதம் பறந்துவிடாமல் இருக்க ஆஷ்ட்ரேயை வைத்துவிட்டுப் போயிருந்தான்."

ஒரு விநாடி கண்களை மூடி மௌனித்து, மீண்டும் தொடர்ந்தாள்.

"கோழை, ஏமாற்றுக்காரன், சந்தர்ப்பவாதி என்றெல்லாம் எனக்குள் திட்டி வெறிபிடித்தவளாக அழுது, மனத்திற்குள் அலைந்து ஓய்ந்து கொஞ்சம் கொஞ்சமாக, நிதானப்பட்டு நிலையாக நிற்க ஆரம்பித்து வேலை, வீடு - வீடு, வேலை என்றிருந்தபோதுதான் உங்களை மேடம் டுஸ்ஸாடில் சந்தித்தேன்."

"அதற்கு மேல் எல்லாம் உங்களுக்குத் தெரியும். நான் சொல்ல வேண்டிய அவசியமில்லை. எதைச் சொல்ல வேண்டுமோ அத்தனையும் சொல்லிவிட்டேன். உங்களிடம் சொல்லாத கறுப்புப் பகுதி எதுவும் என்னிடம் இல்லை. இத்தனையும் கேட்டுக் கொண்ட பின் இனி முடிவு செய்ய வேண்டியது உங்களுடைய பொறுப்பு. இவை அத்தனையையும் கேட்ட பின் என் மீதிருக்கும் உங்களுடைய அன்பில் மாறுதல் ஏற்படலாம். நீங்கள் யோசிக்கலாம். கல்யாணம் பண்ணிக் கொள்ளத் தயங்கலாம். ஆனாலும் உண்மையை மறைக்காமல் சொல்ல வேண்டிய கடமை என்னுடையது. சொல்லிவிட்டேன். இப்போது சொல்லுங்கள்

சத்யா, இத்தனைக்கப்புறமும் என்னை நேசிக்க உங்களால் முடியுமா? மனத்தில் இடறல், நெருடல் எதுவுமில்லாமல் முன்பு மாதிரி என்னைக் காதலிக்க முடியுமா? நீங்கள் பொய் சொல்ல மாட்டீர்கள். உண்மைதான் பேசுவீர்கள் என்ற நம்பிக்கையில் கேட்கிறேன். பதில் சொல்லுங்கள் சத்யா.''

மடமடவென்று தன் மனத்தில் பாரமாய் இருத்திக் கொண்டிருந்த அத்தனையையும் கொட்டிச் சுலபமாக ஒரு கேள்வியையும் கேட்டுவிட்டாள் அவள். அதிலும் அவன் நிஜத்தைச் சொல்வான் என்கிற நம்பிக்கையோடு கேட்டிருக்கிறாள்.

அதனால் அவனால் பொய் சொல்ல முடியாது. மழுப்பலாகப் பதிலளிக்க முடியாது. அவள் எதையும் மறைக்காமல் வெளிப்படையாய்ப் பேசின மாதிரி பேச வேண்டியதுதான். வேறு வழி இல்லை.

அவன் அடிபட்ட பார்வையில் அவள் முகத்தையே ஒரு விநாடி உற்று நோக்கினான். 'எத்தனை தெளிவான அழகிய முகம்! இந்தக் கண்களையும், அதன் கபடமற்ற குழந்தைத் தனமான பார்வையையும், அன்பிற்கு ஏங்கும் இதயத்தையும் தெரிந்து கொண்ட பின்பும் இவளை ஏமாற்றுகிற சக்தி வந்ததா? எப்படி வந்தது? இவள் நிஜமாய்ப் பழகினபோது அவனால் எவ்வாறு பொய்யாகப் பழக முடிந்தது? மனத்தில் காதலில்லாமல் வெறும் உடம்பை ஆள்கிற தைரியம் எப்படி ஏற்பட்டது? என்ன மனிதன் அவன்! எத்தனை வக்கிரம்! எவ்வளவு குரூரமாய்ப் பூவைப் பிய்த்துக் காலடியில் போட்டு மிதிக்கிற மாதிரி செய்துவிட்டுப் போயிருக்கிறான்!'

'என்ன பெயர் சொன்னான்? யோகேஷ் மிஸ்ராவா? பெயரைத் தெரிந்து கொண்டு என்ன செய்யப் போகிறோம்? தேடிக் கண்டுபிடித்து இழுத்து வந்து நிறுத்தவா முடியப் போகிறது? அப்படியே நிறுத்தினாலும் திரைப்படங்களில் வருகிற மாதிரி ஏற்றுக் கொண்டுவிடவா போகிறான்? சரி, அது முடிந்தபோன கதை. இனி என்ன செய்வது? இத்தனையும் தெரிந்து கொண்டு

                    கன்னத்தில் முத்தமிட்டால்

தான் செய்யப் போவது என்ன? இவளுக்கு இப்போது சொல்லப் போகிற பதில் என்ன?'

அவன் மிகவும் குழம்பிப் போனான். இந்த மனநிலையில் யோசிக்கிற சக்தியற்றிருந்தான். மனதிற்குள் அவள் மேல் கொண்ட அன்பில் வித்தியாசம் ஏதும் ஏற்பட்டிருக்கிறதா என்பதை அறிய முடியாதவனாக மிக மெதுவாகப் பேசத் தொடங்கினான்.

"நீ என்னை மன்னிக்க வேண்டும் கரோலின். இதையெல்லாம் நான் எதிர்பார்க்கவில்லை என்பது நிஜம்தான். நாங்கள் அதாவது இந்தியர்கள். அதுவும் தென்னிந்தியாவைச் சேர்ந்த நாங்கள் பழமை விரும்பிகள் என்பதும், நாங்கள் கல்யாணம் செய்து கொள்ளப் போகிற பெண்கள் மட்டும் மிகமிகப் பவித்தரமானவளாக இன்னோர் ஆணை மனத்தாலும் நினைக்காதவளாக இருப்பதைத்தான் எதிர்பார்ப்போம் என்பதெல்லாம் வாஸ்தவம்தான். பெண்தான் அங்கு சீதையாக இருக்க வேண்டும். குனிந்த தலை நிமிராதவளாக நடக்க வேண்டும். ஆண்கள் ராமன்களா என்றால் அதற்குத் தயாராகப் பதில் நிற்கும். 'ஆம்பிளைன்னால் அப்படி இப்படித்தான் இருப்பான்' என்பார்கள். அவனது குறைகள் மறக்கப்பட்டுவிடும்; மன்னிக்கப்பட்டுவிடும். பெண் என்கிறபோது தனியான ஒரு கோட்பாடுதான் இன்னமும் இருக்கிறது. பெண்களைத் தெய்வங்களாக்கிப் பூஜித்து, அதன் மூலம் அவளை உயர்த்தி உயர்த்தியே ஒரு வட்டத்திற்குள் அடைத்துப் பழக்கப்பட்டுவிட்டவர்கள்."

"இதில் நானோ என் குடும்பமோ விதிவிலக்கில்லை என்கிற கசப்பான நிஜத்தை நான் இங்கே ஒப்புக்கொண்டே ஆக வேண்டும் கரோலின். அதிலும் என் அம்மா இன்னமும் பிற்போக்கானவள். என்னை லண்டன் அனுப்பவே தயங்கியவள். காரணம் என்ன தெரியுமா? நான் இங்கே எந்தப் பெண் மீதாவது ஆசைப்பட்டுக் கல்யாணம் செய்து கொண்டுவிடப் போகிறேனே என்கிற பயம்தான். என்னிடமிருந்து நூறு முறை வாக்குறுதி பெற்று சத்தியம் செய்து வாங்கிக் கொண்ட பின்புதான் என்னை அனுப்பினாள், கரோ."

அதுவரை அமைதியாய்க் கேட்டுக் கொண்டிருந்த கரோலினுக்கு ஒன்று மட்டும் புரியவில்லை. இதில் அம்மாவை இழுப்பதன் காரணம் தெரியவில்லை. காதலித்தவன் இவன். கல்யாணம் செய்து கொள்ளப் போகிறவன் இவன். தன் முடிவை விட்டுவிட்டு எதற்காக இத்தனை பேசுகிறான்? ஒருவேளை, தன் மறுப்பைத் தெரிவிக்க ஆயத்தம் செய்து கொள்கிறானோ?

அவள் பயந்த மாதிரியே அவன் மேலே பேசினான். "அதனால் கரோலின் ஏற்கெனவே நான் - எங்கள் இனம், சாதி, சமயம் எல்லாவற்றையும் விட்டுவிட்டு ஓர் ஆங்கிலப் பெண்ணைத் திருமணம் செய்து கொள்ளப் போகிறேன் என்றாலே உடைந்து போவாள். அதிலும் அந்தப் பெண் யாரோ ஒருவனிடம் ஏமாந்து இரண்டு முறை அபார்ஷன் செய்து கொண்டவள் என்பது தெரிந்தால் நிச்சயம் உயிரோடுகூட இருக்கவே மாட்டாள் கரோலின்."

"சரி. இதெல்லாம் உங்கம்மாவிற்குத் தெரிய வேண்டிய அவசியம் என்ன?" கண்களில் நீர் மல்க, குரல் நடுங்கக் கேட்டாள் அவள்.

"அவசியம். எனக்குப் பொய் சொல்லத் தெரியாததும் வராததும்தான் கரோ."

"பொய் சொல்ல வேண்டாம் சத்யா. அந்த மாதிரி உண்மையை நாமே சொல்லிக் கொண்டிருக்கவும் வேண்டாமே!"

"வேண்டாம்தான். ஆனால் அதற்காக அவள் கேட்டால் என்னால் மறைக்க முடியாது, கரோலின்."

"கேட்பார்களா?"

"நிச்சயமாக. கேட்காமல் இருக்கவே மாட்டார்கள்."

"சரி. உங்களால் வேறு எதுவும் சொல்லிச் சமாளிக்க முடியாதா?"

"ஸாரி கரோ! அது மட்டும் என்னால் முடியாது. பொய் என் வாயிலிருந்து வெளிப்படாது."

"பின்... உங்கள் முடிவுதான் என்ன சத்யா?"

     கன்னத்தில் முத்தமிட்டால்

"முடிவு... ஓ! எனக்கே ஒன்றும் புரியவில்லை கரோலின். நான் மிக மிகக் குழப்பிப் போயிருக்கிறேன் கரோலின். குழப்பத்தை விடவும் அதிகம் அதிர்ச்சியடைந்து போயிருக்கிறேன். நீ சொன்ன விஷயத்தைத் தாங்கிக் கொள்ள இயலாமல் தவிக்கிறேன். புதிதாய் வாங்கின பொம்மை புதிதில்லை. முன்பு யாருக்கோ சொந்தமாக இருந்தது. அந்தச் சொந்தக்காரன் வேண்டாமென்று உதறினதால் இப்போது என்னிடம் வந்து எனக்குச் சொந்தமாகிய உணர்வு ஏற்பட்டிருக்கிறது, கரோலின். ஒருவித ஏமாற்ற உணர்விற்குக்கூட நான் ஆளாகியிருக்கிறேன்கரோ. இதையெல்லாம்உன்னிடமிருந்து மறைக்கக் கூடாது என்பதற்காகவே நான் அப்படியே சொல்கிறேன். உண்மையைச் சொல்கிறேன். நீ என்னைப் புரிந்து கொள்ள வேண்டும், கரோலின். இது அப்பட்டமான இந்திய மனப்பான்மைதான். ஆனால் என்னால் இதிலிருந்து விலக முடியவில்லை. மாறுபட்டுப் பதில் சொல்ல முடிவதில்லை. 'ஸோ வாட்' என்று உதறிப்போட முடியவில்லை. நீ என்னைச் சத்தியமாய் நேசிப்பது எனக்குப் புரிகிறது. அதற்காகப் பழைய கரும்புள்ளியை ஒதுக்குகிற மனோதிடம் எனக்கு வரவில்லை."

"ஆனால் ஒன்று மட்டும் சொல்ல நினைக்கிறேன் கரோலின். உன்மீது நான் கொண்ட காதல் இன்னமும் எனக்குள் தீயாகத் தகித்துக் கொண்டுதான் இருக்கிறது. அக்னிக் குண்டமாய்க் கணகணக்கிறது. என் பிரேமை, பிரியம் எதுவும் குறையவில்லை. இது எப்படி நிஜமோ, அதே மாதிரி நீ சொன்னவற்றை ஏற்றுக் கொள்ள இயலாமல் நான் தவிப்பதும் நிஜம். இந்த இரண்டு உணர்வுகளுக்கிடையில் சிக்கி நான் போராடிக் கொண்டிருக்கிறேன். குழப்பமான இந்த மனநிலையில் எந்தப் பதிலும் கேட்காதே, கரோலின். தயவுசெய்து எனக்காக இரண்டு மூன்று நாட்கள் அவகாசம் கொடு. என்னைத் தனிமையில் சிந்திக்க விடு. நானே மீண்டும் உன்னைத் தேடி வருகிறேன். நல்லதொரு முடிவோடு வருகிறேன். அதுவரை தயவுசெய்து பொறுத்துக் கொள். என்னுடைய இந்தச் சஞ்சலமான சுபாவத்திற்கு உன்னிடம் மன்னிப்புக் கேட்பதைத் தவிர வேறு வழியில்லை. வருகிறேன், கரோலின்."

சரேலென்று எழுந்து ஓவர்கோட்டையும் ஷூவையும் மட்டும் போட்டுக் கொண்டு அவளைத் திரும்பிப் பார்க்கிற தைரியமற்று வாசல் கதவைத் திறந்து வெளியேறிய அவனை, அப்படியே மருட்சியும் அதிர்ச்சியுமாகப் பார்த்தபடி உட்கார்ந்திருந்தாள் கரோலின்.

<hr>

கன்னத்தில் முத்தமிட்டால்

19

நான்கு நாட்கள்.

கரோலினைத் தூண்டில் புழுவாகத் துடிக்க வைத்த நான்கு நாட்கள். இந்த நான்கு நாட்களிலும் சத்யாவிடமிருந்து ஒரு செய்தியில்லை. தொலைபேசித் தொடர்பில்லை. நேரிலும் பார்க்க வரவில்லை. அந்தக் கனமான மௌனத்தைத் தாங்கிக் கொள்ள முடியாமல் தவித்தாள். தொலைபேசியின் மணி அடித்தபோதெல்லாம், 'இது சத்யாவாக இருக்குமோ? ஜீஸஸ், இது சத்யாவா இருக்க வேண்டுமே' என்று ஒரு விநாடி கண்களை மூடித் தியானித்தாள். சத்யாவாக இருந்தால் தன்னைக் கூப்பிடுவான். அன்பான குரலில் விசாரிப்பான். இத்தனை நாளாகப் பேசாததற்கு மன்னிப்புக் கேட்பான். தன்னைக் கொஞ்சித் கொஞ்சித் சமாதானப்படுத்துவான்.

"ஏன் கரோ, அன்று ஏதோ ஒரு மனநிலையில் அப்படிப் பேசிவிட்டேனே தவிர, உன்னை விட்டு என்னால் விலக முடியும் என்றா நினைத்தாய்? அத்தனை சுலபமாக மறக்க முடியும் என்றா எதிர்பார்த்தாய்? காளான் மாதிரி முதல் நாள் ராத்திரி மழைக்குத் தோன்றி மறுநாள் காலைக்குள் மறைகிற காதல் என்றா மதிப்பிட்டுவிட்டாய்? நோ கரோ. இது ஆலமரம் மாதிரி மனத்தின் மூலைமுடுக்குகளில் எல்லாம் வேரூன்றி, ஊடுருவி, கப்பும் கிளையுமாகப் படர்ந்துவிட்ட காதல். காலம் காலமாய் நிற்கப் போகிற காதல் இதை அழிக்க வேண்டுமானால் என்னை அழிக்க வேண்டும். என் மனத்தை இதயத்தை அழிக்க வேண்டும். அது புரியாமல் இந்த நாலு நாள் மௌனத்திற்கா இப்படித் துடித்துப்

போவது? அப்பாவிப் பெண்ணே! இதோ, இப்போதே உன்னை நேரில் காண வருகிறேன். தயாராக இரு. வீராசாமி ரெஸ்டாரண்ட் போய் உனக்குப் பிடித்தமான எங்கள் தென்னிந்திய டிபனான இட்லி, வடை சாப்பிடலாம். ஓகே?''

''மிஸஸ் தாம்ஸன். கால் ஃபார் யூ'' என்ற குரலிலும் அல்லது ''மிஸ்டர் பால். ஸம்படி ஈஸ் காலிங் யூ'' என்ற அழைப்பிலும் இவள் இன்னமும் நொறுங்கிப் போவாள். அத்தனை கனவுகளும் கற்பனைகளும் உடைந்து சிதறும். நெஞ்சுக்குள் சொல்ல இயலாத சோகம் வந்து அழுத்தும். கண்ணோரம் முத்தாகத் துளிர்த்ததை உதட்டைக்கடித்து அடக்கிக்கொண்டுதன்இடத்தைவிட்டுநகர்ந்து பாத்ரூமிற்குள் போய்க் கதவைத் தாழிட்டுக் கைகளால் முகத்தை மூடிக் கொண்டு கதறுவாள். 'நீயுமா சத்யா? என்னை அவ்வளவு நேசிப்பதாகச் சொன்ன நீயுமா விலகிப் போய்விட்டாய்? நான் உன்னிடம் மறைக்காமல் சொன்ன உண்மைகளுக்காக என்னை ஒதுக்கத் துணிந்துவிட்டாயா? அப்புறம் காதல் என்பதற்கு என்ன அர்த்தம் சத்யா? ஒருவரை அப்படியே ஏற்றுக்கொள்வது இல்லையா? நிறை, குறைகளோடு ஒப்புக் கொள்வதில்லையா? குறையாகப் பட்டதைக் களைந்து சரிப்படுத்துவதில்லையா? குறை என்பது தெரிந்தும் அதையும் அவர்களின் வாயாலேயே தெரிந்து கொண்டு மிகச் சுலபமாய், 'ஸாரி' சொல்லி விலகிப் போய்விடுவதற்குப் பெயர்தான் நேசமா? இதற்கு ஏன் சத்யா என்னைச் சந்தித்தாய்? சந்தித்தது போகட்டும். அது தற்செயலாய் நிகழ்ந்த விபத்து. அதற்குப் பின்... அதற்குப் பின்...'

''நான் சொன்னால் அதையே நீயும் திரும்பிச்சொல்வாயா, கரோ?''

''என்ன சொல்லப் போகிறீர்கள்?''

''அதை நீ திருப்பிச் சொல்வதானால் சொல்கிறேன்.''

''அதெப்படி முடியும். கரோலின் ஒரு முட்டாள் என்று நீங்கள் சொல்வீர்கள்.''

''ஓ... என்ன கரோ? இத்தனை நாள் பழகியும் என்ன சொல்வேன், என்ன சொல்ல மாட்டேன் என்பது தெரியாதா கரோலின்? நான்

     கன்னத்தில் முத்தமிட்டால்

சொல்வதை அப்படியே திருப்பிச் சொல்கிறேன் என்று பிராமிஸ் பண்ணு. சொல்கிறேன்.”

“ஓகே, ஐ பிராமிஸ்” என்று அவள் தயங்கித் தயங்கிச் சொன்னவுடனே, அவன் சடாரென்று, “ஐ லவ் யூ” சொல்லி...

'ஓ! எதற்காக அப்படியெல்லாம் பேசி எனக்குள் ஒரு பாதிப்பை ஏற்படுத்தினீர்கள் சத்யா? இது சாதாரண நட்பாகவே இருந்திருக்கலாமே சத்யா. அப்படி இருந்திருந்தால் இந்தப் பிரிவோ, இப்படிப்பட்ட தவிப்போ, துடிப்போஏற்பட்டிருக்காதே! என்னோடு மீண்டும் நீங்கள் பேசுவீர்களா மாட்டீர்களா என்பது எனக்குத் தெரிய வேண்டும். என்னை ஏற்றுக் கொள்ளப் போகிறீர்களா, இல்லையா என்பது தெரிய வேண்டும். அது தெரியாமல் இப்படிப்பட்ட ஒரு மௌனத்தில் செத்தேகூடப் போய்விடுவேன் போலிருக்கிறதே, சத்யா.'

உள்ளுக்குள் அடைத்துக் கொண்டிருந்த அத்தனையும் ஓரளவு அழுகை மூலம் அடித்துக் கொண்டு போயிற்று. மனத்தில் கொஞ்சமாய் நிம்மதி எட்டிப் பார்த்தது. மெதுவாய் முகம் கழுவி, பவுடர் ஒற்றி, லிப்ஸ்டிக் தடவி முகத்தைச் சரிப்படுத்திக் கொண்டு வெளியேறின உடனே மீண்டும் பழைய தவிப்பும் சோகமும் எதிர்பார்ப்பும் மனத்தைப் பற்றி இறுக்க பாரத்தைச் சுமக்க இயலாதவளாகத் தன் இடத்தை நெருங்கினாள், கரோலின்.

* * *

அடிவயிற்றைப் புரட்டியது யாமினிக்கு. ஒவ்வொரு நாளாக எதிர்பார்த்துப் பதினைந்து நாட்களுக்கு மேல் ஓடிப்போய்விட்டது. கிட்டத்தட்ட நாற்பத்தைந்து நாட்களாகிவிட்டன.

இருபத்தெட்டு நாட்களுக்கு மேல் ஒருபோதும் தள்ளிப் போனதில்லை. ஓரிரு நாட்கள் முன்னதாகி இருக்கிறதே தவிர விலகினதில்லை. முதல் நாலைந்து நாட்கள் அந்த நினைவே வரவில்லை. பின் யதேச்சையாக டயரியைப் புரட்டினபோது சென்ற மாதம் இருபத்து நான்காம் தேதியின் முதல் வரியில்

பெரிதாய் 'க' என்று மட்டும் குறித்திருந்தது கண்களில் பட சடாரென்று பார்வை காலண்டருக்குப் போயிற்று.

இருபத்து நான்காம் தேதி கடந்து மாதம் முடிந்து ஐந்து நாட்கள் தாண்டிப் போனதை அறிவிக்க இவளுக்குள் அப்போதுதான் அந்தக் கேள்வி நெருடிற்று. இன்னும் ஏன் வரவில்லை? இதுவரை இப்படித் தள்ளிப் போனதாய் நினைவில்லை. அவசர அவசரமாய் டயரியின் முந்தின மாதங்களைப் புரட்ட, எல்லா மாதங்களின் இருபத்து இரண்டு, இருபத்து மூன்று, நான்கு தேதிகளில் கொட்டையாய் ஆங்கில எழுத்து 'க' தெரிய இவள் சடாரென்று டயரியை மூடினாள். முதல் முதலாக மனத்தில் பயம் எட்டிப் பார்க்க ஆரம்பித்தது. ஒருவேளை ரவிச்சந்திரனுடன் மகாபலிபுரத்தில் தங்கியதன் விளைவாக இருக்குமோ என்று தோன்றியதும் அடிவயிற்றில் குபீரென்று சொல்ல இயலாத சங்கடம் தோன்றியது.

பரபரவென்று கொல்லைப் பக்கம் போய்க் கை, கால்களைக் கழுவிக் கொண்டாள். நெற்றிப் பொட்டிற்கு மேல் சின்னதாய் விபூதி இட்டு சுவாமி அலமாரிக்கு எதிரில் நின்று நெஞ்சு பதற வேண்டத் தொடங்கினாள். 'முருகா! என்னைக் காப்பாற்று. கருமாரியம்மா! எனக்குக் கை கொடு. சமயபுரத்தாயே! கருணை செய். காளிகாம்பிகே! காப்பாற்று. இன்னும் இரண்டே நாளில் எனக்கு பீரியட்ஸ் வந்து என்னை இந்தச் சங்கடத்திலிருந்து மீட்டுக் காப்பாற்று. தயவுசெய்து உதவி செய்யுங்கள், தெய்வங்களே. என்னை மாதிரி நீங்களும் பெண்கள்தானே? இப்போதைய என் தவிப்பு தெரியும் அல்லவா உங்களுக்கு? தயவுசெய்து என்னைக் கைவிடாமல் காப்பாற்றுங்கள்.''

அன்றிரவு பயத்தில் அவளுக்குத் தூக்கம் வரவில்லை. நெஞ்சு உயர்ந்து போயிற்று. மூச்சு முட்டிற்று. மார்பு படபடத்தது. ஒருவேளை, இது ப்ரெக்னென்ஸியாக இருந்தால் என்ன செய்வது என்ற கேள்வி எழுந்தது. அம்மா அப்பாவிற்குத் தெரிந்தால் கொன்று போட்டுவிடுவார்கள். அரிவாள்மனையை எடுத்துக் கொண்டு அம்மா கண்டதுண்டமாய் வெட்டிப் போட்டாலும

    கன்னத்தில் முத்தமிட்டால்

போடுவாள். அல்லது இந்த அவமானம் தாங்க முடியாமல் தூக்கில் தொங்கினாலும் தொங்குவாள். இல்லாவிட்டால் தன்னையே தொங்க விட்டுவிடுவாள்.

நினைக்கவே நடுக்கமாக இருந்தது. அப்படி இருக்குமானால் அம்மா, அப்பாவிற்குத் தெரியாமல் இதற்கு ஒரு வழி செய்தாக வேண்டும் என்கிற முடிவிற்கு வந்தாள். அதற்கும் ரவிச்சந்திரனின் உதவியைத்தான் நாடியாக வேண்டும். அவன்தான் இதற்கும் வழி சொல்லக்கூடியவன். டாக்டர் வீட்டிற்கு அழைத்துப் போகக் கூடியவன். அல்லது உடனே அம்மா அப்பாவிடம் வந்து கல்யாணத்திற்கு ஏற்பாடு செய்ய வேண்டியவன். இந்த இரண்டில் எதைச் செய்வான் அவன்?

எது செய்தாலும் சரி என்று தோன்றிற்று. உடனே இந்தப் பிரச்சினையிலிருந்து விடுதலை பெறுகிற ஆசை வந்தது. அந்த நிமிடமே ரவிச்சந்திரனைப் பார்க்கிற எண்ணம் தோன்றிற்று. அதைச் சிரமப்பட்டு அடக்கிக் கொண்டாள். மறுநாள் காலையில் கல்லூரி வாசலில் சந்திப்பதாகச் சொல்லியிருக்கிறான். நிச்சயம் வருவான். அப்போது சொல்லிக் கொள்ளலாம்.

மறுநாள் அவள் எதிர்பார்த்த மாதிரி ரவிச்சந்திரன் வந்தான். 'ஹாய்' சொல்லி ஸ்கூட்டரை நிறுத்தினான். அவள் முகத்தைப் பார்த்துவிட்டுக் கேட்டான். "என்ன இன்னிக்கு என்னவோ மாதிரி இருக்கே?"

"வந்து... நான் உங்ககிட்டே கொஞ்சம் பேசணும்."

"என்ன பேசப் போறே?"

"இப்படிப் பட்டுனு நடு ரோட்ல சொல்ற விஷயமில்லை."

"சரி. பின்னால் ஏறிக்க."

* * *

அந்தக் குளிர்சாதன அறையின் அறையிருட்டு வெளிச்சத்தில் ஆர்டர் பண்ணின காப்பியை உறிஞ்சியவாறு அவளைப் பார்த்துக் கேட்டான் ரவிச்சந்திரன்.

"என்ன விஷயம்? இப்ப சொல்லு."

"வந்து... வந்து... எனக்கு பீரியட் தள்ளிப் போயிடுச்சு."

"தள்ளிப் போயிடுச்சுன்னால்?"

"ஐ மீன், நாற்பத்தொன்பது நாளாயிடுச்சு."

"வழக்கமா எத்தனை நாளில் வரும்?"

"இருபத்தெட்டு, இருபத்தொன்பது."

"மைகாட். கிட்டத்தட்ட இருபத்தோரு நாளா தள்ளிப் போயிருச்சு. யூ மீன் இட் ஈஸ் பிரெக்னென்ஸி?"

"வேற எதுவா இருக்க முடியும்?"

அவன்முகம் இறுகித்தீவிரமாயிற்று. கவலைக்கும் வருத்தத்திற்கும் பதிலாக ஒரு வெறுப்பு படருவதாக இவளுக்குத் தோன்றிற்று. அதை நிரூபிக்கிற மாதிரி குரல் எரிச்சலோடு வெளிப்பட்டது.

"இத்தனை நாள் என்ன செய்தே?"

"வரும் வரும்னு காத்துட்டிருந்தேன்."

"கடைசிவரை காத்திட்டிருக்கிறதுதானே?"

"......."

"என்ன பேசாமல் இருக்கே?"

"உங்க பதிலை எதிர்பார்த்திட்டிருக்கேன்."

"என்ன பதில் சொல்ல முடியும்னு நினைக்கிறே?"

"வேற எந்தப் பதில் சொல்ல முடியும்? நேரா எங்க அப்பா அம்மாவை வந்து பார்த்துப் பேசிக் கல்யாணத்துக்கு ஏற்பாடு செய்யுங்க."

"கல்... கல்யாணமா! என்ன விளையாடறியா? இந்த வயசுல யாரும் கல்யாணம் செய்துப்பாங்களா?"

"இந்த வயசுல மற்றதெல்லாம் செய்யறபோது கல்யாணமும் செய்துக்கலாம்."

 கன்னத்தில் முத்தமிட்டால்

"யாமினி, என்ன இப்படியெல்லாம் திமிராப் பேசற? நான் உன்னை ஒன்றுமே செய்யலை. இதுக்கும் எனக்கும் சம்பந்தமில்லைன்னு கை கழுவிவிட்டால் என்ன செய்வே? உன்னால் என்ன செய்ய முடியும்? யார் சாட்சிக்கு வர முடியும்?"

குபீரென்று அடி வயிற்றில் இந்தப் பயம் புதிதாய்க் கவ்விக் கொள்ள, அவள் பதறிப்போனாள். 'ஐயோ, இவனும் வக்கரித்துக் கொண்டுவிட்டால் என் கதி?'

"ரவி, ப்ளீஸ்... இப்படியெல்லாம் பேசாதீங்க. இதற்கு நீங்கதான் காரணம்னு உங்களுக்கே தெரியும்."

"நான் மட்டுமில்லை. நீயும் கூடத்தான் காரணம். உன் சம்மதத்தோடுதான். நீயும் இஷ்டப்பட்டுத்தானே வந்தே?"

"நான் இல்லன்னு சொல்லலையே. ஐ லவ் யூ ரவி. லவ் யூ வித் ஆல் மை ஹார்ட். இந்தப் பிரச்சினைக்கு உடனடியா வழி கண்டுபிடிக்கலாம்னு சொன்னேனே தவிர தப்பா எதுவும் பேசலையே?"

"இதுக்கு வழி, நானே யோசிச்சுக் கண்டுபிடிச்சு நாளைக்குச் சொல்றேன். இப்போ உன்னை காலேஜ் வாசல்லேயே இறக்கிட்டுப் போறேன்."

"ஏன் ரவி, இன்னும் ஒரு பத்து நிமிஷம் இருக்கக் கூடாதா? நான் எவ்வளவு பயந்து போயிருக்கேன். ஆறுதலா நாலு வார்த்தை தைரியம் சொல்லக் கூடாதா?"

"அதுதான் நாளைக்குச் சொல்றேன்னு சொன்னேனில்ல, எழுந்திரு. இப்போ எனக்குக் கொஞ்சம் வேலை இருக்கு. நான் போகணும். நாளைக்குப் பேசலாம்."

அவள் மறுவார்த்தையின்றி எழுந்து கொண்டாள். கல்லூரி வாசலில் இறங்கிக் கொண்ட போது மட்டும் கேட்டாள்.

"நாளைக்குக் கட்டாயமா வருவீங்க, இல்லையா?"

"வருவேன்."

ஆனால் அவன் வரவில்லை. அன்று மட்டுமில்லை. மறுநாள், அதற்கும் மறுநாள், அடுத்த நாள் என்று கல்லூரி வாசலில் கால் கடுக்க நின்று நான்காம் நாள் காலை அவன் அறை எடுத்துத் தங்கியிருந்த இடத்திற்குப் போனால் அவன் அறையைக் காலி செய்து கொண்டு போய் மூன்று நாட்களாயிற்று என்றார்கள். அங்கிருந்து ஆட்டோ பிடித்து அவன் படிப்பதாகச் சொன்ன கல்லூரிக்குப் போய் விசாரித்தால் அப்படி யாருமே இல்லை என்றார்கள்.

அவள் அதிர்ந்து போய்த் திரும்பத் திரும்பக் கேட்டுப் பார்த்தாள். அதே பதில்தான் வந்தது. அவன் பொய் சொல்லியிருக்கிறான். கல்லூரி மாணவன் மாதிரி நடித்திருக்கிறான். கல்லூரி மாணவன் இல்லை என்றால் அவன் யார்? யாராக இருந்தாலும் அவனை இப்போது எப்படித் தேடிக் கண்டுபிடிப்பது? அதற்கு முன்னால் தன் பிரச்சினைக்கு என்ன வழி? எப்படி இதைத் தீர்ப்பது? யார் உதவி செய்வார்கள்?

சட்டென்று சியாமளா ஞாபகத்திற்கு வந்தாள். கல்லூரிக்குள் போய் சியாமளாவைத் தேடிக் கண்டுபிடித்துத் தனியாக அழைத்துப் போய் விஷயத்தைச் சொல்லிக் கெஞ்சினாள்.

"சியாமளா, இதற்கு நீதான் உதவி செய்யணும். அவன் ஏமாற்றிட்டுப் போயிட்டான்டி. நயவஞ்சகமாப் பேசி நடிச்சு உதறி விட்டுட்டுப் போய்ட்டான். இப்போ நீ உதவி செய்யலைன்னால் எனக்கு வேறு வழியில்லை. யாரும் இல்லை. தயவுசெய்து என்னை டாக்டர்கிட்ட கூட்டிட்டுப் போ சியாமளா. யாருக்கும் தெரியாமல் கலைச்சிடச் சொல்லலாம் சியா..."

இவள் முடிக்கவில்லை. அதற்குள் சியாமளா பதறினாள். "அடிப்பாவி! எத்தனை பெரிய விஷயத்தை இப்படிச் சுலபமா சொல்லிட்டே! இதெல்லாம் என்ன சாதாரண விஷயமா? நாளைக்கு உனக்கு ஏதாவது ஆயிடுச்சுன்னால் யார் பதில் சொல்றது? இதையெல்லாம் எதுக்காக என்கிட்ட வந்து சொல்றே? எங்க அம்மா காதுக்கு விஷயம் எட்டிச்சுன்னா கொன்னு

                                           கன்னத்தில் முத்தமிட்டால்

போட்டுவொங்க. அதனால என்னை விட்டுடு, யாமினி. என்னால முடியாது."

"ஐயோ! அப்படிச் சொல்லாதே சியாமளா. தயவுசெய்து உதவி செய். என்னை நீயும் கைவிட்டுவிடாதே."

"ஐயம் ஸாரி யாமினி. எக்ஸ்ட்ரீம்லி ஸாரி. என்னால் முடியாது. என்னை விட்டுடு."

சடாரென்று திரும்பி சியாமளா வகுப்பறைக்குள் நுழைய, இவள் அதிர்ந்து போய் நின்றாள். என்ன செய்வது, என்ன செய்வது என்ற கேள்வி உடல் நரம்புகளில் எல்லாம் ஓடிற்று. குமுறிக் குமுறி அழுகை வந்தது.

வீட்டிற்கு வந்து இரண்டு நாட்கள் அறையை விட்டு வெளியில் வராமல் மூலையில் முடங்கி ரகசியமாய் அழுது கொண்டிருக்க, மூன்றாம் நாள் இரவு அம்மா அவளிடம் காரணம் கேட்டு உலுப்ப அவள் அழுது தடுமாறி விஷயத்தைச் சொன்னதும் துடித்துப் போனாள் அந்த அம்மாள். கை, கால்கள், உதடு எல்லாமே நடுங்கிற்று. குபீரென்று எழுந்த பயத்தில் உடல் முழுவதும் வியர்வை பெருகிற்று. நாக்கு குழறி வார்த்தைகள் தடுமாறின: "அடிப்பாவி! இப்படியா செய்வே? என்னை ஏமாத்தறதா நினைச்சு உன்னை நீயே ஏமாற்றிக்கிட்டியே? எதுக்காகடி உயிரோடு இருக்கே? எங்க மானம் மரியாதை எல்லாத்தையும் காற்றுல பறக்கவிடவா? பாவி. யாருடி அவன்? எங்கடி இருக்கான்? சொல்லு" என்று அவள் தலைமயிரைப் பிடித்து இழுத்துக் கன்னத்திலும் முதுகிலும் மார்பிலும் அறைந்து, கதறின கதறலில் ராமலிங்கம் ஓடி வந்தார்.

"என்ன கமலம், எதுக்கு இப்படிப் போட்டு அடிக்கறே? என்ன நடந்திச்சு?"

"என்ன நடந்துச்சா? இவ நம்மை ஏமாற்றிட்டு, மானம் மரியாதையெல்லாம் காற்றுல பறக்கும்படி செய்திட்டு, இப்போ, இப்படி நிக்கறா. ஐம்பத்தைந்து நாள் வயிற்றுப் பிள்ளையோட நிக்கறா."

"எ... ன்... ன...!" அதிர்ந்து போனார் அவர். மளமளவென்று அந்தக் கட்டடம் இடிந்து தலையில் விழுந்து சிதறியிருந்தால்கூடத் தாங்கிக் கொண்டிருப்பார். ஆனால் இது... இது...? அவரால் தாங்க முடியவில்லை. மகளைப் புரட்டிப் புரட்டி எடுத்துக் கேட்டார்.

"யார் அவன், சொல்லு."

"ரவி... ரவிச்சந்திரன்னு பேருப்பா."

"அப்பாவா? இன்னொரு தரம் அப்படிக் கூப்பிடாதே. நான் உனக்கு அப்பனில்லை. எங்கே இருக்கான் அவன்?"

"அது... அதுதான் தெரியலை."

"அதுகூடத் தெரியலை. ஆனால் இதெல்லாம் செய்யத் தெரிஞ்சிடுச்சு, இல்லே? இதுக்கு அவசரம் வந்துடுச்சு. சீ... பெண்ணா நீ?"

மீண்டும் மீண்டும் அவளைப் புரட்டி விஷயங்களைச் சேகரித்து அவனைக் கண்டுபிடிக்க அலையாய் அலைந்து, இயலாமல் மூன்றாம் நாள் இரவு வீடு திரும்பியபோது அவருக்குள் தீர்மானமான முடிவு ஒன்று ஏற்பட்டது. அதைத் தவிர வேறு வழியில்லை என்று தோன்றிற்று. அது நடந்தால்தான் மானம், மரியாதை, கௌரவம் எல்லாவற்றையும் காப்பாற்ற முடியும். வேறொருவருக்குத் தெரியாமல் அப்படியே மூடி மறைக்க முடியும். இல்லாவிட்டால், எதையாவது தின்று மனைவியோடு தானும் தற்கொலை செய்து கொள்வதைத் தவிர வேறு வழியில்லை.

அதற்கு முன்னால் யாமினியை, அவளைக் கண்டதுண்டமாய் வெட்டிப் போட்டுவிட்டு மனைவியோடு பிணமாவதைத் தவிர வேறொன்றும் தோன்றவில்லை. இதெல்லாம் நடக்கக் கூடாது என்றால், நான் நினைத்தது நடக்க வேண்டும். நடக்குமா? கேள்விக்குறியோடு தன் மனத்திற்குள் தீர்மானித்ததைச் செயலாற்றுகிற முடிவுடன் வீட்டிற்குள் நுழைந்தார், அவர்.

⸺⸺•◆•⸺⸺

    கன்னத்தில் முத்தமிட்டால்

20

வாசல் கதவு தட்டப்படும் சத்தம் கேட்டது. யாராவது வேலை ஆளாக இருக்கும் என்று நினைத்துக் கொண்டாள் பாக்கியத்தம்மாள். களத்துமேட்டில் இருக்கும் சிவா படி, மரக்கால், முத்திரைப் பலகை என்று எதையாவது கேட்டு அனுப்பியிருப்பான் என்று தோன்றியதும், 'சரி இருக்கட்டும். சற்று நேரம் நிற்கட்டும், போகலாம்' என்கிற அசுவாரஸ்யத்தில் கை வேலையைப் பார்க்கத் தொடங்கினாள். வினாடி நேரத்தில் மீண்டும் கதவு பலமாகத் தட்டப்படவே, "இதோ வந்திட்டேன்" என்று குரல் கொடுத்துக் கொண்டு போய்க் கதவைத் திறந்தவுடன் ஆச்சரியத்தால் அப்படியே நின்றாள். கண்களும் முகமும் மலர வார்த்தைகள் சந்தோஷத்தில் குதித்துக் கொண்டு வந்தன.

"அட! அண்ணன், அண்ணி! யாமினி, நீ கூடவா வந்திருக்கே! என்ன அதிசயம்? இப்பவாச்சும் எங்க ஊருக்கு மழை பெய்யட்டும். வாங்கண்ணே, உள்ளே வாங்க அண்ணி, வாம்மா யாமினி."

சந்தோஷத்தில் பாக்கியத்தம்மாளுக்குக் கை, கால்கள் பதறின. கூடத்திற்கு அழைத்து வந்து பாய்விரித்து உட்கார வைத்தாள். உள்ளே ஓடிப்போய்ப் பரபரவென்று ஓர் பெரிய எவர்ஸில்வர் அடுக்கு நிறைய மோரும் டம்ளர்களும் கொண்டு வந்து ஊற்றிக் கொடுத்தாள்.

"நல்ல வெய்யில்ல வந்திருக்கீங்க, அண்ணே... சில்லுனு மோர் குடியுங்க. இந்தாம்மா, யாமினி. நீயும் குடி."

யாமினி குனிந்த தலை நிமிராமல் உட்கார்ந்திருக்க, ராமலிங்கமும் கமலமும் டம்ளர் மோரை ஒரே மூச்சில் குடித்து முடிக்க, "இன்னும்

கொஞ்சம் குடியுங்க" என்று பாக்கியத்தம்மாள் வற்புறுத்த, "வேணாம்மா போறும்" என்று ஒரு வார்த்தைப் பதிலாகச் சொன்னார் ராமலிங்கம்.

டம்ளர்களையும் அடுக்கையும் நகர்த்தித் தூணோரம் வைத்துவிட்டு எதிரில் உட்கார்ந்த பாக்கியத்தம்மாள் அப்போதுதான் யாமினி மோரைத் தொடாததைக் கவனித்தாள். வந்ததிலிருந்து முகத்தை உயர்த்தாமல், ஒரு சிரிப்புகூட இன்றி, தலையைத் தொங்கப் போட்டவாறு அவள் உட்கார்ந்திருந்த விதம் அந்தம்மாவின் அடிவயிற்றில் ஒரு பயத்தை ஏற்படுத்தியது. 'ஏன் இந்தப் பெண் இப்படி இருக்கிறது?' என்ற கேள்வி நெருடிற்று. பெண் மட்டுமின்றி அண்ணனும் அண்ணியும்கூடச் சுரத்தில்லாமல்தான் இருக்கிறார்கள். அது இந்தப் பெண் விஷயமாகத்தான் இருக்க வேண்டும். அதனால்தான் இவளையும் அழைத்துக் கொண்டு ஓடி வந்திருக்கிறார்கள். இல்லாவிட்டால் இந்தப் பட்டிக்காட்டுப் பக்கம் திரும்பிக்கூடப் பார்த்திருக்காது. என்ன அது?'

அந்த அம்மாளால் ஊகிக்க முடியவில்லை. மெதுவாக, நிதானமான குரலில்தானே பேச்சை ஆரம்பித்தாள்.

"என்ன அண்ணே, ஒரு லெட்டர்கூடப் போடாமல் வந்திருக்கீங்க?"

"லெட்டரா?" என்று விரக்தியாகச் சிரித்தார் ராமலிங்கம்.

"லெட்டர் போட்டுக் கிளம்பற நிலைமையில் நாங்க இல்லேம்மா."

"அப்படி என்ன அவசரம் அண்ணா? ஏதாவது பணத்தட்டுப்பாடா?"

ராமலிங்கம் பேசாமல் இருந்தார்.

"ஏன் அண்ணி, என்ன விஷயம்? யாமினிக்கு ஏதாவது இடம் நிச்சயமாகியிருக்கா?"

கமலத்தின் பக்கம் திரும்பிக் கேட்டதும் அதற்கு மேல் தாங்க முடியாதவளாக கமலம் அவள் மடியில் படுத்துக் கொண்டு, "அக்கா... அக்கா..." என்று குமுறினாள். அதற்கு மேல் வார்த்தைகள் வெளிவராமல் குழற, அவள் தடுமாறியதைப் பார்த்ததும் பதறிப்போனாள், அந்த அம்மாள்.

                                கன்னத்தில் முத்தமிட்டால்

"என்ன அண்ணி, என்ன விஷயம்? அண்ணா, நீயாவது சொல்லேன்" என்று நிமிர்ந்தவள் அண்ணனும் கையால் வாயைப் பொத்திக் கொண்டு கண்ணீர் விடுவதைக் கண்டதும் விஷயத்தின் தீவிரத்தை உணர்ந்து எழுந்து போய் வாசல் கதவைச் சாத்தித் தாழ்ப்பாள் போட்டுவிட்டு வந்தாள். அண்ணன் அழுவதைத் தாங்க இயலாதவளாகத் துடித்துக் கொண்டு வந்து யாமினியை நெருங்கி அவள் முகத்தை உயர்த்தினவள், அவளது களையற்ற முகத்தையும், ரத்தமாய்ச் சிவந்து கரகரவென்று கண்ணீர் கொட்டும் கண்களையும் பார்த்து இன்னமும் துடித்துப் போய்க் கேட்டாள்.

"என்னம்மா யாமினி, நீயாவது சொல்லும்மா. என்ன நடந்தது?"

அவ்வளவுதான். யாமினி அத்தையைக் கட்டிக்கொண்டு கதறத் தொடங்கினாள்.

"அத்தை... அத்தை... எல்லாம் என்னால்தான் அத்தை. நான்... நான்... நான் வந்து, ஏமாந்து போயிட்டேன் அத்தை. ஏமாறக் கூடாத விஷயத்தில் ஏமாந்து போயிட்டேன் அத்தை."

பாக்கியத்தம்மாளின் தலையில் ஒன்று, பத்து, நூறு என்று இடிகள் இறங்கின அதிர்வு ஏற்பட்டது.

'என்ன...? கடவுளே, இதெல்லாம் நிஜமா? உண்மைதானா? அண்ணனுக்கா இப்படிப்பட்ட சங்கடம்? யாருக்கும் எந்தக் கெடுதலும் நினைக்காத அண்ணனுக்கா? எப்படித் தாங்கிக் கொண்டான்? இனியென்ன செய்யப் போகிறான்?'

கரகரவென்று கண்கள் நனைந்து கன்னங்களில் கோடாக வழிந்தது. யாமினியின் முதுகை வருடி மெல்ல முகத்தை நிமிர்த்தினாள். கண்ணீரைத் துடைத்துக் கொண்டே மிக ஆறுதலாகப் பேசினாள்.

"அசட்டுப் பெண்ணே... ஜாக்கிரதையாக இருக்க வேணாம்? சாதாரணப் பெண்களே ஜாக்கிரதையாக இருக்கணும் என்கிறபோது உன்னை மாதிரி அழகான பெண்கள் இன்னமும் ஜாக்கிரதையாக இருக்க வேண்டாமா? இப்படி அழுதுகிட்டு குடும்பத்தோட வந்து நிக்கறீங்களே, முள்மேல் துணி விழுந்து

லேசா கிழிஞ்சு போயிடுச்சு. இனி அதை எப்படிப் பக்குவமா எடுத்து வெளியில தெரியாமல் தைக்கிறதுன்னு பார்க்கலாம். முதல்ல முகத்தைத் துடைச்சிட்டு அடுக்களைக்குப் போய்க் கொஞ்சம் காப்பி டிகாக்ஷன் இறக்கு. நான் அப்பா, அம்மாகூடப் பேசிட்டு வந்து கலக்கிறேன், போ.''

அம்மாவைவிட, அப்பாவைவிட, அத்தையின் இந்த விவேகமும் அரவணைப்பும் அவளை நெகிழ வைத்தன.

படித்தவர்களிடமும் பட்டணத்துக்காரர்களிடமும் இல்லாத சில பண்பட்ட மனம் பட்டிக்காட்டில் ஒளிந்து கொண்டிருப்பதாகத் தோன்ற, அத்தைக்குக் கைகூப்பிவிட்டு விசும்பலை அடக்க முடியாமல் உள்ளே போக, பாக்கியத்தம்மாள் அண்ணனின் பக்கம் திரும்பினாள்.

''என்ன அண்ணே, இது? அந்தக் குழந்தை ஏமாந்து போயிட்டேன்னு சொல்லிக் கதறி அழுவுது. நீ பேசாமல் குத்துக்கல்லாட்டம் உட்கார்ந்திட்டிருக்கே?''

அந்த வார்த்தைகளுக்குப் பின்னர் ராமலிங்கத்திடமிருந்து வார்த்தைகள் வெடித்துக் கொண்டு வந்தன.

''குத்துக்கல்லாட்டம் உட்கார்ந்திட்டில்லேம்மா. குமுறல் தாங்காமல் கை ஓயற வரைக்கும் அடிச்சு ஓய்ஞ்சிட்டோம். மனசுதாம்மா இன்னும் ஓயலை.''

''ஐயோ, நான் அதைச் சொல்லலை அண்ணே. ஏற்கெனவே மனசு தாங்காமல் அடிபட்டு வந்திருக்கிற பொண்ணை நீங்க வேற அடிச்சுக் காயப்படுத்திட்டீங்களாண்ணே? ஏண்ணே, 'சில நேரங்களில் சில மனிதர்கள்' படம் பார்த்தீங்க இல்லே. அதுல அந்தம்மா கத்தி அடிச்சு, ரகளை பண்ணி ஊரைக் கூட்டின மாதிரி ஏதாவது செய்திட்டீங்களா?''

''இல்லம்மா. எல்லாம் ரெண்டாம் மனுஷங்களுக்குத் தெரியாமல் வீட்டுக்குள்ள எங்களுக்குள் நடந்த விஷயம்தான்.''

''அப்பாடா! ஆத்திரம் தாங்காமல் அப்படி எதையாவது செய்திட்டீங்களோன்னுதான் பயந்தேண்ணே. நல்ல காலமா

                                        கன்னத்தில் முத்தமிட்டால்

அப்படி ஏதும் நடக்கலை இல்லே? ஏண்ணே, அது யாரு? எங்க இருக்கான் என்ற விவரம் எல்லாத்தையும் விசாரிச்சு உடனே கல்யாணத்துக்கு ஏற்பாடு செய்யக் கூடாது?"

"ஐயோ, அப்படி அட்ரஸ் இருக்கிற பையனையா இவ பார்த்தா? நாணயமானவனோடவா பழகினா? ஏதோ ஒரு பொறம்போக்கு, பொம்பளைப் பொறுக்கிகூட இல்லையா பழகி வயிற்றில் நெருப்பைக் கட்டிக்கிட்டு வந்து நிக்கறா!"

அதைக் கேட்டுச் சிறிது நேரம் மௌனித்துப் போன பாக்கியத்தம்மாள் பின்னர் குரல் கரகரக்கக் கேட்டாள்.

"இப்போ என்னண்ணே செய்யறது?"

உணர்ச்சிவசப்பட்டவராகச் சரேலென்று எழுந்து அவளின் இரு கைகளையும் பற்றிக் கொண்டார் ராமலிங்கம்.

"அம்மா, அதுக்குத்தான் இங்க ஓடி வந்திருக்கோம். எங்களோட மானம், மரியாதை, கௌரவம் எல்லாம் உன் கைலதான் இருக்கு. நீயும் மாட்டேன்னு சொல்லிட்டியானால் மூணு பேருமா சேர்ந்து தற்கொலை செய்துக்கிறதைத் தவிர வேறு வழியில்லை."

"சீ! என்னண்ணே இது. என்ன பேச்சுப் பேசறீங்க? உங்களுக்கு ஒரு கஷ்டம்னால் எனக்கில்லையா? நான் செய்ய மாட்டேனா? இந்த உடம்பைச் செருப்பா தைத்துப் போடக் காத்துட்டிருக்கேன். சொல்லுங்கண்ணே, என்ன செய்யணும்?"

கேட்டுவிட்டாரே தவிர உடனே சொல்ல முடியவில்லை, ராமலிங்கத்தினால். நாக்கும் மனமும் தயங்கிற்று. நெஞ்சு கூசிற்று. தன் மகனானால் இப்படி ஒரு விஷயத்தை ஒப்புக் கொள்வோமா என்கிற கேள்வி நெருடிற்று. மிக மிகச் சுயநலமான முடிவு என்கிற உறுத்தல் சங்கடப்படுத்திற்று. ஆனாலும் வேறு வழி இல்லை. மார்க்கமில்லை. நியாயமில்லாதது போனாலும், மனது ஒப்புக்கொள்ளாவிட்டாலும் செய்துதான் ஆக வேண்டும். கேட்டுத்தான் ஆக வேண்டும். வாழ்க்கையின் சில சந்தர்ப்பங்களில் இப்படித்தான் மூலையில் தள்ளப்பட்டு நெருக்கப்படுகிறோம்.

நகர முடியாமல் அடித்து நிறுத்தப்பட்டு விடுகிறோம். ஆனால் அதையெல்லாம் புரிந்து கொள்வாளா இவள்? மனிதாபிமானத்தோடு அணுகுவாளா? ஏற்றுக் கொள்வாளா? கெட்டுப் போன பெண்ணைத் தங்கள் தலையில் கட்டுவதாக நினைத்தால்?

அவர் அதையெல்லாம் யோசனை செய்தவாறு பேசாமலிருக்க, பாக்கியத்தம்மாள் தானே மீண்டும் கேட்டாள்.

"சொல்லுங்கண்ணே, எதுவானாலும் தயங்காமல் சொல்லுங்க. செய்யக் காத்துட்டிருக்கேன்."

"அம்மா, அது... அது வந்து... இப்போ பிடிச்சிட்டிருக்கிறது, உன் கையில்லேம்மா. காலுன்னு நினைச்சு..."

"ஐயோ, என்னண்ணே இது? இப்படியெல்லாம் பேசாதீங்கண்ணே. நான் என்ன செய்யணும்ம்னு மட்டும் சொல்லுங்கண்ணே. அது போதும்."

"அது வந்து... அம்மா, சொல்லவே எப்படித் தயங்கறேன்பார்த்தியா? அதிலிருந்து சொல்லப்போற விஷயம் நியாயமானதில்லேன்னு தெரியுதில்லே. ஆனாலும் எனக்கு அது ஒன்னுதாம்மா வழியாத் தோணுது. சுயநலம்தாம்மா. ரொம்ப ரொம்ப சுயநலம். யாருமே சம்மதிக்க மாட்டாங்க. விரும்பி ஏற்றுக்க மாட்டாங்க. இருந்தாலும் நான்... நான் உன்னைக் கேட்கறேன்."

"கேளுங்கன்னுதானே சொல்றேன். இப்படிச் சுற்றி வளைக்காமல் நேரிடையா கேளுங்க..."

"வந்தும்மா... இவளை... யாமினியை... வந்து, சிவாவுக்கு அதாவது உன் மருமகளா ஏற்றுப்பியான்னு..."

இதைத்தான் கேட்கப் போகிறார் என்பதை மனத்திற்குள் அனுமானித்திருந்தாள். அதற்குள் அந்த அம்மாள் யோசித்திருந்த விஷயம்தான் அது. அதற்காகத் தன் மனத்தைப் பக்குவப்படுத்திக் கொள்ள நினைத்தாலும் அதிர்ச்சியாகத்தான் இருந்தது. நெருடலாய் ஒன்று எட்டிப் பார்த்தது. 'கடவுளே, என் மகனுக்கா

இப்படிப்பட்ட பெண்?' என்று துவண்டுதான் போயிற்று. ஆனாலும் அதை வெளிக்காட்டிக் கொள்ளாமல் மிக நிதானமாகப் பேச ஆரம்பித்தாள்.

"அதுதானே அண்ணே. இதற்கு நான் உடனே சம்மதம்னு சொல்லிட முடியாது, இல்லையாண்ணே? இது சிவாவும் சம்பந்தப்பட்ட விஷயம் இல்லையா? அதனால் சிவா வரட்டும், அவனையும் கேட்டுச் செய்திடலாம். இதற்கு ஏன் இத்தனை தடுமாறினீங்க? எழுந்திருங்க. குளிச்சுச் சாப்பிடலாம், வாங்க. சிவா களத்துமேட்டுல இருக்கான். ஆளனுப்பிக் கூட்டிட்டு வரச் சொல்றேன். சாப்பாட்டுக்கு அப்புறமாய்ப் பேசி முடிவு செய்யலாம்."

ராமலிங்கம் சொன்ன அத்தனை விஷயங்களையும் மிக நிதானமாய், அமைதியாய்க் கேட்டவாறு அந்தப் பெரிய நாவல் மரத்தடியில் அவர் பக்கத்தில் உட்கார்ந்திருந்தான் சிவா. கை பக்கத்தில் இருந்த சின்னச் சின்னக் கற்களாகப் பொறுக்கிச் சேர்த்தது. பார்வை தூரத்து வெறுமையில் லயித்தது. சற்றுத் தள்ளிப் பம்ப்செட் ஓடுகிற சத்தம் கேட்டது. நாகணவாய் கூவுகிற சத்தம் கேட்டது. அக்கூபட்சி விடாமல் இரைந்தது. கூட்டம் கூட்டமாய் நாரைகள் வரிசையாகக் கூடு திரும்புவது தெரிந்தது. மனித நடமாட்டமற்றுத் தனிமையாய் இருந்த அந்த இடத்தில் ராமலிங்கம் அழுகையும் குமுறலுமாக அத்தனையையும் சொல்லி முடித்து, அவன் கைகளைச் சரேலென்று பற்றிக் கொண்டார்.

"சிவா... நான் இப்படிக் கேட்கிறதே தப்புதாம்ப்பா. மகா பெரிய தப்பு. ரொம்பச் சுயநலமான முடிவு. ஆனால் எனக்கு வேறு வழி இல்லை. இதைக் கலைச்சு, மறைச்சு வச்சு, வேறு மாப்பிள்ளை பார்த்துக் கல்யாணத்தை முடிச்சுடலாம். ஆனால் அதற்கு என் மனசாட்சி இடம் கொடுக்கலே. உண்மையைச் சொல்லாம மறைக்கப் பிடிக்கலே. உண்மையைச் சொன்னால் யாரும் கட்டிக்க முன்வர மாட்டாங்க. அதனால் நீ... நீ... உன்னைப் பலி கொடுக்கத் துணிஞ்சுதான் ஓடிவந்து கேட்க..."

சட்டென்று அவர் வாயைப் பொத்தினான் சிவா. முகம் சொல்ல இயலாத அமைதியில் கிடந்தது. குரல் கரகரத்துச் சன்னமாய் வெளிப்பட்டது.

"என்ன மாமா நீங்க? பலி கொடுக்கிறேன்னெல்லாம் பேசறீங்க. அப்படியெல்லாம் பேசாதீங்க மாமா. உங்களுக்கு ஒரு பாதிப்பு என்றால் அது எங்களுக்கும் பாதிப்புதான் மாமா. உங்ககிட்டே உண்மையைச் சொல்லணும்னால் நான் யாமினியை மனசார நேசிச்சதுதான்நிஜம். உள்ளுக்குள்யாருக்கும்தெரியாமல்அவளைக் கல்யாணம் செய்துக்க ஆசைப்பட்டது வாஸ்தவம். ஆனால் அவளுக்கு அந்த எண்ணம் கொஞ்சம்கூட இல்லை. என்னைப் பார்க்கிறபோதே வெறுக்கறாள்னு தெரிஞ்சப்புறம்தான் என் மனசை மாற்றிக்க நினைச்சேன். அவ அழகுக்கு என்னை அவளால் ஏற்றுக்க முடியாதுன்னு புரிஞ்சுகிட்டேன். அவ மனசுக்குப் புடிச்ச ஒருத்தன் கிடைச்சுக் கல்யாணம் செய்துகிட்டு சந்தோஷமா வாழணும்னு ஆசைப்பட்டேன். அதனால்தான் அம்மா என்னைக் கல்யாணம் செய்துக்கச் சொல்லி வற்புறுத்தினபோதுகூட யாமினி கல்யாணம் முடியட்டும்மா, பார்த்துக்கலாம்னு தட்டிக் கழிச்சேன். அவளைச் சந்தோஷமாகக் கல்யாணப் பந்தல்ல பார்த்தப்புறம் என் வாழ்க்கையை அமைச்சுக்கலாம்னு நெனைச்சிட்டிருந்தவனுக்கு இது அதிர்ச்சியான செய்திதான் மாமா. அவளுடைய கனவுகள், ஆசைகள், கற்பனைகள் எல்லாத்தையும் குலைச்சு நாசமாக்கிட்டு ஒருத்தன் தப்பிச்சு ஓடிட்டான்றதை நினைக்கிறபோது நம்ம மனசெல்லாமே துடிக்கிறபோது அவ மனசு எத்தனை பாடுபடும் மாமா! எவ்வளவு துக்கப்படும்! அந்த அளவு நொந்து போயிருப்பாள். அதை நினைக்கிறபோதே சங்கடமா இருக்கு மாமா. இந்த நிலைமையில் அவள் முற்றிலும் வெறுத்த என்னைக் கல்யாணம் செய்துக்க வேண்டிய நிர்பந்தத்திற்குத் தள்ளப்பட்டிருக்கிறதை உணர்ந்தால் இன்னும் உடைந்து போக மாட்டாளா மாமா?"

அத்தனை நேரம் அமைதியாய்க் கேட்டுக் கொண்டிருந்த ராமலிங்கம் உணர்ச்சிவசப்பட்டவராக் குமுறிக் கொண்டு ஆரம்பித்தார்:

  கன்னத்தில் முத்தமிட்டால்

"நல்லா இருக்கு சிவா, நீ சொல்றது? உடைஞ்சு போவாளாவது? அவ செய்த காரியத்துக்கு நாங்களே அவளைத் துண்டு துண்டா உடைச்சுப் போட்டிருக்கணும். கை வேறு, கழுத்து வேறுன்னு சீவித் தள்ளியிருக்கணும். அப்படிச் செய்யாததற்குக் காரணம் இன்னமும் பாழாய்ப் போன பாசம் மனசோரத்திலே லேசாய் ஒட்டிட்டிருக்கிறதுதானப்பா. அந்தப் பாசம்தான் அவளைக் கொலை பண்ண விடாமல் தடுத்து இங்கே இழுத்துட்டு வந்து நிறுத்தியிருக்கு. ரொம்ப சுயநலமான முடிவில் உன்னைக் கெஞ்சிக் கேட்க வச்சிருக்கு."

"ஐயோ மாமா, ஏன் இப்படியெல்லாம் பேசறீங்க? நீங்க கெஞ்சணுமா? உங்களுக்கு எதுவும் செய்யக் கடமைப்பட்டவன் மாமா நான். அப்படியிருக்க, இக்கட்டான இந்த நிலைமையில் இதையா மறுக்கப் போகிறேன்? சத்தியமா மாட்டேன். இடறிக் கீழே விழுந்து அடிபட்டு ரத்தம் கொட்டுகிற ஒரு குழந்தையிடம் பார்த்து நடக்கிறதுக்கென்னன்னு நீங்கள்ளாம் சண்டை போட்டுத் திட்டறீங்க. நான் அக்குழந்தையைத் தூக்கி மடியில் இருத்தித் தலையை வருடிக் கண்ணீரைத் துடைத்து, காயத்திற்கு வலிக்காத விதமாக மருந்திட்டுக் கட்டுப்போடத் தவிக்கிறேன். அவ்வளவுதான் மாமா, வித்தியாசம். இது இடறல் மாமா, ஒரு பெரிய இடறல். அதனால் ஏற்பட்ட காயமும் வலியும் ரொம்பப் பெரிது. மறக்க முடியாதது. கூடிய சீக்கிரம் ஆறாதது. அதை என்னால் ஆற வைக்க முடியுமானால், இதில் அவளுக்கும் உடன்பாடு இருக்கிற பட்சத்தில், நான் கொடுக்கிற வாழ்க்கையை ஏற்றுக் கொள்ளச் சம்மதிக்கிற பட்சத்தில் மனபூர்வமாக நான் சம்மதிக்கிறேன் மாமா, சந்தோஷத்தோடு ஏற்றுக் கொள்கிறேன்."

அவ்வளவுதான். சடாரென்று தன் வயது, நிலைமை எல்லாவற்றையும் மறந்து கீழே குனிந்து அவனது இரு பாதங்களையும் தொட்டுக் கண்களில் ஒற்றிக் கொண்டார் ராமலிங்கம். அதைச் சிறிதும் எதிர்பார்க்காத சிவா பதறித் துடித்து விலகி, "என்ன மாமா இது?" என்று குரல் நடுங்கக் கேட்ட போது...

"நிஜமாய்ச் சொல்றேம்ப்பா. இனி நான் தனியாக் கோவில் குளம்னு தேடிப் போக வேணாம்ப்பா. காலைல எழுந்து தினமும் உன் முகத்தை ஒருதரம் பார்த்தா போதும்ப்பா. செய்த பாவம் அத்தனையும் தீர்ந்து போயிடும்ப்பா" என்று குரல் கரகரத்துக் கண்களில் நீர் மல்க, உணர்ச்சிவசப்பட்டுப் போனார் அவர்.

———◆———

   கன்னத்தில் முத்தமிட்டால்

21

அன்று முழுதும் தொழிற்சாலையின் எந்த வேலையிலும் கவனமற்றிருந்தான் சத்யா. அன்று மட்டும்தான் என்பதில்லை. கிட்டத்தட்ட பத்து நாட்களாக அப்படித்தான் இருந்தான். கரோலினிடம் பேசிவிட்டு வந்ததலிருந்து, 'எனக்கு சற்று அவகாசம் கொடு கரோ. தனிமையில் சிந்திக்கவிடு கரோ' என்று குழப்பமும் அதிர்ச்சியுமாக ஓடி வந்ததிலிருந்து வாழ்க்கையின் தினசரி நிகழ்ச்சிகளில்கூடத் தடுமாற்றம் ஏற்பட்டது. சாப்பிட உட்கார்ந்து கை வெறுமனே தட்டில் அளைந்து கொண்டிருந்தது. படுக்கையில் படுத்துப் பார்வை மணிக்கணக்காய் இருட்டை வெறித்தது. ரயிலில் ஏறித் தப்பான ஸ்டேஷனில் இறங்கி நடக்க வேண்டியதாயிற்று. யாரோடும் பேசப் பிடிக்காமல் மனது ஒதுங்கிக் கொண்டது. தனிமையில் விடப்பட்டு, பழைய நினைவுகளில் அலைக்கழிந்து துக்கத்தில் அமிழ்ந்தது.

"என்ன சத்யா, ஏன் என்னவோ மாதிரி இருக்கே?" என்று லிஸி, நம்பிராஜன் இருவரும் மாறி மாறிக் கேட்டுப் பார்த்து, "ஒன்றுமில்லையே" என்ற பதிலில் திருப்தி அடையாவிட்டாலும் மேலே எதுவும் கேட்காமல் மௌனமாயினர்.

'இந்தப் பிள்ளை ஏன் இப்படிப் பித்துப் பிடித்த மாதிரி இருக்கு? ஒரு வாரமா சரியாய்ச் சாப்பிடறதில்லை. யாரோடும் பேசறதில்லை. என்னன்னு கேட்டாலும் பதில் சொல்ல மாட்டேங்குதே!' என்று தங்களுக்குள் கவலைப்பட்டனர்.

தொழிற்சாலையிலும் சத்யா அதே மாதிரிதான் நடந்து கொண்டான். வேலையில் கவனமின்றி, செய்ய வேண்டியதற்குப் பதிலாக வேறு எதையோ செய்தான். பாதி நேரங்களில் எங்கேயோ வெறித்துப்

பார்த்தவாறு நின்றிருந்தான். சாப்பாட்டு நேரத்தில் சாண்ட்விட்சை ஒரு கடி கடித்துவிட்டு அப்படியே வைத்தான். காப்பியைக்கூட ஒரு வாய் பருகி மற்றதை ஒதுக்கினான்.

அவனை நுணுக்கமாய்க் கவனித்துக் கொண்டு வந்த அவனது மேலதிகாரி பீட்டர் பார்ஸ்பி அன்று அவனருகில் வந்து மிகத் தோழமையாய்த் தோளில் கை போட்டு அணைத்தபடி நெருக்கமாகப் பேசினார்.

"வாட் இஸ் ராங் வித் யு மை பாய்? ஒரு வாரமாய்ப் பார்க்கிறேன். என்னவோ மாதிரி இருக்கிறாய்" என்று கேட்டார்.

"ஓ... நத்திங் சார். நத்திங்" என்று மழுப்பினான் இவன்.

ஆனால் அவர் விடவில்லை. "பொய் சொல்லாதே சத்யா. நான் உன்னை நுணுக்கமாய்க் கவனித்துக் கொண்டுதான் வருகிறேன். என்ன ஆயிற்று? ஹோம் ஸிக்?" என்று அடியெடுத்ததும் சட்டென்று அதையே பிடித்துக் கொண்டுவிட்டான்.

"எஸ் சார். கொஞ்சம் வீட்டு ஞாபகம் வந்தது. அம்மா, அப்பா, தங்கை, தம்பி என்று எல்லார் நினைவுகளும் ஒவ்வொன்றாக வந்து இந்தியா போக வேண்டுமென்று தோன்றியது. அதுதான் கொஞ்சம் மனசு என்னவோ போலிருந்தது."

"அதான் நினைத்தேன். யு வில் கெட் ஓவர் டியர். உன்னை நீயே சந்தோஷப்படுத்திக்க முயலணும். வெளியில் எங்காவது போ. நாலு பேரோடு பழகு. மனசைத் திசை திருப்பிப்பார். எல்லாம் சரியாகப் போய்விடும்."

அவனிடமிருந்து ஓர் ஆழமான பெருமூச்சு வெளிப்பட்டது. 'நாலு பேரோடு பழகுவதா? பழக வேண்டியவளிடமே பழக முடியவில்லை. பேச முடியவில்லை. பார்க்க முடியவில்லை. தொலைபேசித் தொடர்பில்லை. மற்றவர்களுடன் பழகுவதா? மனதை அவள் நினைவும், அவளோடு பழகிய நாட்களும் புற்றுநோயாக அரிக்க, அந்த வலியிலும் வேதனையிலும் துடிக்க, இவர் என்னை நானே சந்தோஷப்படுத்திக் கொள்ள வேண்டும் என்கிறாரே! முடியுமா? எப்படி முடியும்? இனி பழைய சந்தோஷம்

                கன்னத்தில் முத்தமிட்டால்

தன் வாழ்க்கையில் எட்டிப் பார்க்க முடியுமா? தன்னால் சிரிக்க முடியுமா? சிரிப்பது கிடக்கட்டும். முதலில்... முதலில் வாழத்தான் முடியுமா? இப்படி நடைபிணமாக வாழ்க்கை நடத்துவதைவிட ஒருவழியாகப் போய்விடலாமே.'

'கரோ, ஏன் என்னிடம் உன் பழைய கதையைச் சொன்னாய்? அதைத் தாங்கிக் கொள்ள முடியாத ஓர் கட்டுப்பெட்டித் தென்னிந்திய இளைஞனிடம், முட்டாளிடம் ஏன் சொன்னாய்? அது ரணமாய், வலியாய், வேதனையாய் எனக்குள் இறங்கிப் போய்விட்டதே. உன்னை விலக்கவும் முடியாமல் அந்த நிகழ்ச்சியை ஒதுக்கித் தள்ளவும் முடியாமல் படுகிற அவஸ்தை மரண அவஸ்தையாக இருக்கிறதே. உன்னைப் பார்க்க முடியாமல், பேச முடியாமல் தவியாய்த் தவிக்கிறேனே. உன்னிடம் சொல்லிவிட்டு வந்த மாதிரி ஒரு முடிவிற்கும் வர இயலவில்லையே. நீ சொன்ன அத்தனையையும் ஒதுக்கித்தள்ளி அது உன்னையும் மீறி நடந்த விபத்து என்று சமாதானப்பட்டு உன்னைக் கல்யாணம் பண்ணிக் கொண்டு சந்தோஷமாக வாழ வேண்டுமென்று மனது துடிக்கிறது. ஆனால்... ஆனால்... உன்னோடு சேர்த்து நீ பழகிய, நான் பார்த்தே அறியாத அந்த யோகேஷ் மிஸ்ராவின் உருவமும் கூட வந்து, அவன் உன்னை அணைத்துக் கொள்கிற மாதிரி முத்தமிடுகிற மாதிரி, படுக்கையில் கிடக்கிற மாதிரி...'

'கடவுளே, இந்த எண்ணங்களையெல்லாம் நிறுத்து என்று நான் உள்ளுக்குள்ளேயே கதறுகிறேன். கரோலின்! என்னை அவ்வளவு தூரம் உயரத்தில் நிறுத்திப் பார்த்து உண்மையைச் சொன்ன உன் நல்ல மனத்தை நோகடிக்கக் கூடாது என்று பாடுபடுகிறேன் கரோ. எத்தனை நம்பிக்கையோடு சொன்னாய் கரோலின், 'நான் உன் துக்கத்தில் பங்கு கொள்வேன்' என்பாய், ஆறுதலாய் அரவணைத்து, 'நடந்தெல்லாம் போகட்டும் கரோ. பழையதை நினைக்காதே. இனி நாம் புதிய வாழ்க்கையைச் சந்தோஷமாகத் துவங்குவோம்!' என்று நான் சொல்வேன் என்பதை எதிர்பார்த்து அல்லவா, அத்தனையையும் பேசினாய்.'

'ஆனால் நான் உன்னை ஏமாற்றிவிட்டேன் கரோலின். உடனடியாக என்னால் அப்படிச் சொல்ல முடியவில்லை கரோ. நான் வாழ்ந்த

வாழ்க்கை, வளர்க்கப்பட்ட விதம், கற்றுக்கொடுக்கப்பட்ட விஷயங்கள் அனைத்துமே வேறு விதமானவை. இப்படிச் சொல்லக்கூடிய பரந்த மனப்பான்மை இல்லாதவை. பக்குவப்படாதவை.'

'உன்னை மறக்கிற வலிமையும் சக்தியுமற்று, ஏற்றுக் கொள்ளக்கூடிய தைரியமோ திடமோ இல்லாத இரண்டும் கெட்டான் நிலையில் திண்டாடுகிறேன். இதற்கு முடிவுதான் என்ன என்பது தெரியாமல் அலைகிறேன். முடிவு செய்கிற உரிமையைக் காலத்திடம் விட்டுவிடலாமா என்று யோசிக்கிறேன். நிறைய விஷயங்களுக்குக் காலம் பதில் சொல்லியிருக்கிறது. நல்ல பதிலாகத் தந்திருக்கிறது. எனக்கும் தரும்.'

'இப்படி விலகி நழுவிப் போவது கோழைத்தனம் என்று நீ நினைக்கலாம் கரோ. ஆனால்... ஆனால்... என்னால் முடிவிற்கு வர இயலாதபோது வேறு என்ன செய்ய முடியும் என்று நீயே சொல்லு. கடவுளே! இந்தப் பிரச்சினைக்குச் சீக்கிரம் வழிகாட்டு என்று வேண்டிக் கொள்வதைத் தவிர...'

தொழிற்சாலை முடிந்து ரயில் பிடித்து வழக்கமாய் இறங்குகிற அப்டன் பார்க்கில் இறங்காமல் இரண்டு ஸ்டேஷன்கள் முன்னாலேயே இறங்கிக் கொண்டான். மனதிற்குச் சற்று நிம்மதி கிடைக்குமென்று அங்கிருந்து வீடு வரை நடந்துவந்தான். கதவைத் திறந்து கொண்டு களைப்பிலும் சோர்விலும் சோபாவில் சரிந்தபோது,

சமையலறையிலிருந்து வந்த லிஸி, "உனக்கு ஒரு தந்தி வந்திருக்கு சத்யா. தந்தியாக இருக்கவே நான் பிரித்துப் பார்த்தேன். ஏதும் அவசரமானால் தொழிற்சாலைக்குப் போன் செய்யலாம்னு. ஆனால் அதில் இருந்த விஷயம் சந்தோஷமானது! அதனால் பேசாமல் இருந்துவிட்டேன்" என்றாள், மிகுந்த முகமலர்ச்சியுடன்.

"எப்படி என்ன, சந்தோஷமான விஷயம் ஆன்ட்டி?"

"கொண்டுவரேன், நீயே பாரேன்."

மறுவிநாடி நீட்டப்பட்ட தந்திக் காகிதத்தை வாங்கிப் பிரித்துப் படித்தான்.

                கன்னத்தில் முத்தமிட்டால்

"உடனே கிளம்பவும். யாமினியின் கல்யாணம் இந்த மாதம் 18ஆம் தேதி நிச்சயிக்கப்பட்டிருக்கிறது."

அவனுக்கு ஒன்றும் புரியவில்லை. தனக்கு வந்த தந்திதானா என்று திருப்பி விலாசத்தைப் பார்த்தான். பின்னர் எதிரில் நின்றிருந்த லிஸியைப் பார்த்தான்.

"என்ன ஆன்ட்டி இது?"

"என்னப்பா?" என்று புன்னகை மாறாமல் திருப்பிக் கேட்டாள் அவள்.

"திடீர்னு இப்படி ஒரு தந்தி வந்திருக்கு!"

"தந்தி திடீர்னு வராம வேற எப்படிப்பா வரும்?"

"ஆன்ட்டி, நான் எல்லா விதத்திலேயும் குழப்பிப் போய் நிக்கிறேன். நீங்க ஜோக் அடிக்கறீங்களே?"

அப்போதுதான் அவனுடைய மனநிலை சட்டென்று ஞாபகத்திற்கு வர, தீவிரமாகிப் போனாள் லிஸி.

"ஐயம் ஸாரிப்பா. நான் கொஞ்சம் முட்டாள்தனமா ஜோக் அடிச்சிட்டேன். இப்ப சொல்லு. இந்தத் தந்தியால் என்ன குழப்பம் உனக்கு?"

"இல்ல ஆன்ட்டி. காலேஜ் படிச்சிட்டிருந்த பொண்ணுக்குத் திடீர்னு கல்யாணம் பண்ண வேண்டிய அவசியம் என்ன ஆன்ட்டி? இன்னும் ஒரு வருஷப் படிப்பு பாக்கி இருக்கு."

"இருக்கட்டுமேப்பா. கல்யாணமெல்லாம் இப்படித் திடீர்னு முடிந்தால் நல்லதுதானேப்பா. நல்ல வரனாக இருக்கும். விட வேணாம்னு முடிச்சிருப்பாங்க."

"இல்லே ஆன்ட்டி. மாப்பிள்ளை யாரு என்னன்னு தெரியலை. எனக்கு ஒரு லெட்டர் போட்டுக் கலந்து ஆலோசிக்கலை."

"இதைப் போய் ஏம்ப்பா பெரிசா நினைக்கிற? உனக்கு லெட்டர் போட்டு எழுதிக் கேட்டுச் சம்மதம் பெற நேரமிருக்காது. உன் தங்கை, அம்மா, அப்பாவுக்கெல்லாம் மாப்பிள்ளையைப்

பிடிச்சிருக்கணும். அதனால் சட்டுனு, 'எஸ்' சொல்லியிருப்பாங்க. நீ உடனே கிளம்பிப் போனால் மாப்பிள்ளை யாரு, என்ன செய்யறாரு, எப்படி இருக்காருன்றதெல்லாம் தெரிஞ்சு போயிடுது."

"இப்பத்தான் வந்தேன். உடனே போகத் தொழிற்சாலையில் சம்மதிப்பாங்களா ஆன்ட்டி?"

"கட்டாயம் சம்மதிப்பாங்க. நீ அவசியம் போகணும். உடனே கம்பெனியில் கேட்டுக்கிட்டு நாளைக்கே ஏர் இந்தியாவில் டிக்கெட் புக் பண்ணிடு. கல்யாணத்துக்கு இன்னும் ஒரு வாரம்கூட இல்லை பாரு."

"சரி ஆன்ட்டி. ஆனால் இப்போ, உங்ககிட்டே ஒரு உதவி கேட்கப் போறேன்."

"என்னப்பா?"

"இந்தியாவுக்கு ஒரு போன் பண்ணி அப்பாவைக் கூப்பிட்டுப் பேசட்டுமா, ஆன்ட்டி?"

"ஓ... இதுக்கு என்னைக் கேட்கணுமா? உங்க வீட்ல போன் இல்லை போலிருக்கேப்பா?"

"இல்லை ஆன்ட்டி. இரண்டு வீடு தள்ளி என் தங்கையோட ஃப்ரண்ட் வீட்ல இருக்கு. அப்பாவைக் கூப்பிட்டு இருக்கச் சொல்லி, திரும்பப் போன் பண்ணிப் பேசணும்."

"பேசுப்பா. தாராளமாப் பேசு. உடனே வரேன்னு சொல்லு, என்ன?"

"சரி ஆன்ட்டி."

அவன் சியாமளாவின் வீட்டிற்கு நேரடித் தொடர்பு கொண்டு, 'லண்டனிலிருந்து சத்யா கூப்பிடுகிறேன். அப்பாவைச் சற்று உடனே வந்து டெலிபோன் அருகில் காத்திருக்கச் சொல்லுங்கள். மறுபடியும் பத்து நிமிடங்களுக்கெல்லாம் போன் செய்கிறேன்' என்று செய்தி அனுப்பினான். மீண்டும் கால் மணி நேரத்தில் டெலிபோன் செய்து அப்பாவிடம் விசாரித்தான்.

                    கன்னத்தில் முத்தமிட்டால்

அவரோ வேறு எதையும் சொல்லாமல், "நேரில் வா, பேசிக் கொள்ளலாம். உடனே புறப்படு. வராமல் இருந்துவிடாதே. நாங்கள் தவித்துக் கொண்டிருக்கிறோம். முடிந்தால் நாளைக்கே கிளம்பு" என்று சொல்லி, வைத்துவிட, இவன் மேலும் கலங்கி இன்னமும் அதிகம் குழம்பிப் போனான்.

அவனது உள் மனது இந்தக் கல்யாணம் சாதாரணமாய் நடக்கவில்லை. ஏதோஓர்பெரியபிரச்சினைக்குப்பின்னரேமிகமிக அவசரமாய் நிச்சயப்படுத்தப்பட்டிருக்கிறது என்று சொல்லிற்று. ஆனால் அது என்ன பிரச்சினை என்பதை அனுமானிக்க முடியவில்லை. தன்னை மட்டும் ஏன் இப்படி ஒவ்வொரு கஷ்டமாய் அணுகுகின்றது என்று கேட்டுக் கொண்டான்.

அன்றிரவையும் தூக்கமற்றுக் கழித்து மறுநாள் காலை எழுந்து தொழிற்சாலைக்கு ஓடி, பதினைந்து நாட்களுக்கு விடுமுறை வாங்கி விமான டிக்கெட்டிற்கு ஏற்பாடு செய்து கொண்டு வீட்டிற்கு வந்தான். மறுநாள் காலையில் விமானமானதால் அவசர அவசரமாய் ஒரு பெட்டியில் சில துணிகளைத் திணித்துக் கொண்டான். எல்லோருக்கும் ஏதாவது பரிசுப் பொருட்கள் வாங்க நினைத்து ஈஸ்ட்ஹாம் வரை போய் வந்தான். பிரயாணத்திற்கான ஏற்பாடுகளைச் செய்து கொண்டு, பின்னர் கரோலினிடம் சொல்லிக் கொள்ளத் தோன்றிற்று. நேரில் போய் அவளை ஒருதரம் பார்க்க வேண்டும் என்கிற ஆசை வந்தது.

ஆனால் தன்னைக் கட்டுப்படுத்திக் கொண்டான். அவளை நேரில் பார்த்தால் தன்னைக் கட்டுப்படுத்திக் கொள்ள முடியாது என்று நினைத்தான். டெலிபோனில் குரலைக் கேட்டால்கூடக் குழைந்து போய்விடுவோம் என்று தோன்ற, சின்னதாய் ஒரு கடிதம் எழுதினான்.

'அன்புள்ள கரோலின், எதிர்பாராத சில காரணங்களால் நான் உடனே இந்தியா போக நேரிட்டுவிட்டது. காலை விமானத்தில் கிளம்புகிறேன். திரும்பி ஒரு நல்ல முடிவோடு வந்து உன்னைச் சந்திக்கிறேன்.

மிகுந்த அன்புடன்

சத்யா.'

கதவைத் திறந்துகொண்டு உள்ளே நுழைந்த உடனேயே வெளிர் நீல நிற உறையிட்ட அக்கடிதம் கரோலின் கண்ணில் பட்டது. கால் ஷூ வைக்கூடக் கழற்றாமல் குனிந்து உறையைக் கையிலெடுத்தாள். மேலே சத்யாவின் கையெழுத்து. மனது ஒரு முறை துள்ளிற்று. 'சத்யா கடிதம் எழுதியிருக்கிறான்! கடவுளே! என் பிரார்த்தனைக்குப் பதில் கிடைத்திருக்கிறது. நீ கருணைமயமானவன். சிலுவையில் அறைந்தவர்களைக்கூட நேசிப்பவன். அவர்கள் இன்னதென்று அறியாமல் செய்கிறார்கள் என்று சொல்லிப் பிரார்த்திப்பவன். ரட்சிப்பவன். அதனால் என்னையும் உன்னால் ரட்சிக்க முடியும். நேசிக்க முடியும். சிறு சிட்டு கீழே விழுந்தால்கூட அன்பாய்க் கவனிக்கிற நீ என்னையும் கவனிப்பாய். தூக்கி எடுத்துக் காயங்களுக்கு மருந்திடுவாய். ரணத்தை ஆற்றுவாய். ரணத்தைக் கொடுப்பவனும் நீ. ஆறச் செய்ய மருந்தனுப்புபவனும் நீ. இதோ என் மருந்தை இக்கடிதம் மூலம் அனுப்பியிருக்கிறாய். '

அவள் கடிதத்தை நெஞ்சோடு சேர்த்து, அழுத்தி, பின்னர் உதட்டில் பொருத்தி முத்தமிட்டு மிகுந்த எதிர்பார்ப்புடனும், சந்தோஷத்துடனும், துடிப்புடனும், ஆர்வத்துடனும், பிரித்துப் படித்து... அத்தனைக்கும் மாறாக அதிர்ந்து போனான். நெஞ்சில் ஈட்டி இறங்கிய வேதனையில் துடித்துப் போனாள். 'கர்த்தரே, இதுதானா உம் கருணை!' என்று அலறத் தோன்றிற்று.

'எதிர்பாராத சில காரணங்களால் இந்தியா போக நேரிட்டுவிட்டது. காலை விமானத்தில் கிளம்புகிறேன்!'

'நோ... எதிர்பாராத காரணம் எதுவுமில்லை. நான்தான் காரணம். என்னால்தான் நீங்கள் புறப்படுகிறீர்கள் சத்யா. ப்ளீஸ், என்னை இப்படிக் கை விட்டுவிட்டுப் போய்விடாதீர்கள். ஒரு துண்டுக் கடிதத்தின் நான்கு வரிகளில் முடித்துக் கொண்டு

  கன்னத்தில் முத்தமிட்டால்

கிளம்பிவிடாதீர்கள். என்னால் தாங்க முடியாது சத்யா. ஐ லவ் யூ சத்யா. லவ் யூ வித் ஆல் மை ஹார்ட். புரிந்து கொள்ளுங்களேன். தயவுசெய்து பழையதையெல்லாம் மறந்து ஏற்றுக் கொள்ளுங்களேன். ப்ளீஸ் சத்யா, என்னை விட்டுப்போகாதீர்கள் சத்யா.'

அந்த இடத்தில் அப்படியே உட்கார்ந்து கைகளால் முகத்தை மூடிக் கொண்டு குமுறிக் குமுறி அழுதாள். "ஐ வாண்ட் யூ சத்யா. ஐ வாண்ட் யூ" என்று வாய் விட்டுக் கதறினாள். பின்னர் ஓர் ஆவேசம் வந்தவளாக எழுந்தாள்.

"உங்களைப் போக விட மாட்டேன். நிச்சயம் போக விட மாட்டேன்" என்று சொல்லிக் கொண்டு தொலைபேசியை எடுத்து நம்பிராஜன் வீட்டு எண்களைச் சுழற்றிக் கேட்டாள்.

"ஈஸ் சத்யா தேர் ப்ளீஸ்?"

"நீங்கள் யார் கூப்பிடுவது?"

"கரோலின்."

"ஓ... குட் ஈவினிங். நான் நம்பிராஜன் பேசுகிறேன். ஹி ஹேஸ் ஆல்ரெடி கான் டு பெட். நாளை காலையில் இந்தியா புறப்படுகிறார். தெரியுமில்லையா?"

"தெரியும். அதனால் பேசலாமென்றுதான் கூப்பிட்டேன்."

"ஐஸ்ட் ஒன் செகன்ட் ப்ளீஸ். தூங்குகிறாரா? இல்லை, விழித்துக் கொண்டிருக்கிறாரா என்று பார்க்கிறேன்."

"ப்ளீஸ்..."

நம்பிராஜன் மேலே போய் அவனது அறைக் கதவை இரண்டு முறை லேசாய்த் தட்டிப் பார்த்துவிட்டு வந்து சொன்னார்.

"ஹி ஈஸ் ஃபாஸ்ட் அஸ்லீப் ப்ளீஸ். காலையில் சீக்கிரம் கிளம்ப வேண்டுமல்லவா? அதனால் சீக்கிரமே படுக்கப் போய்விட்டார்."

"ஓ.கே. காலையில் நான் அவரை விமான நிலையத்தில் சந்திக்கிறேன் என்பதை மட்டும் மறக்காமல் தெரியப்படுத்திவிடுங்கள்."

"ஓ, ஷ்யூர்."

"குட் நைட்."

காலையில் கரோலின் விமான நிலையத்தில் சந்திப்பதைத் தவிர்க்கிற முடிவோடு சற்று நேரம் கழித்துக் கிளம்பி, அவசர அவசரமாக ஓடி, டிக்கெட், எடை எல்லாவற்றையும் சரிபார்த்துக் கொண்டு இயந்திரப் பரிசோதனைக்குப் பின்னர் ஓட்டமாய் உள்ளே நுழையப் போனபோது...

கரோலின் விமான நிலையத்தின் ஒவ்வொரு முகமாகத் தேடி, துடிக்கும் மனத்தோடு அவன் உள்ளுக்குள் போவதைப் பார்த்து, "சத்யா" என்று கூப்பிட, அவன் திரும்பிப் பார்த்தான்.

ஒரு விநாடி பார்வைகள் அழுத்தமாய்ப் பின்னிப் பிணைந்து இணைந்து மீள முடியாமல் தவித்தன. உதடுகள் உணர்ச்சி வேகத்தில் துடித்து வார்த்தைகள் வெளிவர இயலாமல் தொண்டைக்குள்ளேயே சிக்கித் தடுமாற...

சத்யா தன்னைச் சமாளித்துக் கொண்டு மிக ஆழமான பெருமூச்சோடு புன்சிரிப்பாய்ச் சிரிக்க முயன்று அங்கிருந்தே கையாட்டிச் சொன்னான்.

"திரும்பி வந்து உன்னைப் பார்க்கிறேன் கரோலின். அதுவரை அமைதியாக இருக்க முயற்சி பண்ணு."

அதற்கு மேல் இங்கே நின்றால் உடைந்து போய்விடுவோம் என்ற பயத்தில் அவன் சடாரென்று விலகி உள்ளே போக...

அவள் கலங்கிய கண்களோடு அங்கே அப்படியே நீண்ட நேரம் நின்று கொண்டிருந்தாள்.

— • —

     கன்னத்தில் முத்தமிட்டால்

22

கிட்டத்தட்ட எட்டு மணி நேர விமானப் பயணம் சத்யாவை மிகவும் சோர்வடையச் செய்திருந்தது. லண்டனிலிருந்து வழியில் எங்கும் நிற்காமல் நேராக பம்பாய் வருகிற ஏர்-இந்தியா விமானத்தில்தான் பயணித்தான். பம்பாயில் இரவு முழுதும் காக்க வைத்து பிளாஸ்டிக் நாற்காலியிலேயே உட்காரச் செய்து இன்னமும் களைப்படைந்த பின்னரே, மறுநாள் காலை ஆறரை மணிக்கு சென்னை செல்லும் விமானத்தில் ஏற்றினார்கள். பசி, களைப்பு, தூக்கமின்மை, மனஉளைச்சல் எல்லாம் சேர்ந்து அவனை இன்னமும் அடித்துப் போட்டன. சென்னை வந்து இறங்கியபோது சொல்ல இயலாத அளவிற்குச் சலித்துப் போயிருந்தான்.

கஸ்டம்ஸ் பரிசோதனையில், "நோ டி.வி., நோ வி.ஸி.ஆர்., நோ எலெக்ட்ரானிக் அயிட்டம்ஸ், சில சின்னச் சின்னப் பரிசுப் பொருட்கள்தான்" சொல்லிப் பெட்டியைத் திறந்து காட்டிவிட்டு ஓகே வாங்கிக் கொண்டு தள்ளுவண்டியில் பெட்டிகளைப் போட்டுத் தள்ளிக்கொண்டு வெளியில் வந்தவுடனேயே போர்ட்டர்கள் சூழ்ந்து கொள்ளத் தன் எரிச்சலை அவர்கள் மீது காட்டினான்.

"தள்ளுங்கப்பா. நான் மெட்ராஸ் ஆள்தான். வேற யாரையாவது பாருங்க" என்று சற்றே கோபமான குரலில் சொல்லிவிட்டுக் கதவைத் தாண்ட, கீழே இறங்கியவுடனே வெய்யில் ஆக்ரோஷமாய் முகத்தைத் தாக்கிற்று. ஒரே விநாடியில் வியர்வை முத்துகள் அரும்பத் தொடங்கின. அந்தக் கூட்டமும், சத்தம் போட்டுப் பேசும் குரல்களும், கார் ஹாரன்களின் ஓசையும் மிகமிக

அந்நியமாகப் பட லண்டனில் இத்தனை நாட்கள் இருந்ததற்கும் இதற்கும் இருந்த வித்தியாசம் பெரிதாய்ப் பட்டது. அந்த அமைதி, குரல் எழுப்பாமல் பேசுகிற மென்மை, ஹாரன் அடிக்காமல் வண்டிகளை ஓட்டுகிற லாகவம், எத்தனை அவசரமானாலும் பதற்றமோ படபடப்போ அற்ற நிதானம்.

அவனையும் அறியாமல் ஆழமாய் ஒரு பெருமூச்சு வெளிப்பட்டது. வெய்யிலின் தகிப்பு அதிகரிக்கவே கோட், முழுக்கைச் சட்டை, சாக்ஸ், ஷூஸ் எல்லாவற்றையும் கழற்றி எறிய வேண்டும் போலிருந்தது. தள்ளிக்கொண்டு வந்த வண்டியை விட்டுவிட்டு மேல்கோட்டை மட்டும் கழற்றிக் கை மீது மடித்துப் போட்டுக் கொண்டு டையைத் தளர்த்தினான். வெளியில் காத்திருந்த விமான நிலையக் கோச்சில் ஏறிப் போகலாமா என்று யோசித்துப் பின்னர் டாக்ஸியில் போக முடிவு செய்தான். டாக்சியைக் கூப்பிட்டு, பின்னிருக்கையில் பெட்டிகளைப் போட்டு, டிரைவருக்குப் பக்கத்தில் அமர்ந்து முகவரி தெரிவித்தான்.

டாக்சி போன வேகத்தில் அடித்த காற்று சற்று இதமான உணர்வைத் தோற்றுவித்தது. களைப்பு நீங்கின மாதிரித் தோன்றியது. இத்தனை நேரமாய் மறைந்திருந்த கவலையும் வருத்தமும் சோகமும் பாரமாய் நெஞ்சை அழுத்தத் தொடங்கின. திடீரென்று ஏன் படித்துக் கொண்டிருந்த பெண்ணிற்குக் கல்யாணம் நிச்சயம் பண்ணினார்கள் என்ற கேள்வி மீண்டும் நெருடலாய் வந்து நின்றது. அதுவும் கல்யாணத்திற்கு இன்னும் நான்கு நாட்கள்கூட இல்லை. இவ்வளவு அவசரமாகவும் வேகமாகவும் எதற்காகக் கல்யாணத்தை வைத்துக் கொள்ள வேண்டும்? காரணம் என்ன?

அந்தக் கேள்விகளின் குழப்பத்தில் வீட்டு வாசலில் பெட்டிகளை இறக்கி டாக்சியை அனுப்பிவிட்டு ஒரு விநாடி நின்று பார்த்தான்.

வீடு கல்யாணத்திற்குத் தயாராய் நின்றது. பந்தல் போடப்பட்டு இரு பக்கங்களிலும் குலை தள்ளிய வாழை மரம் கட்டியிருந்தார்கள். வாசலில் நாலைந்து குழந்தைகள் விளையாடிக் கொண்டிருந்ததைத் தவிர, பெரியவர்கள் யாரையும் காணவில்லை.

  கன்னத்தில் முத்தமிட்டால்

இந்தத் தேதியில் வருகிறேன் என்பதைத் தெரியப்படுத்தாத காரணத்தால் தன்னை யாரும் எதிர்பார்த்திருக்க மாட்டார்கள் என்று நினைத்துக்கொண்டே பெட்டிகளைத் தூக்கி நடையில் வைத்துவிட்டு, ஷூவைக் கழற்றினபோது, எதற்கோ வெளியில் வந்த நித்யா, சத்யாவைப் பார்த்து ஆச்சரியமாய்க் கத்தினான்.

"அடே சத்யாண்ணா. அம்மா, சத்யாண்ணன் வந்திருக்காரு."

உள்ளேயிருந்து உடனே அம்மா சந்தோஷமாய் ஓடி வரவில்லை. முகம் முழுவதும் சிரிப்பும் பூரிப்புமாய் வரவேற்கவில்லை. முதலில் அப்பாதான் வந்தார். "வா சத்யா, எப்ப வந்தே?" என்று கேட்டார்.

'அந்த முகம் அதில் டன் டன்னாகக் குவிந்து கிடந்த சோகம், துக்கம். தன்னை லண்டனுக்கு வழியனுப்ப வந்திருந்த அந்த அப்பாவிற்கும் இப்போது எதிரில் நிற்கிற இந்த அப்பாவிற்கும் இருக்கிற வித்தியாசம். இந்த உடல் இளைப்பு, குழி விழுந்த கண்கள், என்ன ஆயிற்று இவருக்கு? இவருக்கு மட்டும்தானா? வீட்டிற்கே ஏதோ ஆகியிருக்கிறது? கல்யாண வீடுதானா இது. அந்தக் களை, சந்தோஷம், சிரிப்பு, உற்சாகம் எதையும் காண முடியவில்லையே. சாதாரணமாக வீட்டில் தெரியும் கலகலப்புகூட இல்லையே. ஏன் இப்படி? இதற்கெல்லாம் என்ன காரணம்? கடவுளே, என்னதான் ஆயிற்று?'

அவன் தன் கேள்விகள் அத்தனையையும் உள்ளடக்கி, எதையும் வெளிக்காட்டாத சாதாரண குரலில் சொன்னான். "இப்போதுதாம்ப்பா வரேன். நேற்று காலை கிளம்பினேன். எங்கேப்பா அம்மாவைக் காணோம்? யாமினி எங்கே?"

"உள்ளே இருக்காங்க. போப்பா, போய்ப் பாரு. இதோ வரேன்." சரேலென்று மேல் துண்டால் முகத்தைத் துடைத்துக் கொள்கிற பாவனையில் வாயை இறுக்கி அழுகையை அடக்கிக் கொண்டு அவசரமாய் அந்த இடத்தைவிட்டு அகலுவது புரிய, சத்யா இன்னமும் குழப்பமுற்றவனாக உள்ளே நுழைந்து சமையலறைக்குள் எட்டிப் பார்த்தபோது, அம்மா காப்பி கலந்து

கொண்டு திரும்பினாள். தெம்பும் சுரத்துமின்றி அழுகையை அடக்குகிற குரலில், "வா சத்யா, எப்போப்பா வந்தே?" என்றபோது, இவனுக்குள் ஓர் இயலாமை எட்டிப் பார்த்தது. அதுவே கோபமாய், எரிச்சலாய் மாறி...

"ஏம்மா, நான் வந்தது தெரிஞ்சுகூட நீ சமையல்கட்டை விட்டு வெளியே வரலே இல்லே?" என்றான், ஒரு பத்து வயதுப் பையனின் ஆற்றாமையோடு.

"இல்லேப்பா, களைச்சுப் போய் வந்திருப்பே. கையோடு காப்பி கலந்து எடுத்துக்கிட்டு வந்திடலாம்னுதான்..."

"சும்மா சொல்றம்மா நீ. உங்க யார் முகமுமே நான் வந்ததில் சந்தோஷப்படாத மாதிரி தெரியுது." சடாரென்று உதடுகள் துடிக்க நிமிர்ந்தாள் அந்தம்மாள்.

"சீ! பைத்தியம்! என்ன பேச்சு பேசற? நீ வந்த ஒன்றுதான் எங்களுக்கு சந்தோஷமாகவும் தெம்பாகவும் தைரியமாகவும் இருக்கு."

"அப்படின்னால் என்னம்மா அர்த்தம்? ஏன் எல்லோரும் என்னவோ மாதிரி இருக்கீங்க? வாசல்ல பந்தல் போட்டு வாழை மரம் கட்டியிருக்கிற ஒரு காரணத்தால் மட்டுமே இது கல்யாண வீடாகத் தெரியுதே தவிர, மற்றபடி கல்யாண வீட்டோட கலகலப்பு, சந்தோஷம் எதையும் காணமே! என்னம்மா ஆச்சு?"

அதற்கு கமலம்மாள் உடனே பதில் சொல்லவில்லை. உதடு கோணி, முகமும் கண்களும் கலங்கித் தவிப்பதை மறைக்கிறவளாகத் தலையைக் குனிந்து கொண்டு கரகரத்த குரலில் மெதுவாகச் சொன்னாள், "ஒன்றும் ஆகலை. முதல்ல, நீ இந்தக் காப்பியைக் குடிச்சிட்டுப் பிரயாணக் களைப்பு தீரக் குளிச்சிட்டு வா. அப்புறம் எல்லாம் பேசுவோம்."

அவன் காப்பியைக் கையில் வாங்கி மிகவும் ருசித்துக் குடித்தான். இன்னும் சிறிது சூடாக இருந்தால் தேவலாம் என்று தோன்றிற்று. இத்தனை மாதங்களுக்குப் பின்னர் ஃபில்டர் காப்பியின் மணமும் சுவையும் நெஞ்சில் தங்கிப் போகச் சொன்னான், "அப்பா... இந்த மாதிரி காப்பி குடிச்சு எத்தனை நாளாச்சும்மா?"

     கன்னத்தில் முத்தமிட்டால்

"இன்னும் கொஞ்சம் கலந்து தரட்டுமாப்பா?"

"ம்ஹூம், வேணாம். மாப்பிள்ளை யாரு, என்ன செய்யறாரு, திடீர்னு ஏன் இப்படிக் கல்யாணத்தை நிச்சயம் செய்தீங்கன்னு எல்லா விவரத்தையும் சொல்லும்மா. யாமினிக்குக் கல்யாணம், உடனே கிளம்புன்னு தந்தி வந்ததும் எனக்கு ஒன்றுமே புரியலை."

அதைக் கேட்டதும் அந்தம்மாளின் உடம்பு ஒரு தரம் சொடுக்கிற்று.

நெஞ்சுக்குள் பதற்றமும், கண்களில் அழுகையும் எட்டிப் பார்க்க, அவசரமாக ஏதோ வேலை இருக்கிற மாதிரித் திரும்பியவாறு சொன்னாள், "எல்லாம் சொல்றேம்ப்பா. சொல்லாமலா இருக்கப் போறேன்? நீ போய்க் குளிச்சிட்டு வா. சாப்பாட்டுக்கப்புறம் பேசிக்கலாம்."

"குளியலும் சாப்பாடும் இருக்கவே இருக்கு. அதுக்கென்னம்மா அவசரம்? யாமினி எங்கே? வந்ததிலேருந்து அவள் என் கண்ணில் படவே இல்லை."

அவன் போனபோது யாமினி பின்பக்க வராந்தாவில் ஒதுக்குப்புறமான அந்தச் சின்ன அறையினுள் தரையில் ஒரு மூலையில் உட்கார்ந்திருந்தாள். யாரையும் நிமிர்ந்து பார்க்கிற சக்தியற்று உள்ளுக்குள் குமுறிக் குமுறி ஒடுங்கிப் போயிருந்தாள். அழுதழுது வீங்கின முகமும், வாரப்படாத தலையும், பழைய வாயில் புடவையுமாக இருந்தவளைப் பார்த்துத் திடுக்கிட்டுப் போனான் சத்யா.

யாமினியா இவள்? அந்தத் துள்ளல், துடிப்பு, திமிர், அகங்காரம், நிமிடத்திற்கு ஓர் முறை கண்ணாடி எதிரில் நின்று தலையையும் முகத்தையும் பார்த்துப் பார்த்துச் சரிசெய்து கொள்கிற யாமினியா? சாதாரணமாகவே அலங்காரப் பிரியையான இவள் கல்யாணமென்றால் இன்னும் எப்படி இருக்க வேண்டும்? ஏன் இவ்வாறு மூலையில் உட்கார்ந்து அழுது கொண்டிருக்க வேண்டும்? ஒருவேளை இந்தக் கல்யாணத்தில் இவளுக்கு இஷ்டமில்லையோ? அம்மாவும் அப்பாவும் வற்புறுத்திச் செய்து வைக்கிறார்களோ?

துடித்துக் கொண்டே அறைக்குள் நுழைந்தவனைக் குனிந்த தலை நிமிராமல் எழுந்து நின்று பயத்தால் ஒடுங்கிப் போன குரலில் வரவேற்றாள் அவள்.

"வா அண்ணா!"

அவன் பதில் எதுவும் பேசாமல் அருகில் போய் அவளது மோவாயைப் பற்றி முகத்தை நிமிர்த்த...

"யாமினி! ஏம்மா அழறே? என்னம்மா ஆச்சு? என்கிட்டே சொல்லும்மா. எதுவானாலும் நான் சரி பண்றேம்மா."

அவளிடமிருந்து பதிலாக நீண்ட நெடும் விம்மல்கள் தெறிக்க, அதற்கு மேல் பொறுமையற்றவனாக அவளது தோள்களைப் பற்றி ஓர் ஆவேசத்தோடு உலுக்கி அழுத்தமான குரலில் ஆரம்பித்தான்.

"வந்ததிலிருந்து பார்க்கிறேன். யார் முகமும் சரியில்லை. சந்தோஷமுமில்லை. ஒரு பேச்சும் சிரிச்சுப் பேசலை. என்ன இதெல்லாம்? ஏன் எல்லாரும் சேர்ந்து என்னை இப்படித் தவிக்க வைக்கறீங்க? இதுக்கெல்லாம் என்ன காரணம்? கல்யாண வீடாவா இருக்குது இது? யார் மாப்பிள்ளைன்னு கேட்டால் அம்மா பதில் சொல்லலை. நீயாவது சொல்லு யாமினி, மாப்பிள்ளை யாரு?"

அவள் அதற்கும் பதில் பேசாமல் அழ, அவனது குரல் கோபத்தில் உயர்ந்தது.

"இப்படி அழுதால் என்ன அர்த்தம்? இப்போ மாப்பிள்ளை யாருன்னு சொல்லப் போறியா இல்லையா?" திடீரென்று ஏற்பட்ட ஆவேசத்தோடு அவளை மூர்க்கமாய்ப் பிடித்து உலுக்கியதில் இன்னமும் பயந்து போய் வார்த்தைகள் தடுமாறச் சொன்னாள் அவள், "சி... சிவா..."

"சிவாவா? நம்ம சிவாவா?"

அவள் ஆமாமென்று தலையாட்ட, அவன் அதிர்ச்சியும் குழப்பமும் ஏமாற்றமுமாகக் கேட்டான், "நம்ம அத்தை மகன் சிவாவையா சொல்றே?"

 கன்னத்தில் முத்தமிட்டால்

"ஆ... ஆ... மாம்."

"ஏம்மா, அவனைப் பார்த்தாலே வெறுப்பே. அவன் பெயரைக் கேட்டாலே வெறுப்பே. இப்போ அவனைக் கல்யாணம் செய்துக்க எப்படி சம்மதிச்சே? விருப்பப்பட்டு செய்துக்கிற கல்யாணமாகத் தெரியலையேம்மா. அப்பாவும் அம்மாவும் உன்னை வற்புறுத்திச் செய்து வைக்கிறாங்களா? பயமுறுத்தி சம்மதிக்க வச்சாங்களா, சொல்லும்மா."

அவள் அதற்குப் பதில் பேச இயலாதவளாக, இன்னமும் குமுறிக் குமுறி அழ...

சத்யா தன் பொறுமை, நிதானம் அனைத்தையும் கைவிட்டு, "ஐயோ, ஏன் இப்படி எல்லாரும் எதையோ, மறைத்து மூடி வைத்து என்னைக் கொல்றீங்க?" என்று கத்தத் தொடங்கின சமயத்தில் சமையலறையிலிருந்து கமலம் ஓடி வந்தாள். அந்தச் சின்ன அறையின் கதவை மூடித் தாழிட்டுத் தலையில் அடித்துக் கொண்டு அழுதவாறே பேசத் தொடங்கினாள்.

"கத்தாதே சத்யா! தயவுசெய்து கத்தாதே. பக்கத்து வீட்டுக்கெல்லாம் கேட்கப் போகுது. ஏற்கெனவே அவங்களுக்கெல்லாம் விஷயம் தெரியுமோ என்னவோ? உன் தங்கச்சி செய்த செய்கையால் நம்ம மானம், மரியாதை, கௌரவம் எல்லாம் காற்றுல பறந்திருக்கும்பா. சிவா தெய்வம் மாதிரி நின்னு இவளைக் கல்யாணம் செய்துக்க ஒப்புக்கலைன்னால் இந்நேரம் இந்த வீட்டுல மூணு பிணங்கள் விழுந்திருக்கும்பா. இவளைக் கொன்னுட்டு உங்கப்பாவும், நானும் தூக்கில் தொங்கியோ விஷம் குடிச்சோ செத்திருப்போம்ப்பா."

அவன் அதிர்ச்சியில் அப்படியே கண் கலங்கக் குரல் எழும்பாமல் நின்றான். அம்மா சொன்னதிலிருந்துகூட விவரமாக எதுவும் புரியாத காரணத்தால் மெல்லக் குரல் நடுங்கக் கேட்டான், "ஏ... ஏம்மா, அப்படி என்ன ஆயிடுச்சு?"

"என்ன ஆயிடுச்சா? இவளைக் கேளுப்பா. இதோ, இப்போ அழுதுகிட்டு மூலையில் ஒடுங்கி நல்லவ மாதிரி நிற்கிறாளே.

இவ செய்த வேலை என்ன தெரியுமா? ஏதோ ஒரு அட்ரஸ் இல்லாத, பொறுக்கிப் பையனை நம்பி, எங்களையெல்லாம் ஏமாற்றி, தானும் ஏமாந்து வயிற்றுல இரண்டு மாசம் சுமந்துகிட்டு நின்னாப்பா. அந்தப் பையன் யாரு என்னன்னு அடிச்சு உதைச்சுக் கேட்டு உங்கப்பா தேடி ஓடினால் அவன் அந்த அட்ரசுலேயே இல்லப்பா. அப்புறம், அப்படியே இவளையும் இழுத்துக்கிட்டு ஊருக்கு ஓடி உங்க அத்தைகிட்டேயும், சிவாகிட்டேயும் விஷயத்தைச் சொல்லிக் கெஞ்சினார். அவங்க, அந்தப் பேசற தெய்வங்கள் இவளை ஏற்றுக்கிட்டு ஏதோ சின்னக் குழந்தை இடறி விழுந்து காயம் பட்டுக்கிட்ட மாதிரி இவகிட்டே ஆதரவாய்ப் பேசி ஒரு லேடி டாக்டர்கிட்டே தாங்களே போய்க் கலைச்சு, இப்போ... இப்போ... இவ எந்தப் பையனை வேணாம்னு திமிர் பிடிச்சு ஒதுக்கினாளோ, எவன்கிட்டே கர்வமாப் பேசிச் சிரிச்சாளோ, அவன், தான் சாதாரண மனுஷப் பிறவி இல்லேன்னு நிரூபிச்சு இவளைக் கல்யாணம் பண்ணிக்க முழுமனசோட சம்மதிச்சிருக்கானப்பா.''

சத்யா அப்படியே நின்றிருந்தான். அம்மா, தங்கை, அந்தச் சின்ன அறை, வீடு எல்லாம் மறைந்து போயிற்று. கண்ணெதிரில் கரோலின் உருவம் மட்டும் தெரிந்தது. அந்த உருவம் நெருங்கி வந்து முகம் மட்டும் மிகப் பெரிதாய் நீலப் பளிங்கு ஏரி போன்ற கண்கள் நீரில் மிதக்க வார்த்தைகள் அற்று, அதற்குப் பதில் உதட்டோரம் சோகமாய் ஒரு புன்னகை மட்டும் வெளிப்பட்டுத் தெரிய...

இவன் அதற்கு மேல் தாங்க இயலாதவனாக, சொல்ல முடியாத சோகம் பெருமூச்சாக வெளிப்பட, மெல்லக் கண்களை மூடிக் கொண்டான்.

⁕

                    கன்னத்தில் முத்தமிட்டால்

23

அதற்குப் பின் ஒரு வார்த்தை பேசவில்லை சத்யா.

அவன் பேசாதது மட்டுமில்லை. கதவை இழுத்து இறுக மூடிக் கொண்டுவிட்ட மாதிரி மனசு முழுதும் நிசப்தமாகக் கிடந்தது. நிசப்தம் என்றால் முழு நிசப்தமில்லை. வார்த்தைகளும் பேச்சும் அற்றுப் போயிற்றே தவிர ஹோவென்று ஓர் இரைச்சல் கேட்டது. அவனைப் பார்த்துச் சிரிக்கிற மாதிரி இருந்தது. காதருகில் வந்து சத்தம் போட்டது. 'அட மடையா' என்று இகழ்வாய்க் கூப்பிடுவதாகப் பட்டது.

'எதற்கோ பதில் சொல்கிற தைரியமில்லாமல் தப்பித்து ஓடி வந்தால் இங்கே என்ன ஆகியிருக்கிறது பார்' என்று கேலி செய்தது. 'நீ எதிரில் நின்று பேசுகிற திடமில்லாமல், நேரில் பார்த்து ஒரு வார்த்தை சொல்ல மனசில்லாமல் ஒரு வரிக் கடுதாசியில் தெரிவித்துவிட்டு வந்திருக்கிறாய். நீ படித்தவன். பட்டணத்தில் பத்து பேரோடு பழகுபவன். பெருமையாய் வெளிநாடு போய் வந்திருப்பவன். உன்னால் இப்படித்தான் ஓடி வர முடிந்திருக்கிறது. பிரச்சினையை விட்டு விலகி வர முடிந்திருக்கிறது.

ஆனால் அவன்? சிவா, உன்னளவு படிக்காதவன், கிராமத்து மனிதன். ஒரு சின்ன வட்டத்து மனிதர்களிடையே சுற்றிச் சுற்றிப் பழகுபவன், இந்த சென்னைதான் அவனுக்கு வெளிநாடு. அவன் எப்படி நடந்து கொண்டிருக்கிறான்! எத்தனை மேலே போய் நின்று பார்க்கக் கற்றுக்கொண்டிருக்கிறான்! மனத்தை விசாலமாக்கத் தெரிந்து கொண்டிருக்கிறான்! பளிச்சென்று விளக்குப் போட்டு இருட்டை விரட்ட வழி கண்டுபிடித்திருக்கிறான்?'

'காரணம், நேசிப்பு. மனிதநேயம். உடம்பு பற்றின பிடிப்பு மட்டுமின்றி மனத்தையும் சேர்த்தே நேசிக்கத் தெரிந்து கொண்டிருக்கிறான். விசாலமான நல்ல இருதயம்.' 'எங்கோ போய்விட்டான் சிவா! மனசில் உயர்ந்து உயர்ந்து வானத்தை முட்டுகிற உயரமாகத் தெரிந்தான். அந்த உயரத்திற்கு முன் இவன் சிறுத்துப் போனான். கூனிக்குறுகிப் போனான். ஒன்றுமில்லாமல் ஒடுங்கிப் போனான். தனக்கு ஏன் அந்த மனசு வரவில்லை? கரோலினிடம் சட்டென்று சரி சொல்லத் தோன்றவில்லை? அவளை ஏற்றுக் கொள்கிற திடமில்லை. எப்போதோ அப்பாவியாய் ஏமாந்து போனதைக் கேள்விப்பட்டே, 'மனது குழப்பமாக இருக்கிறது. கொஞ்சம் யோசிக்க அவகாசம் கொடு' என்று எழுந்து வந்து, மீண்டும் அவளைப் பார்க்காமல், டெலிபோனிலும் கூப்பிட்டுப் பேசாமல், விமான நிலையத்துக்கு ஓடி வந்தவளை வெறுமையாய்க் கையை மட்டும் அசைத்து விடைபெற்று...'

புழு, பூச்சியாய் உணர்ந்தான். சிவாவைப் பார்க்கிற தகுதிகூட இல்லாதவனாக உணர்ந்தான். அவன் எதிரில் போகக் கூசி அவசரமாய்க் குளித்து, பெயருக்குச் சாப்பிட்டு உள்ளே தன் அறைக்கு வந்து கட்டிலில் படுத்துக் கண்களை மூடிக் கொண்டான். அப்போதும் மனசு பிரமித்துத்தான் கிடந்தது. உள்ளுக்குள் பிரவாகமாகப் பெருக்கெடுத்து ஓடிற்று.

யாமினியைக் கல்யாணம் செய்து கொள்ள ஒப்புக் கொண்டு, அத்தையின் துணையோடு லேடி டாக்டரிடம் அழைத்துப் போய், கையெழுத்துப் போட்டு, தானே செய்திருக்கிறான். சிறிதுகூடத் தயக்கமோ கிலேசமோ இன்றிச் செய்திருக்கிறான். செய்து, வீட்டிற்குக் கூட்டி வந்து அவள் தலையை வருடிக் கொடுத்துச் சொன்னானாம்.

"யாமினி, இந்த நிமிடத்திலிருந்து நீ புது யாமினி. என் மனைவியாகப் போகிற யாமினி. அதனால் இதற்கு முந்தின நிமிடம் வரை மறந்து போயிடணும். உனக்கு ஒண்ணுமே ஆகலைன்னு நினைச்சுக்கணும். சின்னக் குழந்தை இடறி

   கன்னத்தில் முத்தமிட்டால்

விழுந்து பட்டுக்கிட்ட காயம் மாதிரி அந்த நேர அழுகைக்குப் பின் அடங்கிப் போயிடணும். இனி நீயேகூட இதைப் பற்றி நினைக்கக் கூடாது. வேறு யாரும் இதை நினைத்து உன்னைத் தாழ்மையாய்ப் பார்ப்பதையோ, தப்பாகப் பேசுவதையோ நான் அனுமதிக்க மாட்டேன். பொறுத்துக்க மாட்டேன். இனி நீ எனக்கு மனைவியாகப் போகிறவள். உன்னை எது சொல்லவும், யாருக்கும் எந்த உரிமையும் கிடையாதுன்னு நினைக்கிறேன்.''

'திடமாய், தீர்க்கமாய், தன்னம்பிக்கையாய், நிஜமான ஆண் மகனாய்...

சிவா...

சிவா...'

இவன் உருகுகிறான். 'அகலிகையின் கணவனுக்கு வராத ஞானம் உனக்கு வந்திருக்கிறது. சீதையின் கணவனிடம் இல்லாத திடம் உன்னிடம் இருந்திருக்கிறது. பரசுராமனின் தந்தையிடம் ஏற்படாத பொறுமை உனக்கு ஏற்பட்டிருக்கிறது.'

'உன்னை எந்தச் சரித்திர நாயகனோடு சேர்க்க? எந்த இலக்கிய நாயகனோடு நிறுத்த?'

'நோ... நீ எல்லோருக்கும் மேம்பட்டவன். அத்தனை பேரிலும் உயர்ந்தவன். சிபிச்சக்கரவர்த்தி மாதிரி, தன்னை வெறுத்தவளுக்கும் இகழ்ந்து பேசி எள்ளி நகையாடியவளுக்கும் இதயத்தை அறுத்தெடுத்துக் கொடுக்க முடிந்தவன்.'

'ஆனால், நான்... நான்...' - இவனுக்குக் கண்ணோரம் கோடு கட்டி நீர்க்கோலமாய் இறங்கியபோது வாசல் வராந்தாவில் சிவாவின் குரல் கேட்டது.

"ஏன் மாமா.. சத்யாவா வந்திருக்கிறான்?" அந்தக் குரலின் ஆர்வமும் எதிர்பார்ப்பும் பிரியமும் பாசமும்...

இவன் தாங்க இயலாதவனாகக் கண்களைத் துடைத்துக் கொண்டு சற்று ஒருக்களித்துப் படுத்துக் களைத்துப் போய்த் தூங்குகிறவனாக இருந்தான்.

'சிவா! உன்னைப் பார்க்கிற தகுதிகூட எனக்கில்லை. நான் மனசுக்குள் கூனிக்குறுகிப் போய்க் கிடக்கிறேன். அந்தப் பெருந்தன்மைக்கு முன் சிறுத்துப் போய் நிற்கிறேன். இப்போது என்னை விட்டுவிடேன். ப்ளீஸ், பார்க்க வராதேயேன்.'

ஆனால் சிவா சந்தோஷமாய் உள்ளே நுழைந்தவன், சடாரென்று வாசலிலேயே நின்றான். 'பாவம், அசந்து தூங்குகிறான்' என்று முணுமுணுத்தது இவன் காதை எட்டிற்று. வேண்டுமென்றே அப்படியே கிடந்தான். கால் விநாடிக்கெல்லாம் தலையைத் திருப்பிப் பார்த்தபோது சிவாவின் முதுகும், பின்தலையும், வெள்ளை வேஷ்டியும் கூடத்து நடுவில் தெரிந்தன.

அவன் சற்றுத் தணிந்த குரலில், "மாமா, அத்தை" என்று இவனது அம்மாவையும் அப்பாவையும் கூப்பிட்டது கேட்டது. அவர்கள் வந்து அவனெதிரில் பவ்யமாய் நிற்பது பாதி பிரிந்த கண்களில் பட்டது.

"அத்தை, மாமா... நான் கேட்டுக்கிட்ட மாதிரி எந்த விஷயமும் சத்யாவுக்குத் தெரிய வேணாம். எல்லாம் நமக்குள் செத்துப்போன ரகசியங்களாக இருக்கட்டும். அதை உயிரோட எழுப்பி சத்யா எதிர்ல யாராவது நிற்க வச்சீங்கன்னு தெரிஞ்சால் என்னால் தாங்கிக்க முடியாது. அவன் மனசுக்குள் யாமினியைப் பற்றின அபிப்பிராயம் கீழ் இறங்குவதை என்னால் பொறுத்துக்க முடியாது. எல்லாத்துக்கும் மேலாக அவன் கஷ்டப்படக் கூடாது. சங்கடப்படக் கூடாது. 'சி'ன்னு சுருங்கிப்போகக் கூடாது. என்னைக் கல்யாணம் பண்ணிக்க மாட்டேன்னு பிடிவாதம் பிடிச்ச யாமினி இப்போ எப்படிச் சம்மதிச்சான்னு கேட்டால், 'சிவாதான் எப்படியோ பேசி, கெஞ்சிக் கேட்டு சம்மதம் வாங்கினான்'ன்னு சொல்லிடுங்க. என்கிட்ட பேசட்டும். மேல நான் சொல்லிக்கிறேன். என்ன?"

கிசுகிசுவென்று அதிகம் குரல் எழுப்பாமல், சொல்லப்பட்ட வார்த்தைகள்தான். இவன் காதை எட்டக் கூடாதென்று ஜாக்கிரதை உணர்வோடு பேசப்பட்ட பேச்சுத்தான். ஆனால் இவனது உள்

                                          கன்னத்தில் முத்தமிட்டால்

மனசு அதிக விழிப்போடு இருந்தது. சிவா சொன்னதைக் கேட்க வேண்டுமென்றே தீவிரமான ஆர்வத்தின் காரணமாக எல்லாம் காதில் விழுந்தன.

வார்த்தைகளுக்கு வார்த்தை தெளிவாய்க் கேட்டது. 'என்னமனிதன் இவன்?' என்று நெஞ்சுக்குள் பொங்கிப் பொங்கி வந்தது. எழுந்து ஓடிப் போய் அவனைக் கட்டிக்கொண்டு, அணைத்துக்கொள்கிற தவிப்பு ஏற்பட்டது. கன்னத்தில் முத்தமிட்டு, கை விரல்களை இறுகப் பற்றி,

"பேசாதே சிவா, பேசாதே. இதற்கு மேல் பேசினால் நான் உடைந்து போவேன். துண்டு துண்டாகச் சிதறிப் போவேன்!" என்று கதறத் தோன்றிற்று. - அவை அத்தனையையும் அடக்கிக் கண்களை இன்னமும் இறுக மூடி மனத்திற்குள் கரோலினைக் கொண்டு வந்து நிறுத்தி,

'ஸாரி கரோ, ஐ'யம் ஸாரி. ரியலி வெரி ஸாரி. பதில் சொல்லாமல் உன்னைத் தவியாய்த் தவிக்க வைத்து, துடிக்க வைத்து, கண்ணீரில் கரைய வைத்து, கடைசி விநாடியில் விமான நிலையத்திற்கு ஓடிவந்து அந்த நீலப்பளிங்கு ஏரி போன்ற கண்கள் நீரில் மிதக்க, கரோ... ஐ லவ் யூ டார்லிங். இத்தனை நாட்களை விடவும் இந்த நிமிடத்தில் நான் உன்னை அதிகம் நேசிக்கிறேன். உன்னை உனக்காக, உன்னுடைய நிறைகுறைகளோடு சேர்த்து முழுதாக நேசிக்கிறேன். சிவாவைப் போல் கடந்த காலத்தை நினைக்காமல் நிகழ்காலத்தையும் எதிர்காலத்தையும் நினைத்து வாழ்க்கையைத் தொடங்க உத்தேசித்திருக்கிறேன். எல்லாவற்றையும் ஒரு விபத்து என்று ஒதுக்கித் தள்ளி, தற்செயலாய்க் கீழே விழுந்து அடிபட்ட குழந்தையாய் உன்னை வாரி அணைத்து நெஞ்சோடு சேர்த்து, கன்னங்களில் மாறி மாறி முத்தமிட்டு...'

'கரோலின். ஐ லவ் யூ வித் ஆல் மை ஹார்ட்.'

உதடுகள் லேசாய் முணுமுணுக்க, கண்கள் இழுத்துக் கொண்டு போக, அப்படியே தூங்கிப் போனான். விழித்து எழுந்தபோது மாலை மூன்று மணி இருக்கும். அறையை விட்டு வெளியில்

வந்தவுடனே சிவாதான் கண்ணில் பட்டான். இவன் ஒரு வார்த்தை பேசாமல் அருகில் போய் அவனைச் சேர்த்து அணைத்துக் கொண்டபோது, அந்த அணைப்பில் எல்லாவற்றையும் சொல்லிவிட்ட மாதிரி இருந்தது. தன் நன்றி முழுவதையும் தெரிவித்துவிட்ட உணர்வு தோன்றியது. எல்லாவற்றிற்கும் மேலாக நேசிப்பின் முழு அர்த்தத்தை விளங்க வைத்த நிறைவு, அவனை மௌனமாய்ப் பாராட்டிவிட்ட நிறைவு ஏற்பட, மெதுவாய், மிக மெதுவாய், தனக்கு ஒன்றும் தெரியாத பாவனையில் மெலிதான புன்னகையை வரவழைத்துக் கொண்டு சொன்னான்.

"கங்கிராட்ஸ் சிவா."

"ஓ... தேங்க் யூ சத்யா. மத்தியானம் வந்து பார்த்தேன். நீ நல்லா களைச்சுப் போய்த் தூங்கிட்டிருந்தே. எழுப்ப வேணாம்னு விட்டுட்டேன்."

"ஆமாம் சிவா. பிரயாண ஏற்பாட்டுக்காக அலைந்ததில் நாலு நாளா ராத்திரித் தூக்கமில்லை. அதான் அசந்து தூங்கிப் போயிட்டேன்." இவன் மென்மையாய்ப் புன்னகைத்துத் தானே மெல்லப் பேசினான்.

"காப்பி குடிச்சிட்டியா, சிவா?"

"இல்லை. உன்னோடு சேர்ந்து குடிக்கலாம்னு காத்துக்கிட்டிருக்கேன்."

"காப்பி குடிச்சு, முகம் கழுவி, உடை மாற்றிட்டு வரேன். கொஞ்சம் வெளியே போயிட்டு வரலாமா? போஸ்டாபீஸ் வரை போய் லண்டனுக்கு ஒரு கால் போட்டுப் பேச வேண்டியதிருக்கு."

"ஓ... தாராளமா வரேன். சந்தோஷமா வரேன்."

இரண்டு பேருமே மிக ஜாக்கிரதையாகப் பேசினார்கள். இறுக்கமாகப் பேசினார்கள். எதைப் பேசக் கூடாது என்று தீர்மானித்திருந்தார்களோ, அது தவறிப் போய்க்கூட வெளியில் வராமல் பாதுகாத்துக் கொண்டார்கள். இந்தக் கல்யாணம் ஒன்றைத் தவிர மற்ற எல்லாவற்றையும் பற்றி அலசினார்கள்.

                                        கன்னத்தில் முத்தமிட்டால்

போஸ்ட் ஆபீஸ் வந்ததும் சிவாவை உட்காரச் சொல்லி இவன் போய் கரோலின் வீட்டு எண்களைக் கொடுத்து அந்தத் தொடர்பு கிடைக்கிறவரை காத்திருந்து, பின்னர்...

"கரோ, சத்யா ஹியர். ஹவ் ஆர் யூ டார்லிங்? உன்னுடைய கேள்விக்கு இப்போ எந்தக் குழப்பமும் இல்லாமல் மிகத் தெளிவான பதிலாகச் சொல்றேன். ஐ லவ் யூ, லவ் யூ வித் ஆல் மை ஹார்ட். போதுமா டார்லிங். நெள, லிஸன். உடனே அடுத்த பிளைட்ல எப்படியாவது டிக்கெட் எடுத்து இந்தியா கிளம்பி வா. நேரா மெட்ராஸ் வா. கிளம்பின உடனே எங்க வீட்டுக்கு மூணாவது வீட்டு டெலிபோன் நம்பர் இது. குறிச்சுக்க அங்கே கூப்பிட்டு விவரம் சொல்லு. நான் ஏர்போர்ட்டுக்கு வந்து உன்னை பிக்-அப் பண்ணிக்கிறேன். எதுக்கு உன்னை வரச் சொல்றேன் தெரியுமா? இங்கே உனக்குப் பிடிச்ச இந்தியாவில் என் அம்மா அப்பாவோட சம்மதத்துடன் எங்க சம்பிரதாயப்படி நம் கல்யாணம்."

"ஓ.கே., எங்கே சிரி, பார்க்கலாம். தேங்க்யூ டியர். உன்கிட்டேயிருந்து புறப்படுகிற செய்தி வந்தப்புறம் நேராக ஏர் போர்ட்டில் சந்திக்கிறேன். குட் நைட் டியர்." தொலைபேசியில் அழுந்த முத்தமிட்டு ரிஸீவரை வைத்தபோது அவன் லேசாய் உணர்ந்தான். தனக்குள்ளிருந்த மிகப் பெரிய பாரம் இறங்கினவனாகக் காணப்பட்டான். சந்தோஷமாகத் தெரிந்தான். உற்சாகமாகப் பேசினான்.

தொலைபேசிக்கான கட்டணத்தைச் செலுத்திவிட்டு, சிவாவை நெருங்கி, "போகலாமா சிவா?" என்றபோது மிக வித்தியாசமானவனாக, எல்லாவற்றையும் அதனதன் நிறைகுறைகளோடு நேசிக்கத் தெரிந்த புதிய மனிதனாக மாறிப் போனதை உணர்ந்து மென்மையான புன்னகையோடு வானத்தை நிமிர்ந்து பார்த்தான்.

வானமும் அவன் மனத்தைப் போல் நல்ல நீலத்தில், மிக அழகாய், தெளிவாய், ரம்மியமானதாய்க் கிடந்தது.

❖